அண்ணல் அம்பேத்கர்

ஜெகாதா

சத்யா

Title
Annal Ambedkar
Jakatha

ISBN: 978-93-92474-65-1
Title Code : Sathyaa - 060

நூல் தலைப்பு
அண்ணல் அம்பேத்கர்

நூல் ஆசிரியர்
ஜெகாதா

முதற்பதிப்பு
நவம்பர் 2023

விலை : ₹ 230

பக்கம் : 194

Printed in India

Published by
Sathyaa Enterprises
No.134, First Floor,
Choolaimedu high road, Choolaimedu,
Chennai - 600 094.
044 - 4507 4203

Email
sathyaabooks@gmail.com

முன்னுரையாக ...

ஆடுகளைத்தான் கோயில்களுக்கு முன் பலியிடுவார்கள். சிங்கங்களை அல்ல. நீங்கள் சிங்கங்களாக இருங்கள். எத்தனை தலைமுறைகள் கடந்தாலும் இந்த நாட்டு மக்கள் மனதில் இருத்த வேண்டிய அண்ணலின் வார்த்தைகள் இவை. இந்த தேசம் நன்றியோடு நினைவு கூற வேண்டிய மாமனிதர் அம்பேத்கர்.

ஒன்றுபட்ட இந்த தேசத்தை சாதியையும் மதத்தையும் காரணம் காட்டி மக்களை பிளவுபடுத்தியது இந்து மதம். அதன் ஆணிவேர் வர்ணாசிரம கோட்பாடு மனுஸ் மிருதியில் அடங்கி உள்ளது என்பதை அறிந்து அதை எதிர்த்தார்.

வறுமையோடும் அடக்குமுறை சமூகத்தோடும் அம்பேத்கர் போராடிய போராட்டங்கள் கொஞ்ச நஞ்சமல்ல.

உலகின் மிகச் சிறந்த ஜனநாயக நாட்டமுள்ள நாடு என இந்தியா உலக அரங்கில் தலைநிமிர்ந்து நிற்குமாறு இந்திய அரசியலமைப்பு சட்டத்தை இவர் உருவாக்கி உயர்ந்தார்.

ஒடுக்கப்பட்ட மக்களின் அவலங்களுக்கும், அவமானங் களுக்கும் வடிவம் கொடுத்து ஏகப்பிரதிநிதியாய் எழுந்து நின்றவர் டாக்டர் பாபா சாஹேப் அம்பேத்கர்.

'என் இறுதிக் காலம் நெருங்குகிறது. ஆனால் என் மக்களின் துயரங்களுக்கான இறுதிக்காலம் ரொம்ப தூரத்திலிருக்கிறதே... என்னால் எப்படி வேளைக்கு உண்டு உறங்கி காலம் தள்ள முடியும்' என்று தன்னுடைய மருத்துவரை நோகக் கேள்வி எழுப்பினார் அம்பேத்கர்.

மனிதகுல விடியலுக்கா சமூக அரசியல் போரை அம்பேத்கர் இறக்கும்வரை தொடர்ந்து கொண்டேதானிருந்தார்.

புராண காலம் தொட்டு இந்த நாட்டில் நடப்பது ஆரிய திராவிட போராட்டம் தான் என்று பெரியார் கூறினார் என்றால், அம்பேத்கர் பௌத்தத்திற்கும், பார்ப்பினியத்துக்குமிடையே நடக்கும் போராட்டம் தான் இந்திய வரலாறு என்றார். பெரியாரையும் அம்பேத்கரையும் சமூக சீர்திருத்த நாணயத்தின் இருபக்கங்களாகக் கருதலாம்.

சமூகநீதி என்பது தலித்துகளை அதிகாரப்படுத்துதலில் இருக்கிறது என்பதையும், அப்படிப்பட்ட அதிகாரப்படுத்துதலுக்கு எல்லா வகையான அதிகாரங்களும் தலித்துகளுக்கு பங்கு வேண்டும் என்பதிலும் அம்பேத்கர் சந்தேகத்துக்கு இடமில்லாமல் தெளிவாக இருந்தார்.

நீதியின் அடித்தளத்தின் மீது எழுதப்படாத ஒரு தேசம் தேசமே அல்ல என்று கூறியதில் அம்பேத்கரின் ஆளுமை பிரமிக்க வைக்கிறது.

காந்தியிடம் பல்வேறு தருணங்களில் அம்பேத்கர் முரண்பட்டிருக் கிறார். தாழ்த்தப்பட்ட இனத்தவர்கள் ஹரிஜன் என்று காந்திஜி அழைத்தார். ஆனால் அந்தப் பெயரை அம்பேத்கர் வெறுத்தார். தாழ்த்தப் பட்டவர்கள் கடவுளின் குழந்தைகள் என்றால் மற்றவர்கள் சாத்தானின் குழந்தைகளாக என்று அவர் கேள்வி எழுப்பினார்.

சாதியை முற்றாக அழித்தொழிப்பதற்கு இதுவரை எவரும் கண்டிராத சட்டத்துக்கு உட்பட்ட தீர்வைக் கண்டறிந்த அம்பேத்கர் பத்து லட்சம் மக்களுடன் இணைந்து பௌத்தத்தை ஏற்று அதை உலகுக்கு நிரூபிக்க வும் செய்தார்.

பழமைவாதச் சிந்தனையில் மூழ்கியுள்ள கோடிக்கணக்கான மக்களை தாம் எழுதிய நூல்களால் மட்டுமே மாற்றி விட முடியாது என்றுணர்ந்த அம்பேத்கர், அரசமைப்பை உருவாக்கும் தலைமைப் பொறுப்பை உறுதி யாகப் பற்றிக் கொண்டு அதன் மூலம் சமூகப் புரட்சிக்கு வித்திட்டார்.

அறப் போராட்டத்தின்வழி யாவற்றுக்கும் தீர்வு காண்பதில் இறுதிவரை உறுதியாக நின்ற அண்ணல் அம்பேத்கரின் வாழ்வியலானது வரும் தலைமுறை அனைத்தும் வழிகாட்டியாக நிற்கும் என்பதில் நம்பிக்கை கொண்டு இந்நூலை அழகுற வெளிக்கொணர்ந்துள்ள போற்றுதலுக்குரிய சத்யா எண்டர்பிரைசஸ் பதிப்பகத்தாருக்கு நெஞ்சார்ந்த நன்றியும் வாழ்த்துக்களும்! நன்றி!

என்றும் அன்புடன்

ஜெகாதா

94430 04683

உள்ளே...

1.	அம்பேத்கரின் ஆரம்ப நாட்கள்	6
2.	ஒருவரையறைக்குள் அடக்க முடியாத தலைவர்	15
3.	மஹத் போராட்டக் களத்தில் அம்பேத்கர்	23
4.	பெரியாரும் புரட்சியாளர் அம்பேத்கரும்	30
5.	அம்பேத்கரின் கோயில் நுழைவுப் போராட்டம்	42
6.	தேசியம் என்பது ஒன்றும் புனிதமானது அல்ல!	48
7.	ஒடுக்கப்பட்ட மக்களுக்கு எதிரான அடிமை சங்கிலி மனுசாஸ்திரம்	55
8.	காந்தி – அம்பேத்கர் குறித்த பார்வை	65
9.	பவுத்த மதமாற்றப் பார்வையில் அம்பேத்கரும் அயோத்திதாசரும்	76
10.	பாபா சாஹேப் அம்பேத்கரின் பொன் மொழிகள்	91
11.	அம்பேத்கரின் வழிகாட்டி மகாத்மா ஜோதிராவ்புலே	94
12.	மதம் குறித்து அம்பேத்கரின் பதிலுரைகள்	103
13.	ஒருமைப்பாட்டின் மீது அசைக்க முடியாத நம்பிக்கை	139
14.	அம்பேத்கரின் உருவாக்கத்தில் இந்திய அரசியலமைப்புச் சட்டம்	143
15.	நான் ஒரு இந்துவாக இறக்க மாட்டேன்	166
16.	ஒரு தலித்தை சங்கராச்சாரியாராக்குங்கள்	174
17.	அம்பேத்கர் புத்தமதம் மாறிய நாளில்	178
18.	அம்பேத்கரின் அந்திமக்காலம்	186

அம்பேத்கரின் ஆரம்ப நாட்கள்

1

சட்டமேதை அம்பேத்கர் 1891 ஏப்ரல் 14 ஆம் நாள் ராணுவ வீரராய் இருந்த ராம்ஜிக்கும், பீமா பாய்க்கும் மகனாகப் பிறந்தார்.

தந்தையின் பணிக்காலம் சில வருடங் களிலேயே முடிந்துவிட இளமை வறுமையை அம்பேத்கர் கைகளில் திணித்தது.

சிறுவயதில் ஆனந்தமாய் விளையாடிய தன்னுடைய பள்ளிக்கூடத்தில்தான் தானும் தன்னுடைய குடும்பமும் மற்றவர்களை விட வித்தியாசமாக நடத்தப்படுவதை அறிந்தார் அம்பேத்கர்.

தாழ்த்தப்பட்ட சமூகத்தில்தான் பிறந் திருக்கிறோம் என்பதும், இந்தியாவின்

சாதீய அமைப்பு தன்னை இழிவாக நடத்துகிறது என்பதும் சிறுவ னாக இருந்த அம்பேத்கருக்குத் தெரியவில்லை.

பீமராவ் என்பதுதான் இவரது இயற்பெயர். இவரது ஆசிரியர் அம்பேத்கர் எனும் பிராமணர். பீமராவின் கல்வி தாகத்தை அறிந்து அவர் மீது மிகுந்த அக்கறை கொண்டார் ஆசிரியர் அம்பேத்கர். தனது ஆசிரியர் மீது கொண்ட பக்தியின் காரணமாக தனது பெயரான பீமராவுடன் அம்பேத்கர் எனும் பெயரையும் இவர் இணைத்துக் கொண்டார்.

அம்பேத்கர் உயர்கல்விகளை முடித்த கையோடு வெளிநாடுகளில் மிகப் பெரிய பதவிகளில் அமரும் வாய்ப்புகள் அவருக்கு கிடைத்தன. அவற்றை வைத்து அவர் வசதியாக வாழ்ந்திருக்க முடியும்.

ஆனால் அம்பேத்கர் சொந்த தாய்நாட்டில் வசிக்கும் தன் இன மக்களின் உரிமைக்காகவே அவர் வாழத் தீர்மானித்தார். அதனால் பட்டப்படிப்பு முடிந்தவுடன் அவர் இந்தியா திரும்பினார்.

இந்தியாவிலும் அம்பேத்கருக்கு பல்வேறு வாய்ப்புகள் கிடைத்தன. ஆனால் அவற்றை அவர் ஏற்றுக் கொள்ளவில்லை.

அம்பேத்கர் இந்தியா திரும்பியதும் 1924 இல் பம்பாய் வழக்கறிஞர் சங்கத்தில் இணைந்தார். பம்பாய் உயர்நீதிமன்றத்தில் வழக்கறிஞ ராகவும் பணியாற்றினார். ஆனால் அங்கும் தீண்டாமை கொடுமை நிலவவே செய்தது.

அதனால் வெறுப்படைந்த அம்பேத்கர் தன்னுடைய அழுத்தமான சமுதாயப் பொதுத் தொண்டையும் ஆரம்பித்தார்.

1924 மார்ச் 9 ஆம் நாள் தாமோதர் கூடத்தில் ஒடுக்கப்பட்ட இன மக்களின் நிலையின் மீதான கவனத்தை ஈர்க்க ஓர் பொதுக் கூட்டத்தை ஏற்பாடு செய்து ‘ஒடுக்கப்பட்டோர் நலக்கழகம்’ என்ற அமைப்பை உருவாக்கினார்.

இவ்வமைப்பு ஒடுக்கப்பட்ட மக்களின் கல்வி - பொருளாதார நிலையை உயர்த்தலும் இவ்வகுப்பினரின் பெருந்துன்பங்களையும் வெளிப்படுத்துவதுமே உடனடி வேலையாக அமைந்தது.

இக்கால கட்டத்தில் அவருக்கு வழங்கப்பட்ட ஓர் கல்லூரிப் பேராசிரியர் பதவியையும் கோலாபூர் அரசின் அமைச்சர் பதவியை யும், சமூகத் தொண்டினை தொடர வேண்டுமென்பதற்காக ஏற்க மறுத்து விட்டார்.

அம்பேத்கர் 1927 ஏப்ரலில் 'பகிஸ்கரிக் பாரத்' என்ற இதழைத் தொடங்கினார். இவ்விதழ் ஒடுக்கப்பட்ட மக்களின் நலன்களுக்காக வும் குறைகளுக்காக குரல் கொடுக்கவும் குறிப்பாக நடக்கவிருக்கும் அரசியல் சட்டச் சீர்திருத்தங்களின் கண்ணோட்டத்திலும் ஆரம்பிக்கப்பட்டது.

ஒடுக்கப்பட்ட தாழ்த்தப்பட்ட மக்களின் ஒட்டு மொத்த நிலையை உயர்த்த கல்வி போல சிறந்த கருவியென அம்பேத்கர் கருதினார்.

கல்வியை குறிப்பாக மேல்நிலைக் கல்வியை பெறுவதன் வாயி லாகவே சமூக பொருளாதாரச் சமத்துவம் கைகூடும் என்று அவர் கருதினார்.

டாக்டர் பீமாராவ் அம்பேத்கர் 1930ல் லண்டனில் நடைபெற்ற வட்ட மேசை மாநாட்டில் கலந்து கொள்வதற்காகப் புறப்படுகை யில், 'என் மக்களுக்கு என்ன நியாயமாகக் கிடைக்க வேண்டுமோ அதற்காகப் போராடுவேன். அதே சமயத்தில் சுயராஜ்யக் கோரிக்கையை முழு மனதுடன் ஆதரிப்பேன்' என்று கூறிச் சென்றார்.

இரண்டாவது வட்டமேசை மாநாட்டில் வகுப்பு வாரி பிரதி நிதித்துவம் குறித்த பிரச்சனை முக்கியமாக விவாதிக்கப்பட்டது. தாழ்த்தப்பட்டோர்களுக்கு தனி வாக்குரிமையையும் விகிதாசாரப் பிரதிநிதித்துவமும் வழங்கப்பட வேண்டுமென டாக்டர் அம்பேத்கர் வலியுறுத்தினார்.

இதன் விளைவாக ஒரு தொகுதியில் பொது வேட்பாளரைத் தேர்ந்தெடுக்க ஒருவாக்கும், அதே தொகுதியில் தாழ்த்தப்பட்ட சமூக வேட்பாளரை தேர்ந்தெடுக்க ஒருவாக்கும் அளிக்கும், இரட்டை வாக்குரிமை தாழ்த்தப்பட்ட மக்களுக்கு வழங்கப் பட்டது. காந்திஜி இதனை எதிர்த்தார்.

தாழ்த்தப்பட்ட மக்களுக்கு தனித்தொகுதிகள் ஒதுக்கப்பட வேண்டுமென வலியுறுத்தி காந்திஜி உண்ணாவிரதப் போராட்டத்தை தொடங்கினார். இதன் விளைவாக 24.9.1931 இல் காந்திஜிக்கும் டாக்டர் அம்பேத்கருக்கும் இடையே புனா ஒப்பந்தம் ஏற்பட்டது.

வறுமையோடும் அடக்குமுறை சமூகத்தோடும் அம்பேத்கர் போராடிய போராட்டங்கள் கொஞ்ச நஞ்சமல்ல. அதன் முடிவில் சாதி இல்லா புத்த மதத்தில் இணையவும் செய்தார்.

இளம் வயதில் ஒடுக்கப்பட்ட வாழ்க்கையின் கொடுமைகளுக்கு மத்தியில் கல்வியும் கற்றார் அம்பேத்கர். கல்வியோடு ஜோதிராவ் புலேவின் சீர்திருத்தங்களை உள்வாங்கி படித்தார். தாழ்த்தப் பட்டவன் ஒரு வேளை உணவினை நன்றாக உண்டாலே பொறுக் காத சமூகம் அவனது கல்வியினை எப்படி ஆதரிக்கும்?

பீமாராவ் எனும் ஒடுக்கப்பட்ட சாதி மாணவன் அம்பேத்கர் எனும் மாமனிதனாக அத்தனை அடக்குமுறைகளையும் தாண்டியே உதயமானார்.

உலகின் மிகச் சிறந்த ஜனநாயக சட்டமுள்ள நாடு என இந்தியா உலக அரங்கில் தலைநிமிர்ந்து நிற்குமாறு இந்திய அரசியலமைப்புச் சட்டத்தை அம்பேத்கர் உருவாக்கி உயர்ந்தார்.

புத்தன் இந்து மதத்தின் சாதிக் கொடுமைகளை எதிர்த்து தனி வழி கண்டான். அதில் வெற்றியும் பெற்றான். இந்தியா முழுக்க அல்ல. கிழக்காசியா வரை புத்தன் கொண்டாடப்பட்டான்.

சங்கரின் எழுச்சிக்கு முன்பு வரை சாதியில்லா புத்த மதம் இருந்திருக் கின்றது. நான் அந்த புரட்சிக்கு செல்கின்றேன் என பெரும் மக்க ளுடன் புத்த மதம் தழுவினார்.

தாழ்த்தப்பட்ட குலத்திலிருந்து வந்து இந்திய சட்டம் பொருளா தாரம், தத்துவம், வரலாறு என சகல துறைகளிலும் தனித்து நிற்கும் அம்பேத்கர் போல் இன்னொருவர் ஒரு காலமும் இந்நாட்டிற்கு சாத்தியமில்லை.

ஆனால் காந்தி, நேரு புகழ் பாடும் பாடத்திட்டங்களில் ஒரு ஓரமாக இந்திய சட்டத்தை எழுதியவர் அம்பேத்கர் என ஒற்றை வரியோடு அவர் நிறுத்தப்பட்டார். அவருக்கான இடத்தை காங்கிரஸ் அரசோ பாரதிய ஜனதா அரசோ கொடுக்கவே இல்லை.

ஒடுக்கப்பட்ட மக்களின் அவலங்களுக்கும் அவமானங்களுக்கும் வடிவம் கொடுத்து ஏகப் பிரதிநிதியாய் எழுந்து நின்றவர் டாக்டர் பாபா சாஹேப் அம்பேத்கர்.

கோரேகானில் பள்ளி மாணவனாக இருந்தபோது முடிவெட்டிக் கொள்வதற்காக ஒரு நாவிதரிடம் செல்கிறார். அந்த நாவிதர் அம்பேத்கருக்கு முடிவெட்ட மறுத்ததோடு, 'நான் எருமை மாட்டிற்கு முடிவெட்டினாலும் வெட்டுவேனே தவிர, உன்னைப் போன்ற மகர் இனத்தைச் சேர்ந்தவனுக்கு வெட்ட மாட்டேன்' என கேவலமாக பேசி அனுப்பினார்.

அதற்காக ஆத்திரப்பட்ட அம்பேத்கர் அதற்கு தீர்வு காண, 'தன்னைத் தலையாக செய்வதே தக்கது' என்று முடிவெடுத்தார்.

ஒவ்வொரு மனிதனும் தன் வாழ்க்கையில் ஒரு தத்துவத்தைக் கொண்டிருக்க வேண்டும். தத்துவம் என்பது தன்னை அளந்தறிவதற் கான ஓர் அளவுகோலாகும் என்பது தொடக்கத்தில் அவர் எடுத்துக் கொண்ட உறுதிமொழியாகும்.

1907 ஆம் ஆண்டு கோரேகான் வட்டாரத்திலுள்ள எல்பின்ஸ்டன் பள்ளியில் மெட்ரிகுலேஷன் தேர்வில் முதல் மாணவனாக வென்று காட்டினார். அதன் பின்னர் பரோடா மன்னர் சாயாஜி ராவ் கெயிக்வாட் அளித்த உதவித்தொகையால் என்பின்ஸ்டன் கல்லூரி யில் சேர்ந்து 1912 ஆம் ஆண்டு பி.ஏ. பட்டமும் பெற்றார்.

தொடர்ந்து பரோடா மன்னரின் கருணையால் அமெரிக்கா செல்லும் வாய்ப்பைப் பெற்று, கொலம்பியா பல்கலைக்கழகத்தில் 1915 ஆம் ஆண்டு எம்.ஏ. பட்டமும் பெற்றார்.

மேலும் 'இந்தியாவின் தேசியப் பங்கு வீதம்' எனும் ஆராய்ச்சி கட்டுரையை கொலம்பியா பல்கலைக்கழகத்திற்கு வழங்கி அங்கேயே டாக்டர் பட்டமும் பெற்றார்.

இந்தியாவிற்கு திரும்பிய டாக்டர் அம்பேத்கர் ‘சிடென்காம்’ கல்லூரியில் (மும்பை) பொருளாதாரப் பேராசிரியராகப் பணி யாற்றியபோது, கோலஸ்பூன் மன்னர் சாகு மகராஜின் நட்பு கிடைத்தது.

அவர் அளித்த உதவியைப் பெற்று இலண்டன் சென்ற அம்பேத்கர் ‘கிரேஸ் இன்’ கல்லூரியில் சேர்ந்து பாரிஸ்டர் பட்டம் பெற்றார். பாரிஸ்டர் அம்பேத்கர் இலண்டன் பல்கலைக்கழகத்திற்கு ‘ரூபாயின் சிக்கல்’ எனும் தலைப்பில் ஆராய்ச்சிக் கட்டுரை அளித்தார்.

அதில் இருந்த புரட்சிகரமான சிந்தனைகளைப் படித்த சட்டவியல் வல்லுநர் ஹெரால்டு ஜெ.வாஸ்கி, அம்பேத்கரை வெகுவாகப் புகழ்ந்து பாராட்டினார். அதனை மதிப்பிட்ட இலண்டன் பல்கலைக்கழகம் அவருக்கு டி.எஸ்.ஸீ பட்டத்தை வழங்கியது. அம்பேத்கர் தம்முடைய ஆளுமைத் திறத்தினால் உயர் கல்வியி லுள்ள அனைத்துப் பட்டங்களையும் வென்றார்.

1928-29ஆம் ஆண்டுகளில் சைமன் கமிஷன் இந்தியாவிற்கு வந்தது. அப்போது சைமன் கமிஷனோடு ஒத்துழைப்பதற்கு பிரிட்டிஷ் - இந்தியா ஒரு குழுவைத் தேர்ந்தெடுத்தது. அந்தக் குழுவில் இடம் பெற மும்பை சட்டமன்றம், டாக்டர் அம்பேத்கரைத் தேர்வு செய்து அனுப்பியது. அக்குழுவில் பங்கேற்ற அம்பேத்கரின் ஆளுமை பளிச்சென வெளிப்பட்டது.

புறக்கணிக்கப்பட்டவர்களின் ஈடேற்றத்திற்காக பத்து கோரிக்கை களை வைத்த அவர் முத்தாய்ப்பாக முழங்கிய சிந்தனை நிமிர்ந்து நிற்கிறது.

பொது தேசிய உணர்ச்சியை நாட்டு மக்களிடையே உருவாக்க வேண்டும். இனம், மொழி, உணர்வை வளர்க்கக் கூடாது. முதலிலும் இந்தியர்கள், முடிவிலும் இந்தியர்கள் என்ற கொள்கையை ஏற்க வேண்டும். இந்தியா ஒன்றாக ஐக்கியப்பட்டிருக்கும் காலத்தை நான் எதிர்பார்க்கிறேன். அதையே நான் விரும்புகிறேன் என்று அவர் செய்த முழக்கம் அவருடைய ஆளுமையின் கூர்மையை வெளிப் படுத்துகின்றது.

வட்டமேசை மாநாட்டுக்காக அழைக்கப்பட்ட 89 பிரதிநிதிகளில் உயர் கல்வியின் உச்சத்தை தொட்டவர் பாபா சாஹேப் அம்பேத்கர் ஒருவரே!

புறக்கணிக்கப்பட்ட சமூகத்திலிருந்து அழைக்கப்பட்ட இருவரில் ஒருவர் அண்ணல் அம்பேத்கர். வட்டமேசை மாநாட்டில் புறக்கணிக்கப்பட்ட மக்களுக்கு உரத்த சிந்தனைகளை காரசாரமாக மொழிந்தார் என்றாலும் இந்திய விடுதலைக்கு அவர் ஒரு போர் வீரனாகவே இருந்தார்.

இந்தியா பொறுப்புள்ள அரசாங்கத்தைப் பெற்றாக வேண்டும் என்றால் அந்த அரசாங்கம் மக்களுக்குப் பொறுப்புள்ளதாக இருக்க வேண்டும் என்றால் வயது வந்த அனைத்துச் சாதியினருக்கும் அனைத்துச் சமூகத்திற்கும் வாக்குரிமையைத் தருவதைத் தவிர வேறு வழியில்லை என உறுதியாக வாதாடியவர் பாரிஸ்டர் அம்பேத்கர்.

எரவாடா சிறையில் மகாத்மா காந்தியடிகள் உண்ணாவிரதம் மேற்கொண்டிருந்தபோது பாரிஸ்டர் அம்பேத்கர் புனே ஒப்பந்தத்தின் பொருட்டு அவரைச் சந்தித்தார். அப்போது காந்திஜி 'எனக்கு கிடைத்த தகவல்களிலிருந்து வட்டமேசை மாநாட்டில் நீங்கள் நடந்து கொண்ட விதம் நீங்கள் மிகச்சிறந்த தேச பக்தர் என்பதை புலனாக்கி விட்டது' என வியந்து பாராட்டினார். பாபா சாஹேப் அம்பேத்கரின் ஆளுமை சிகரமாக வெளிப்பட்டது புனே ஒப்பந்தத்தில்தான்.

வட்டமேசை மாநாட்டில் தலித் மக்களுக்கு தனித்தொகுதிகள் வேண்டும் என்று வாதிட்டார். பிரித்தாளும் சூழ்ச்சியில் வல்ல ஆங்கிலேயர், 'தனித்தொகுதியை தலித் மக்களுக்கு வழங்குவதோடு சீக்கிய, இஸ்லாமிய, இந்திய கிறிஸ்தவர்கள் போன்ற சிறுபான்மை மக்களுக்கும் வழங்கலாம்' என அறிவித்தனர்.

இந்தியாவின் ஒருமைப்பாட்டிற்கு ஏற்படக்கூடிய அபாயத்தை எண்ணி, மகாத்மா காந்தியடிகள் எரவாடா சிறையில், 'என் உயிர் இருக்கின்ற வரையில் தனித்தொகுதிக்கு இசைய மாட்டேன்' என்று உண்ணாவிரதத்தை தொடங்கினார்.

ஏற்கனவே சிறைவாசத்தால் பலவீனப்பட்டிருந்த காந்தியடி களின் உடல்நிலை, உண்ணாவிரதம் தொடங்கிய நான்காவது நாள் கவலைக் கிடமாயிற்று.

இந்திய பத்திரிகைகளும், மக்களும் டாக்டர் அம்பேத்கரை 'தேசத் துரோகி' என்றும் 'பிரிட்டிஷாரின் கைக்கூலி' என்றும் தூற்றத் தொடங்கினர். தலித் மக்களும் சொல்லொணா இடர்பாடுகளுக்கு உள்ளாயினர்.

மகாத்மாவின் உயிர் கவலைக்கிடமாக இருந்ததை எண்ணி தேசத் தலைவர்கள் எரவாடா சிறைச்சாலைக்கு விரைந்தனர். அம்பேத்கர் எரவாடா சிறைச்சாலைக்கு வந்துவிட்டார்.

எரவாடா சிறைச்சாலையின் வெளிப்புற மரத்தடியில் கட்டிலில் காந்தியடிகள் படுத்திருந்தார். காந்தியின் புதல்வர் தேவதாஸ் காந்தி, அம்பேத்கரின் கையைப் பிடித்துக் கொண்டு தன் தந்தையின் உயிரைக் காப்பாற்றும்படி வேண்டினார்.

அம்பேத்கரும், மகாத்மாவின் உடலைப் பார்த்து வாய்விட்டு அழுதார். பலவித வாதப் பிரதிவாதங்களுக்குப் பிறகு பத்து விழுக்காடு தொகுதிசார் தலித் மக்களுக்கு என்று ஒரு முடிவு ஏற்பட்டது.

இந்தப் பத்து விழுக்காடு தொகுதிகள் என்பது 25 ஆண்டுகள் நீடிக்க வேண்டும் என்று அம்பேத்கர் வாதிட்டார்.

காந்தியடிகள் ஐந்து ஆண்டுகள் மட்டுமே தொடர முடியும் என்றார். காந்தியடிகள் உயிர் அம்பேத்கர் கையில் ஊசலாடுவதை மற்றவர் களைக் காட்டிலும் அம்பேத்கர் உணர்ந்தார்.

காந்தியடிகள் உயிருக்கு ஓர் ஆபத்து என்றால் அதனால் பாதிக்கப் படப்போவது தானும் தன் இனமுமே என்பதை அம்பேத்கரின் ஆளுமை துல்லியமாக கணக்கிட்டது. அதனால் பத்து விழுக்காடு ஒதுக்கீடு என்பது 5 ஆண்டா, 25 ஆண்டா என்பதை மறந்து விட்டு அம்பேத்கர் புனே ஒப்பந்தத்தில் கையொப்பமிடத் தயாரானார்.

மகாத்மா காந்தியடிகளும் ஆண்டுக்கணக்கை மறந்து விட்டு செப்டம்பர் 24 சனிக்கிழமை மாலை 5 மணிக்கு புனே ஒப்பந்தத்தில் கையொப்பமிட்டார்.

அனைத்துக்கும் மேலாக அண்ணல் அம்பேத்கரின் ஆளுமை நூற்றுக்கு நூறு வெளிப்பட்டது, அவர் வரைந்து கொடுத்த அரசமைப்புச் சட்டத்தின் மூலம்தான்!

29.08.1947 அன்று வரைவுக் குழுவின் தலைவராக டாக்டர் அம்பேத்கர் நியமிக்கப்பட்டார். இந்த நாட்டிற்கான அரசமைப்பு சட்டத்தை வரைவதற்காக பல நாட்டு அரசமைப்பு சட்ட வரைவு களையும் படித்தார். என்றாலும் பிரிட்டனின் முன்மாதிரி அரசமைப்பையே எடுத்துக் கொண்டார்.

அங்கு மகாராணிக்குரிய முக்கியத்துவத்தை நம் நாட்டுக் குடியரசுத் தலைவருக்கு வழங்கினார். இரண்டரை ஆண்டுகள், பதினோரு மாதங்கள், பதினேழு நாட்களில் தம் பணியை செவ்வனே முடித்து அரசியல் நிர்ணய சபை முன் சமர்ப்பித்தார்.

அரசியல் நிர்ணய சபையிலிருந்த ஜாம்பவான்கள் கேட்ட கேள்வி களுக்கு எல்லாம் பாரிஸ்டர் அம்பேத்கர் ஆணித்தரமாகவும் அழுத்தம் திருத்தமாகவும் அளித்த பதில்களைக் கண்டு அனைவரும் வியந்து பாராட்டினர்.

'இந்த அரசமைப்பு சாசனத்தை வரைந்து கொடுத்த அம்பேத்கரை நான் ஒரு தற்கால மனுவாகவே பார்க்கிறேன்' என சேத் கோவிந்த தாஸ் புகழ்ந்துரைத்தார்.

நீதியரசர் எம்.அனந்தசயனம், 'டாக்டர் அம்பேத்கர் பார்வையாள ராக வந்தவர்தாம். ஆனால் இந்த சாசனத்தை உருவாக்குவதில் அவர் தலைமைப் பாத்திரம் ஏற்றிருக்கிறார்' எனப் பாராட்டினார்.

இந்த அரசமைப்பு சாசனத்தை வரைந்து கொடுத்த எனது நண்பர் டாக்டர் அம்பேத்கரின் செயல்திறனை நான் பாராட்டாவிட்டால் என் கடமையிலிருந்து நான் தவறியவன் ஆவேன்.

அம்பேத்கர் தம் வாழ்க்கை முழுவதையும் இந்த தேசத்திற்காக அர்ப்பணித்தவர். இரவு பகல் பாராது உழைத்த அம்பேத்கரை நேரடி யாகப் பார்த்தவன் நான். அவரை விட சிறப்பாக எவரும் இங்கு மதிக்கப்படுவதில்லை, நேசிக்கப்படுவதில்லை என நீதியரசர் அல்லாடி கிருஷ்ணசாமி ஐயர் பாராட்டி மகிழ்ந்தார்.

ஒரு வரையறைக்குள் அடக்க முடியாத தலைவர்

2

டாக்டர் பாபா சாகேப் அம்பேத்கர் குழந்தையாக இருந்த பொழுது அனுபவித்த கொடுமைகள் சொல்ல முடியாத துயரங்களைக் கொண்டவை.

அவர் குழந்தையாக இருக்கும்போது அனுபவித்த கொடுமைகளில் எவ்வித மாறுதலும் இல்லாமல், கூடுதலாக சாதியின் கோரமுகம் பட்டியல் இன மக்களை இன்னும் தனிமைப்படுத்தி அவர்கள் மீது வெறுப்பையும், பகை உணர்வையும் அருவருப்பையும் வாரி இறைக்கப்பட்டது.

அவர் பெரும் கனவுகளோடு இந்தியா திரும்பியபோது எந்தவித மாற்றமும இல்லாததைக் கண்டு அவருக்கு ஏற்பட்ட கோபம் மிகப்பெரியது.

அதன்பிறகுதான் அவர் முதலில் இந்த நாட்டில் களைய வேண்டிய முதல் பணி, சாதி ஆதிக்கத்தை ஒழித்தாக வேண்டும் என்ற கொள்கையில் உறுதியாக இருந்தார்.

அந்த வகையில் அவர் வருகைக்குப் பிறகுதான் பட்டியலின மக்களின் வரலாறு மட்டுமல்ல ஒட்டு மொத்த இந்தியாவின் தலையெழுத்தும் மாறியது.

ஆனால் இன்றைய சாதி இந்துக்கள் அவரை ஒரு சிமிழுக்குள் அடைக்க முயற்சிக்கின்றனர். குறிப்பாக அவர் இதுவரை யாரை எதிர்த்து களமாடினாரோ அவர்களே அதை வைத்து டாக்டர் அம்பேத்கரை தன் வசப்படுத்த முயல்கின்றனர்.

அதுமட்டுமல்ல சாதி கலவரத்தைத் தூண்டுவதற்கு அவரின் சிலையே ஆயுதமாக மாற்றுகின்றனர். தன் சிலையை உடைக்கும் அந்த மக்களுக்காகவும்தான் அம்பேத்கர் போராடினார் என்பதை மறந்து விட்டனர்.

வரலாறு எல்லா காலத்திலும் எல்லோரையும் நினைவில் வைத்துக் கொண்டு இருக்காது. மாறாக முக்கியத்துவம் வாய்ந்த நிகழ்வுகளை யும் முக்கியத்துவம் வாய்ந்த ஆளுமைகளையும் மட்டும்தான் வரலாறு அறிந்து வைத்திருக்கும். அப்படிப்பட்ட வரலாற்று சிறப்புமிக்க மாமனிதர்தான் பாபா சாஹேப் டாக்டர் அம்பேத்கர்.

அவருடைய அறிவைக் கண்டு வியந்து தான் அமெரிக்காவில் ஹார்வர்டு பல்கலைக்கழகத்தில் அவர் படித்த அந்த இடத்திற்கு 'Dr.Ambedkar Study circle" என்று அறிவித்தது.

லண்டனில் படிக்கும்போது அவர் தங்கியிருந்த வாடகை வீட்டை லண்டன் அரசாங்கம் அதை ஒரு சுற்றுலாத்தலமாக மாற்றும் முயற்சியில் அதை அருங்காட்சியகமாக அறிவித்திருக்கிறது.

அதுமட்டுமல்ல அந்த லண்டன் மாநகரில் உள்ள மியூசியத்தில் பாபா சாஹேப் அம்பேத்கர் சிலை திறக்கப்பட்டுள்ளது என்பது பெருமைக் குரிய நிகழ்வு. உலகில் வேறு யாருக்கும் கிடைக்காத பெரும் பேறாகும் இது.

ஆனால் இந்தியாவில் இன்றைக்கு வெறுத்து ஒதுக்கக்கூடிய ஒரு மனிதராக சாதி இந்துக்களால் அம்பேத்கர் காணப்பட்டுள்ளார் என்பது வேதனைக்குரிய ஒன்றாகும். அம்பேத்கரின் சிலைகளைச் சேதப்படுத்துபவர்கள் ஒன்றைப் புரிந்து கொள்ள வேண்டும்.

வருணாசிரம் கோட்பாட்டில் பிராமணர்களின் இடத்தை கேள்விக்கு உட்படுத்தியது மட்டுமல்ல இந்த வருணாசிரம் கோட்பாடே தவறாகும்.

அதைப் போதிக்கும் மனுவும் தவறாகும். உழைக்கக்கூடிய மக்களுக்கு தான் முதலிடம் கிடைக்க வேண்டும். இந்த நாட்டை காப்பாற்றக்கூடிய மக்களுக்குத்தான் முக்கியத்துவம் கிடைக்க வேண்டும். உடல் உழைப்பைக் கொண்டு செயல்படக் கூடிய தொழிலாளிகளை மதிக்க வேண்டும்.

●

புரட்சியாளர் டாக்டர் அம்பேத்கரை எந்த ஒரு வரையறைக் குள்ளும் கொண்டு அடக்கிவிட முடியாது. அவர் பட்டியல் இன மக்களுக்காகப் போராடினார்.

அரசியல் வரைவுக்குழு தலைவராக இருந்து இந்திய அரசியல் அமைப்புச் சட்டப் புத்தகத்தை வகுத்தளித்தார். பெண்களின் உரிமைகளைக் கருத்தில் கொண்டு அவர்களுக்கு சம நீதி கடைக்க இந்தச் சட்டத் திருத்தத்தை கொண்டு வந்தார்.

ஒன்றுபட்ட இந்த தேசத்தை சாதியையும் மதத்தையும் காரணம் காட்டி மக்களை பிளவுபடுத்தியது இந்து மதம். அதன் ஆணிவேர் வர்ணாசிரம கோட்பாடு மனுஸ்மிருதியில் அடங்கி உள்ளது என்பதை அறிந்து அதை எதிர்த்தார்.

இந்து மதம் என்பது மற்ற மதங்களைப் போன்ற வரலாறைக் கொண்டதல்ல. மாறாக அது திட்டமிட்டு உருவாக்கப்பட்டது. அது இந்த மண்ணின் மைந்தர்களின் மதமாக இருக்க முடியாது என்று கருதி தன் வாழ்நாளின் பெரும்பங்கை இந்து மதத்தினை வேரறுக்கவே போராடினார்.

காலனியாதிக்க பொருளாதார நிலையை கருத்தில் கொண்டு இங்கிலாந்தில் படிக்கும் பொழுது ரூபாயின் மதிப்பை ஆராய்ச்சி செய்தார்.

இந்தியா வெள்ளையரிடமிருந்து விடுதலை பெறும் நாளில் அது எல்லோருக்குமான இந்திய தேசமாக இருக்க வேண்டுமென கருதினார். இந்தியர்கள் அனைவரும் சுதந்திரம் சமத்துவம், சகோதரத்துவத்துடன் இருக்கவே அவர் விரும்பினார்.

பட்டியல் இன மக்களை இந்து மதம் அடிமைப்படுத்தியபோது அவர்களின் முழு விடுதலைக்கான தீர்வை குறித்து சிந்தித்தார்.

அதனடிப்படையில் 1956 அக்டோபர் மாதம் 14 ஆம் நாள் 10 லட்சம் மக்களுடன் பௌத்தம் ஏற்று பண்பாட்டு புரட்சி செய்தார்.

கண்டவர்கள் எல்லாம் சொல்வதை கண்மூடித்தனமாக நம்பாமல் அவற்றுக்கு அறிவியல் ஆதாரத்தை தேடினார். சுதந்திர இந்தியாவின் தொழில்துறை அமைச்சராகவும், சட்ட அமைச்சராகவும் இருந்து அந்த பதவியை அலங்கரித்தார். நவீன இந்தியாவின் தந்தையாகவும் விளங்கினார்.

இன்றைக்கு இந்தியாவில் ரிசர்வ் வங்கி தோன்றுவதற்கு அம்பேத்கரது முனைவர் பட்ட ஆய்வே துணை நின்றது.

கல்வி விரும்பிக் கற்கப்பட்ட போதும் பார்ப்பனர்கள் மட்டும்தான் கற்க வேண்டும். மாறாக சூத்திரர்கள் கற்கக் கூடாது. தப்பித்தவறி கூட அவர்களின் காதுகளில் கல்வி கற்கும்போது விழுந்து விட்டால் அவர்களின் காதுகளில் ஈயத்தை காய்ச்சி ஊற்ற வேண்டும் என்று கூறியவர்களுக்கு மத்தியில் இதுவரை தன்னுடைய வாழ்நாளில் லட்சக்கணக்கான நூல்களை படித்த பெருமைக்குரிய தலைசிறந்த மகனாக அம்பேத்கர் திகழ்கிறார்.

பிற்போக்குத்தனமான கருத்துக்களையும், வஞ்சகத்தையும், வன்மத்தையும் வெளிக்கொணர்ந்து வந்து இந்து மதப் பற்றாளர் களையும், பக்தர்களையும் மோகன்தாஸ் கரம்சந்த் காந்தியின் முகத்திரையை கிழித்து தொங்க விட்டார்.

இந்தியா வெள்ளையர்களில் அடிமைப்பட்டுக் கிடந்தபோது அவர்களை எதிர்த்துப் போராடிய காந்தி, நேரு, வல்லபாய் படேல் உள்ளிட்ட முன்னணித் தலைவர்களைச் சிறையில் அடைத்தனர் ஆங்கிலேயர்.

ஆனால் சினம் கொண்ட சிங்கத்தையும் பிடரி மயிரையும் பிடித்து தொங்கியும் சினத்தை சீண்டிப் பார்த்த பெருமை பாபாசாகேப் அம்பேத்கருக்கு உண்டு.

குறிப்பாக 1930, 1931, 1932 ஆகிய ஆண்டுகளில் நடைபெற்ற மூன்று வட்டமேஜை மாநாடுகளில் லண்டனிலேயே கலந்து கொண்டு அங்கே அவர்களுடைய தாய்நாட்டில் ஆங்கிலேயர்களை இந்தியாவை அடிமைப்படுத்தியது தவறு என்றும் குற்றம் என்றும் கண்டித்தபோதும் அவரை ஒருநாள் கூட சிறையில் அடைக்க முடியாத அளவிற்கு அவருடைய புகழ் ஓங்கி இருந்தது.

இவை எல்லாவற்றுக்கும் காரணம் பாபா சாகேப் அம்பேத்கர் வாழ்ந்த காலத்தில் உலகம் ஒப்புக் கொண்ட ஏழு அறிவாளிகளில் அம்பேத்கரும் ஒருவராக இருந்தார் என்பதுதான்.

தலைசிறந்த வழக்கறிஞராக இருந்தும், பாராட்டத்தகுந்த பேராசிரியராகவும் இருந்தும் தன் சொந்த சம்பாதியத்தில் கிடைத்த வருமானத்தைக் கொண்டு கல்வி கற்க முடியாத ஏழை எளியோருக்கும் கல்வி மறுக்கப்பட்ட மக்களுக்காகவும் சித்தார்த்த கல்லூரியை நிறுவி கல்விப் பணியையும் செய்த பெருமைக்குரிய மனிதர் இவர்.

இந்த உலகமே போற்றுகின்ற அளவிற்கு உயர்ந்த தகைசாப் பெருமைக்கு இந்திய அரசாங்கம் 1990 ஆம் ஆண்டு இந்தியாவின் உயரிய விருதான பாரத ரத்னா விருதைக் கொடுத்து இந்தியா பெருமை தேடிக் கொண்டது.

யாரை பிடிக்கக் கூடாது, யாரைப் பார்க்கக் கூடாது, யார் தொட்டால் தீட்டு, பார்த்தால் தீட்டு, என்று ஊரைவிட்டு ஒதுக்கி வைத்து சேரியில் வாழ்ந்த ஒரு சாதாரண மனிதர்தான் இன்று உலகமே வியக்கும் அளவிற்கு தன்னுடைய அறிவாலும் தன்னுடைய உழைப்பாலும் தன்னுடைய கடுமையான போராட்டத்தாலும் வியந்து பார்க்கப்படுகிறது.

எங்கோ கடல் தாண்டி வாழும் மக்களும் அறிவு ஜீவிகளும் பாபா சாகேப் அம்பேத்கரின் புகழை அறிந்திருக்கிறார்கள். ஆனால் சொந்த ஊரில் சொந்த நாட்டில் அவரை தினம் தினம் இருட்டடிப்பு செய்யப்பட்டு வருகிறது.

இந்தியா 247 ஆண்டுகள் ஆங்கிலேயரிடமும், பிரஞ்சுக்காரர்களிடமும், டச்சுக்காரர்களிடமும், போர்த்துக்கீசியர்களிடமும் அடிமைப்பட்டுக் கிடந்தது. அதன்பின்னர் தான் 1947 ஆம் ஆண்டு ஆகஸ்ட் மாதம் 15 ஆம் நாள் இந்தியா விடுதலை பெற்றது.

இந்தியா என்கிற நாடு மட்டும்தான் விடுதலை பெற்றதே ஒழிய இந்தியர்களில் பெரும்பான்மையான மக்கள் இன்று மூவரை பழைய அடிமைத்தனத்திலிருந்து விடுபடவில்லை என்பதே உண்மை.

ஒரு குறிப்பிட்ட இனமக்களை இன்றுவரை ஊருக்கு ஒதுக்குப் புறமாக ஓரங்கட்டி அவர்கள் வாழும் பகுதி சேரி எனப் பெயரிட்டு ஒதுக்கி வைத்துள்ளனர்.

தொட்டால் தீட்டு, பார்த்தால் தீட்டு என்று எண்ணி தீண்டாமை சுவர் எழுப்பி அவர்களை விலக்கி வைப்பது கண்கூடாக காண முடிகிறது. இந்த நூற்றாண்டிலேயே இப்படியென்றால் ஆண்டுகளை பின்னோக்கிப் பயணப்பட்டால் பட்டியலினத்தவர் அனுபவித்த கொடுமைகளை உலகில் வேறு எங்கும் யாரும் அனுபவிக்கவில்லை.

இந்தியாவில் நடைபெற்ற பட்டியல் இன மக்களுக்கு எதிராக சாதி இந்துக்கள் செய்த கொடும் செயல்களால் இந்த உயர்சாதி இந்துக்கள் மீதும் ஒரு மிகப் பெரிய கோபம் ஏற்படும் சூழல் ஏற்பட்டது.

இங்கு தங்களை முற்போக்குவாதிகள் என்று பிதற்றிக் கொண்டு இருந்தவர்கள் கூட பட்டியலின மக்களின் விடுதலைக்காக உண்மையாக இல்லை.

இதில் ஜோதிராவ் புலே, சாகுமஹாராஜ் உள்ளிட்ட ஒரு சிலர்தான் சாதி இந்துக்களின் வெறுப்புக்கு ஆனாலும் பரவாயில்லை என்று பட்டியலிட மக்களுக்காக சில நன்மைகளை செய்து வந்தனர்.

குறிப்பாக அவர்களுக்கு கல்விதான் விடுதலைக்கான வழி என்பதை உணர்ந்து சாகு மஹாராஜ், ஜோதிராவ் புலே ஆகியோர் பட்டியலின மக்களுக்கு கல்வியைக் கொடுப்பதற்கு முன்வந்தனர்.

வெள்ளையர்களை எதிர்த்து சாதி இந்துக்கள் விடுதலைக்காக போராடுவதில் எந்த ஒரு அருகதையும் இல்லை. சொந்த நாட்டில் சொந்த ஊரில் பிறந்த மக்களை மதத்தையும், சாதியையும் காரணம் காட்டி ஆடு, மாடு, நாய்கள் உள்ளிட்ட விலங்குகளுக்குக் கூட கிடைக்கும் மரியாதையில் கொஞ்சமேனும் இந்து மதத்தில் இணைத்துக் கொண்டு பட்டியலின மக்களுக்கு கொடுக்கவில்லை என்பது வியப்பினும் வியப்பு.

இந்தச் சூழலில்தான் பாபா சாஹேப் அம்பேத்கர் மேலை நாடுகளில் தன்னுடைய படிப்பை முடித்துவிட்டு தாய்நாடு திரும்பினார்.

'ஆடுகளைத்தான் கோயில்களுக்கு முன் பலியிடுவார்கள். சிங்கங்களை அல்ல. நீங்கள் சிங்கங்களாக இருங்கள்.'

எத்தனை தலைமுறைகள் கடந்தாலும் இந்த நாட்டு மக்கள் மனதில் இருத்த வேண்டிய அண்ணலின் வார்த்தைகள் இவை.

இந்த தேசம் நன்றியோடு நினைவு கூற வேண்டிய மாமனிதர் அம்பேத்கர்.

இந்தியா மட்டுமல்ல உலகெங்கும் ஒடுக்கப்பட்டவனாய் தன்னை உணரும் ஒவ்வொருவருக்கும் அம்பேத்கர்தான் ஒளிவிளக்கு. அவருடைய வாழ்க்கை என்பது உலகுக்கான ஒரு நம்பிக்கை செய்தி!

அம்பேத்கர் தலித் மக்களுக்கு மட்டுமே எழுதினார், சட்டம் இயற்றினார் போராடினார் என்கிறார்கள். அப்படி ஒரு வட்டத் துக்குள் அவரை அடைக்க முயல்வது அறியாமை.

சுதந்திர இந்தியாவின் முதல் சட்ட அமைச்சர் என்ற பெருமையும் அதிகாரமும் மிக்க பதவியை ஒன்றரை ஆண்டுக்குள் ராஜினாமா செய்தான். ஏன்? யாருக்காக? பட்டியல் பிரிவினருக்காக ஒதுக்கீடு செய்ததுபோல பிற்படுத்தப்பட்ட மக்களுக்காகவும் ஒரு சட்டம் இயற்றினார் அம்பேத்கர். அதுதான் அரசியல் சாசன சட்டம் பிரிவு

340. அதாவது பட்டியல் பிரிவு மக்களுக்கான சட்டங்கள் 341, 342க்கு முன்பாகவே பிற்படுத்தப்பட்ட மக்களுக்காக அவர் எழுதிய சட்டம் இது.

இதன்படி கல்வி, பொருளாதாரத்தில் பின் தங்கியுள்ள இதர மக்கள் குறித்து ஆய்ந்து சலுகைகள் வழங்க ஒரு கமிஷன் அமைக்க வேண்டும் என்பதுதான் சட்டத்தின் சாராம்சம்.

ஆனால் அப்படி ஒரு ஆணையத்தை அன்றைய நேரு அரசு அமைக்கவே இல்லை. அதற்கு தன் எதிர்ப்பை காட்டும் விதமாக தனது அமைச்சர் பதவியையே ராஜினாமா செய்தார் அம்பேத்கர்.

ஒரு நாளில் நான்கு மணி நேரங்களைக் கூட தனது தூக்கத்திற் கென்று ஒதுக்காத மனிதர் அண்ணல் அம்பேத்கர்.

எப்போதும் எழுத்து, படிப்பு, ஒடுக்கப்பட்ட மக்களின் விடிவுக்கான சிந்தனையிலேயே அவர் காலம் கழிந்தது. இந்த தூக்கமற்ற உழைப்பே அவருக்கு நீரிழிவு நோயைப் பரிசாகத் தந்தது.

அப்படியும் கூட அவர் தன்னை மாற்றிக் கொள்ளவே இல்லை.

'என் இறுதிக்காலம் நெருங்குகிறது. ஆனால் என் மக்களின் துயரங்களுக்கான இறுதிக்காலம் ரொம்ப தூரத்திலிருக்கிறதே.. என்னால் எப்படி வேளைக்கு உண்டு உறங்கி காலம் தள்ள முடியும்' என்று தன்னுடைய மருத்துவரை நோக்கி கேள்வி எழுப்பினார்.

1954 இல் அவர் கண் பார்வையைப் பறித்தது நீரிழிவு. பார்வை போய் விட்டதெனக் கூறி பரிதாபம் தேடவில்லை அம்பேத்கர்.

மனிதகுல விடியலுக்கான சமூக அரசியல் போரை அவர் இறக்கும் வரை தொடர்ந்து கொண்டேதானிருந்தார்.

மஹத் போராட்டக் களத்தில் அம்பேத்கர்

3

அம்பேத்கர் முதன் முதலாக தலைமையேற்ற போராட்டக்களம் மகாராஷ்டிரா கொங்கன் மாகாணத்தில் உள்ள மஹத்! பம்பாயிலிருந்து 170 கி.மீ தூரத்தில் உள்ள இந்த ஊரில் ஆர்.வி. மோரே எனும் இளைஞரின் முயற்சியால் கொங்கன் இலாகா மகர் கருத்தரங்கு நடைபெற்றது.

இக்கருத்தரங்கு நிறைவுற்ற பின் பிரதி நிதிகள் அனைவரும் அம்பேத்கர் தலைமையில் அங்குள்ள 'சௌதார்' பொதுக் கிணற்றில் நீர் அருந்த ஊர்வல மாகச் சென்றனர்.

மகர்கள் இங்கு நீர் அருந்த ஏற்கனவே பம்பாய் சட்ட மேலவையும் மஹத் நகராட்சி மன்றமும் அனுமதித்திருந்த

நிலையில் இந்து மத அடிப்படைவாதிகள் அம்பேத்கர் தலைமை யிலான ஊர்வலத்தை தடுத்தனர். அவர்கள் நடத்திய வன்முறையில் நிறைய பேர் படுகாயம் அடைந்தனர்.

ஊர்வலத்தில் வந்த மகர்கள் நிறையப் பேர் முதல் உலகப் போரில் ஈடுபட்ட வீரர்கள். அவர்கள் எல்லாம் தாங்கள் திருப்பி தாக்க அனுமதிக்க வேண்டுமென அம்பேத்கரிடம் கேட்க, அவர் அமைதியாக இருக்குமாறு கேட்டுக் கொண்டார்.

அதன்பின் டிசம்பர் 25 - 27 தேதிகளில் சத்தியாகிரகப் போராட்டத்தை அறிவித்தார் அம்பேத்கர். சௌதார் கிணற்றை மீட்கும் போராட்டத்தில் மகர்கள் உள்ளிட்ட தலித்துகள் ஈடுபடுவர் என்று அம்பேத்கர் அறிவித்ததும் மராத்தி பேசும் பகுதிகளின் தலித்துகள் 10000க்கும் மேற்பட்டோர் அங்கு திரண்டனர்.

ஆனால் அன்றும் மகர்கள் அந்தக் கிணற்றுத் தண்ணீரை அருந்த முடியாமல் போனது. காரணம்? அந்தக் கிணறு பொதுக் கிணறு இல்லை. தனியாருக்கு சொந்தமானது என்று உயர்சாதி இந்து மத அடிப்படைவாதிகள் ஆதாரம் கோர்ட்டில் இடைக்கால தடை உத்தரவைப் பெற்று விட்டனர்.

கோர்ட்டின் தடை உத்தரவை மீறுவதற்கும், சத்தியாகிரக நடவடிக்கையில் ஈடுபடுவதற்கும் மக்கள் முன் வந்தபோதும் அம்பேத்கர் அவர்களைத் தடுத்து விட்டார்.

இந்துமத அடிப்படை வாதிகளின் வன்முறையை வன்முறையால் தடுப்பதில்லை, அரசோடு முரண்படுவதில்லை, சாதிப் பிரச்சனையை எதிர்த்து சமூகக் கலாச்சார அடிப்படையில் போராடுவது என்னும் மூன்று வழிகளைக் கடைபிடிக்குமாறு அம்பேத்கர் வலியுறுத்தினார்.

எதிர்கால தலித் இயக்கங்களின் மூன்று அடிப்படைகளாக இம்மூன்று நெறிகளை மட்டுமே கடைப்பிடிப்பதென உறுதி ஏற்கப்பட்டது. இந்த மாநாட்டில்தான் சாதிக்கு அடிப்படை வகுத்த 'மனுஸ் மிருதி' தீயிட்டுக் கொளுத்தப்பட்டது. இந்து மதத்தின் நீதியற்ற சட்டத் திட்டங்கள் அன்று பிரிந்த தன் சாம்பலில்தான் அடுத்த 10 ஆண்டு களுக்குப் பின் தலித்துகளின் உரிமை சட்ட வடிவம் பெற்றது.

மஹத் சம்பவத்திற்கு முன் தலித்துகளின் போராட்டங்கள் இந்து சமூகத்தில் உள்ள முற்போக்காளர்களிடையே விழிப்புணர்வு ஏற்படுத்தும் என்று அம்பேத்கர் நம்பினார்.

அந்த நம்பிக்கையை மஹத்தில் கிடைத்த கசப்பான அனுபவங்கள் முடிவுக்கு கொண்டு வந்தன. எனவே அம்பேத்கர் அரசியலின் பக்கம் கவனத்தைத் திருப்பினார்.

மகர்கள் இந்து மதத்தைப் புறக்கணித்து இஸ்லாம் மதத்தில் கூடச் சேரலாம் என்று வலியுறுத்தினார். அதற்குச் செவி மடுத்து அப்போதே 20 குடும்பங்கள் இல்லத்துக்கு மாறின என்று கூறப்பட்டது.

●

மகராஷ்டிராவின் கடலோரப் பகுதியான கொங்கனில் உள்ள ஒரு சிறிய கிராமம் மஹத். 1927 டிசம்பர் 25 அன்று இந்தியாவில் மிகப் பெரிய வரலாறு படைத்தது.

'மனுஸ்மிருதி சிதஹான் பூமி' - அதாவது மனுஸ்மிருதிக்கான தகனம். இந்த வாக்கியத்தை தாங்கிய பதாகை கம்பங்கள் உயர்ந்து காணப் பட்டன.

டாக்டர் அம்பேத்கர், ஆன்மாவை உலுக்கக் கூடிய உரை நிகழ்த்திய பந்தலின் முன்னால் மனுஸ்மிருதியை பிரிப்பதற்காக வேள்வி ஒன்று உருவாக்கப்பட்டது. அதை ஆறு பேர் இரண்டு நாட்களாக உருவாக்கினர். ஆறு அங்குல ஆழமும் ஒன்றரை அடி சதுரமும் குழி தோண்டப்பட்டு சந்தன மரக்கட்டைத் துண்டுகளால் நிரப்பப் பட்டது.

அதன் நான்கு மூலையிலும் மூன்று பக்கங்களிலும் கீழ்க்கண்ட சொற் களைத் தாங்கிய பதாகைகளைத் தாங்கி கம்பங்கள் அழைக்கப்பட்டன.

1. 'மனுஸ்மிருதி சிதஹான் பூமி'
2. தீண்டாமையை அழியுங்கள்
3. பார்ப்பனீயத்தை அடக்கம் செய்யுங்கள்

'மனுஸ்மிருதி தஹான் தின்' டாக்டர் அம்பேத்கர் மற்றும் ஆயிரக்கணக்கான தன்னார்வலர்கள் தங்களது எதிர்ப்பினை தெரிவிக்க நடத்தப்பட்ட இறுதிச் சடங்கில் சாதி இந்துக்களின் மேலாதிக்கத்தையும் தலித்துகள் மற்றும் மிலேச்சர்களுக்கு எதிரான வெறுப்பு மற்றும் கொடுமை ஆகியவற்றின் எழுத்து மூலங்கள் (மனுஸ்மிருதி) பகிரங்கமாக கொளுத்தப்பட்டது.

மகாத் பொதுக் குளத்தில் தலித்துகள் (தீண்டத்தகாதவர்கள்) நீர் அருந்தும் உரிமைக்காக மகாத் சத்தியாக்கிரகம் (அமைதியான கிளர்ச்சி மற்றும் எதிர்ப்பு) ஏற்பாடு செய்யப்பட்டிருந்தது.

அனைவரும் பொது குளத்தின் நீரை பயன்படுத்துவதை முந்தைய ஆட்சியரது ஆணை அங்கீகரித்தது. இருப்பினும் இந்த வசதியை ஒடுக்கப்பட்டவர்கள் அடைவதற்கான நிலைமைகளை சாதி மேலாதிக்கமும் ஒடுக்குமுறையும் தடுத்தது.

ஆர்ப்பாட்டத்திற்கு முன்னதாக தீண்டத் தகாதவர்கள் பொதுக் குளத்திலிருந்து தண்ணீரை எடுப்பதை எதிர்த்து சாதி பார்ப்பனர்கள் உள்ளூர் நீதிமன்றத்தில் தடையாணையைப் பெற்றிருந்தனர்.

எதிர்ப்பை எப்படியாவது நிறுத்த வேண்டும் என்பதற்காக சாதி இந்துக்களால் கற்பனைக்கு எட்டாத ஒரு வகையான அழுத்தம் கொடுக்கப்பட்டது. திட்டமிட்ட அந்த கூட்டத்தை நடத்த ஒரு பொது இடத்தை பெறுவதும் தடுப்பதும் இதில் அடங்கும்.

சமூகத்தின் பிற பிரிவுகளிலிருந்து அனைத்து வகையான நாசவேலை களையும் ஆர்ப்பார்ட்டம் நடந்து வந்த இடத்தில் டாக்டர் அம்பேத்கர் எதிர்கொள்ள நேர்ந்தது.

அவர் பம்பாயிலிருந்து சாலைப் பயணத்திற்கு பதிலாக 'பத்மாவதி' படகில் தஸ்கான் துறைமுகம் வழியாக வந்தார். இது நன்கு திட்ட மிடப்பட்ட யுக்தி.

ஏனென்றால் பேருந்து உரிமையாளர்கள் ஒருவேளை புறக்கணித் தால் மகாத்திற்கு வெறுமனே ஐந்து மைல் தூரம் தலைவர்கள் நடந்துதான் செல்ல முடியும்.

டிசம்பர் 25, 1927 அன்று மாலை மாநாட்டில் அம்பேத்கரின் பார்ப்பன நண்பரா கங்காதர் நீல்காந்த் சஹஸ்த்ரபுதே முதலாவ தாகவும், பின்னர் தீண்டத்தகாதவர்களின் தலைவரான பி.என். ராஜ போஜன் இரண்டாவதாகவும் மனுஸ்மிருதியை எரிப்பதற்கான தீர்மானத்தை முன்னெடுத்தனர்.

அதன்பிறகு மனுஸ்மிருதி என்ற நூல் வேள்வியில் பிரிக்கப்பட்டது. கங்காதர் மற்றும் ஐந்து ஆறு தலித் சாதுக்கள் இதைச் செய்து முடித்தனர்.

பந்தலில் வைக்கப்பட்ட ஒரே புகைப்படம் மோகன்தாஸ் கரம்சந்த் காந்தியுடையது மட்டுமே.

குடிநீர் அல்லது கோயில் நுழைவுக்கான உரிமை பெறுவதோ அல்லது சமபந்திக்கான தடைகளை அகற்றுவதோ மட்டுமல்ல சமூகத்தில் சமத்துவமின்மையை ஆதரிக்கும் வர்ணாசிரம் முறையை நொறுக்குவதே இயக்கத்தின் நோக்கம் என்று அம்பேத்கர் தன்னுடைய தலைமை உரையில் கூறினார்.

பின்னர் பிரஞ்சு புரட்சி பற்றியும் பிரஞ்சு புரட்சிகர கவுன்சில் விவரித்த மனித உரிமைகள் சாசனத்தின் முதன்மையான அம்சங் களையும் கூட்டத்தாரிடம் அம்பேத்கர் விளக்கினார்.

சாதிகளுக்கு இடையிலான திருமணங்களைத் தடை செய்வதில் தான் தீண்டாமையின் வேர் உள்ளது. எனவே அதை முறிக்க வேண்டும் என்று அந்த வரலாற்று உரையில் அம்பேத்கர் கூறினார்.

இந்த சமூகப் புரட்சி அமைதியாக நடைபெறவும், சாஸ்திரங்களை நிராகரிக்கவும், நீதிக் கொள்கையை ஏற்றுக் கொள்ளவும், உயர் வருணப் பிரிவினருக்கும் வேண்டுகோள் விடுத்தார்.

மேலும் அவரது தரப்பிலிருந்து சிக்கல் எதுவும் வராது என்றும் உறுதி யளித்தார். நான்கு தீர்மானங்கள் நிறைவேற்றப்பட்டு சமத்துவ பிரகடனம் செய்யப்பட்டது. இதன் பின்னர் மனுஸ்மிருதியின் நகல் பிரிக்கப்பட்டது.

டாக்டர் அண்ணல் அம்பேத்கர் உரையாற்றும் போது...

"....வருண அமைப்பு இருக்கும் வரை பார்ப்பனர்களின் ஆதிக்கம் உறுதி செய்யப்படுகிறது. ஜப்பானின் சாமுராய்கள் தங்கள் நாட்டின் மீது கொண்டிருந்த அதே பற்று பிராமணர்களுக்கு இல்லை. எனவே சமூக சமத்துவம் மற்றும் தேசிய ஒற்றுமை ஆகியவற்றின் நலனுக்காக ஜப்பானின் சாமுராய்கள் செய்ததைப் போல அவர்கள் தங்கள் சிறப்பு சமூக சலுகைகளை விட்டுக் கொடுப்பார்கள் என்று ஒருவர் எதிர்பார்க்க முடியாது.

பிராமணரல்லாத வர்க்கத்தினரிடமும் இதை எதிர்பார்க்க முடியாது. பிராமணரல்லாத மராட்டியர்கள் மற்றும் பிற வகுப்பினர் அதிகார பீடத்திலிருப்பவர்களுக்கும் அதிகார மற்றவர்களுக்கும் இடையில் உள்ளனர்.

அதிகாரத்திலுள்ளவர்கள் எப்போதாவது தாராள மற்றும் தியாக சிந்தனை கொண்டவர்களாக இருக்கக் கூடும். அதே சமயத்தில் இலட்சியவாதமாகவும், கொள்கை ரீதியானவர்களாகவும் ஒடுக்கப் பட்டவர்கள் இருக்கிறார்கள். ஏனென்றால் தங்கள் சொந்த நலனுக் காவது அவர்கள் ஒரு சமூகப் புரட்சியை நோக்கமாக கொள்ள வேண்டும். இடையில் உள்ள வர்க்கம் எந்த கொள்கைகளுக்கும் தாராளமாகவோ அல்லது உறுதியாகவோ இருக்க முடியாது.

எனவே அவர்கள் பார்ப்பனர்களுடன் சமத்துவத்தை அடைவ தற்குப் பதிலாக தீண்டத்தகாதவர்களிடமிருந்து தங்களை விலக்கிக் கொள்வதில் ஆர்வம் காட்டுகிறார்கள். இந்த வர்க்கம் ஒரு சமூகப் புரட்சிக்கான அதன் விருப்பத்தில் பலவீனமாக உள்ளது.

உயர்சாதி நலன்களால் ஆதிக்கம் செலுத்தப்படும் ஊடகத்தின் ஒரு பிரிவில் கடுமையான எதிர்வினை இருந்தது. டாக்டர் அம்பேத்கரை ஒரு செய்தித்தாள், 'பீமாசுரா' என்று அழைத்தது. சத்தியாக் கிரகத்துக்கு பிறகு டாக்டர் அம்பேத்கர் எழுதிய பல்வேறு கட்டுரை களில் மனுஸ்மிருதியைப் படித்ததன் மூலம் சமூக சமத்துவம் என்ற கருத்தை தொலைதூரத்தில் கூட அது ஆதரிக்கவில்லை என்பது எனக்கு உறுதியானது என்று பிப்ரவரி 3, 1928 பஹிஷ்கிருத் பாரதத்தின் இதழில் விளக்கினார்.

ஒன்றை எரிப்பது என்பது அது குறிப்பிடுகின்ற கருத்தை எதிர்த்து பதிவு செய்வதாகும். இதன் மூலம் தன்னுடைய நடத்தையை மாற்றிக் கொள்ளாத நபர் வெட்கப்படுவார் என்று ஒருவர் எதிர்பார்ப்பார்.

மனுஸ்மிருதியை மதிக்கும் எவரும் தீண்டத்தகாதவர்களின் நலனில் உண்மையான அக்கறை காட்ட முடியும் என்று எதிர்பார்ப்பது பயனற்றது என்று அம்பேத்கர் மேலும் கூறினார்.

மனுஸ்மிருதியை எரிப்பதை காந்தி முன்மொழிந்த அந்நிய நாட்டுத் துணி எரிப்பு போராட்டத்துடன் ஒப்பிட்டார்.

உலகெங்கிலும் உள்ள ஆர்ப்பாட்டங்கள் ஒரு கட்டுரையை எரித்தே ஒடுக்கப்பட்டவர்களுக்கான போராட்டத்தை உணர்த்தின. மனுஸ்மிருதி தகனம் என்பது இதுதான்.

இதற்கிடையில் பொதுக் குளத்திலிருந்து குடிநீர் பெறுவதற்காக நடத்தப்பட்ட சத்தியாகிரகத்தை நிறுத்த வேண்டும் என நீதிமன்றம் கண்டிக்க, ஒருபுறம் அரசாங்கம் பிரிட்டிஷ் கலெக்டர் மறுபுறம் உயர்சாதி நலன்களை எதிர்கொள்ளும் சங்கடத்தை டாக்டர் அம்பேத்கர் விளக்கினார்.

சத்தியாகிரகம் பாதியில் ஏன் நின்றது என்ற தலைப்பில் 1928 பிப்ரவரி 3 ஆம் தேதி பஹிஷ்கிருத் பாரத் இதழில் அம்பேத்கர் எழுதினார்.

சாதி இந்துக்களுக்கும் அரசாங்கத்திற்கும் இடையில் தீண்டத்தகாத வர்கள் சிக்கிக் கொள்கிறார்கள். இரண்டில் ஒருவரை மட்டுமே அவர்கள் தாக்க முடியும்.

இருவரையும் ஒரே நேரத்தில் தாக்கும் வலிமை இன்று அவர்களுக்கு இல்லை என்பதை ஒப்புக் கொள்வதில் வெட்கப்பட ஒன்றுமில்லை. தீண்டத்தகாதவர்கள் மனிதர்கள் என்ற நியாயமான உரிமைகளை ஒப்புக்கொள்ள சாதி இந்துக்கள் மறுத்தபோது தங்கள் சொந்த முயற்சியால் அரசாங்கத்துடன் ஒரு உடன்படிக்கைக்கு வருவது புத்திசாலித்தனம் என்று நாங்கள் நினைத்தோம் என்றும் அம்பேத்கர் தெரிவித்தார்.

பெரியாரும் புரட்சியாளர் அம்பேத்கரும்

4

1919 ஆம் ஆண்டில் பிரிட்டிஷ் ஆட்சி இந்திய குடிமக்களுக்கு வாக்குரிமை வழங்குவது குறித்து பரிசீலிக்க நியமித்த சவுத்பரோ குழுவிடம் அம்பேத்கர் அளித்த சாட்சியம் தான் அவரது பொது வாழ்வின் தீவிரமான தொடக்கம்.

அந்த சாட்சியத்தில் தாழ்த்தப்பட்ட மக்களின் அவலங்களையும், பறிக்கப்படும் உரிமைகளையும் அவர் விளக்கினார். அடுத்து பம்பாய் அருகே ஜல்கலோன் எனும் இடத்தில் *29.05.1929* அன்று நடந்த தாழ்த்தப்பட்டோர் மாநாட்டில் அம்பேத்கர் நிகழ்த்திய உரையை பெரியாரின் 'குடியரசு' பம்பாயில் சுயமரியாதை முழக்கம் எனும் தலைப்பில் வெளியிட்டது.

'சமாஜ சமரா சங்' (சமுதாய சமத்துவ சங்கம்) என்ற பெயரில் அம்பேத்கர் தொடங்கிய அமைப்பு சார்பாக மராட்டியத்திலுள்ள 'சிட்டகெய்ன்' என்ற பகுதியில் நடந்த முதல் மாநாட்டில் அம்பேத்கர் நிகழ்த்திய தலைமை உரையை வெளியிட்ட குடிஅரசு முதல் மகாராட்டிர சுயமரியாதை மாநாடு என்ற தலைப்பிட்டது.

இதே ஆண்டில் தொடக்கத்தில்தான் *(1929 பிப் 17, 18)* பெரியார் சென்னை மாகாண முதல் சுயமரியாதை மாநாட்டை நடத்தினார்.

தான் நடத்திய சுயமரியாதை மாநாட்டுக்கு இணையாக அம்பேத்கர் நடத்திய தாழ்த்தப்பட்டோர் மாநாட்டை பெரியார் கருதினார். அம்பேத்கர் நடத்திய அந்த முதல் மாநாட்டுக்கு பெரியார் வாழ்த்துச் செய்தியை அனுப்பியிருந்தார்.

"தென்னிந்திய சுயமரியாதை இயக்கத்தின் பிரபல தலைவர் ஈ.வெ. ராமசாமி அனுப்பிய வாழ்த்துத் தந்தியும் கடிதமும் அங்கு படிக்கப் பட்டன'' என்ற செய்திக்குறிப்பு பெரியார் நடத்திய ஆங்கில இதழான ரிவோல்டில் *29.09.1929*ல் வெளியானது.

1936-37 ஆம் ஆண்டுகளில் உ.பி.யில் லாகூரில் "ஜாத்பட் தோடக் மண்டல்'' நடத்திய ஜாதி எதிர்ப்பு மாநாட்டில் தலைமையுரை நிகழ்த்த அம்பேத்கர் அழைக்கப்பட்டார்.

மாநாட்டுக்காக அம்பேத்கர் தயாரித்த உரையில் சில பகுதிகளை நீக்க வேண்டும் என்று மாநாட்டு பொறுப்பாளர்கள் வைத்த நிபந்தனையை அம்பேத்கர் ஏற்க மறுத்தார்.

இந்து மதத்தை முற்றாக ஒழிப்பது பற்றிக் கூறுவதும், இந்துக்களின் புனித நூல்களின் அறத்தன்மையை சந்தேகிப்பதும், இந்து சமூகத்தி லிருந்து வெளியேறும் உங்கள் எண்ணத்தை வெளிப்படுத்துவது மான பகுதிகளை நீக்க வேண்டும் என்பதே மாநாட்டு ஏற்பாட்டாளர்கள் அம்பேத்கருக்கு விதித்த நிபந்தனை. அந்த ஆங்கில உரையை பெரியாரின் "குடியரசு" இதழில் தமிழில் மொழி பெயர்த்து ஓராண்டு காலம் தொடர் கட்டுரையாக வெளியிட்டது.

புரட்சியாளர் அண்ணல் அம்பேத்கர் குறித்து தமிழ்ச் சமூகத்துக்கு அறிமுகம் செய்த பெருமை பெரியார் இயக்கத்துக்கு உண்டு.

அம்பேத்கரை உரையாற்ற அழைத்திருந்த "ஜாத் பட்தோடக் மண்டல்" அமைப்பில் 1920 ஆம் ஆண்டுகளில் துணைத் தலைவராக இருந்தவர் பெரியார். அப்போதும் பெரியாரை நாத்திகர், இந்து விரோதி, பார்ப்பன எதிர்ப்பாளர் என்று தென்னாட்டுப் பார்ப்பனர்கள் கூறிய புகாரின் அடிப்படையில் பெரியார் துணைத் தலைவர் பதவியிலிருந்து நீக்கப்பட்டார்.

அதே அமைப்புதான் 1936ல் அம்பேத்கரை ஜாதி எதிர்ப்பு மாநாட்டு தலைமை ஏற்க அழைத்து அவரது உரையை மாற்றியமைக்க வற்புறுத்தி, அம்பேத்கர் மறுத்த நிலையில் மாநாட்டையே நிறுத்தியது.

குடிஅரசில் வெளியிட்ட அம்பேத்கர் உரையை "ஜாதியை ஒழிக்கும் வழி" என்ற தலைப்பில் 4 அணா விலையில் நூலாக வெளியிட்டார் பெரியார்.

அம்பேத்கரின் உரை குறித்து காந்தியும் தனது அரிஜன் நாளேட்டில் விமரிசித்து எழுதினார். அம்பேத்கர் எழுப்பிய வாதங்களுக்கு எந்த பதிலும் கூறாத காந்தி, "ஒரு மதத்தை அதன் மோசமான உதாரணங் களைக் கொண்டு மதிப்பிடக் கூடாது. அது உருவாக்கிய மிகச் சிறந்த உதாரணங்களைக் கொண்டே மதிப்பிட வேண்டும்" என்பதே காந்தியின் பதிலாக இருந்தது.

வர்ணாஸ்ரம அமைப்பை நியாயப்படுத்திய காந்தி, "மற்ற எந்த வருணத்தையும் விட தங்கள் வருணமே உயர்ந்த அந்தஸ்து கொண்ட வருணம் என்று எந்த வருணத்தாரும் உரிமை கொண் டாடுதல் கூடாது" என்றார்.

பிராமணர் பற்றிய புரிதல் இன்மையால் காந்தி கொண்டிருந்த இந்த தவறான பார்வையை பெரியாரே நேருக்கு நேராக காந்தியிடம் பெங்களூரில் நடந்த விவாதத்தில் எடுத்துக் காட்டியதோடு நீங்கள் இந்து மதத்தை சீர்திருத்தம் செய்ய முயன்றால் பார்ப்பனர்கள் உங்களை விட்டு வைக்க மாட்டார்கள் என்று எச்சரித்தார். அதுதான் நடந்தது. பார்ப்பனியமே காந்தியின் உயிரை கோட்சே உருவத்தில் பறித்தது.

அனைத்து சாதியினரும் அர்ச்சராக வேண்டும் என்ற உரிமைக் காக பெரியார் வாழ்நாள் இரவு வரை போராடினார். இதில் ஜாதி ஒழிப்புக்கான உயிர்நாடி இருக்கிறது என்பதை ஆழமாக பரிசீலிக்கா மல் அர்ச்சகராகி என்ன பயன் என்ற மேம்போக்கான கேள்வியை எழுப்புகிறவர்களும் உண்டு.

இதற்கு அம்பேத்கரே லாகூர் மாநாட்டு உரையில் பதில் அளிப்பது போல பேசியுள்ளார். புரோகிதத் தொழில் எல்லோருக்கும் பொதுவான ஒன்று என்ற நிலையை ஏற்படுத்த வேண்டும். இந்த நடவடிக்கை பார்ப்பனீயத்தை ஒழிக்கவும், பார்ப்பனீயத்தின் மறுவடிவமான ஜாதியை ஒழிக்கவும் துணைபுரியும். இந்து மதத்தை நாசப்படுத்துகிற கொடிய நஞ்சு பார்ப்பனியமே என்பதே அம்பேத்கர் தந்த பதிலாகும்.

•

1929 ஆம் ஆண்டிலிருந்தே பெரியார் - அம்பேத்கர் கொள்கை உறவு தொடங்கி விட்டாலும் 10 ஆண்டுகள் கழித்து 1940ல்தான் அவர்களுக்கிடையிலான முதல் சந்திப்பு நிகழ்ந்தது.

இது இரண்டாம் உலகப் போர் துவங்கிய காலம். அதைப் பயன் படுத்தி பிரிட்டிஷாரிடமிருந்து முழு அரசியல் அதிகாரத்தையும் தங்கள் வசமாக்க காங்கிரசார் முயற்சித்த நேரத்தில், பம்பாயில் பெரியார் - அம்பேத்கர் - ஜின்னா மூவரும் சந்தித்து காங்கிரசார் சூழ்ச்சியையும் பிரிட்டிஷாரையும் விமர்சித்து கூட்டு அறிக்கை ஒன்றை வெளியிட்டனர்.

அதன் தமிழாக்கம், ‘குடிஅரசு’ ஏட்டில் வெளியிடப்பட்டது. 1940 ஜனவரி 8 ஆம் தேதி மும்பை தாராவி பகுதியில் தமிழர் அமைப்புகள் இணைந்து ஏற்பாடு செய்த பொதுக் கூட்டத்துக்கு அம்பேத்கர் தலைமை தாங்கினார். அதில் பெரியார் உரையாற்றினார்.

1927 இல் அம்பேத்கர் ‘மகத்’ பொது குளத்தில் தீண்டப்படாத மக்களைத் திரட்டி தண்ணீர் எடுக்கும் போராட்டத்தை நடத்திய போது 1925 இல் பெரியார் வைக்கத்தில் நடத்திய சத்தியாகிரகம் தான் மகத் போராட்டத்துக்கு உந்து சக்தியாக இருந்தது.

வைசிராயின் (பிரிட்டிஷ் நிர்வாக அதிகாரி) நிர்வாகக் குழு உறுப்பினராகத் தேர்ந்தெடுக்கப்பட்ட பிறகு சென்னைக்கு வருகை தந்த அம்பேத்கர் பெரியாரை சந்தித்தார்.

பெரியார் கேட்கும் திராவிட நாட்டில் மகாராஷ்டிரத்தையும், வேறு சில மாகாணங்களையும் சேர்த்துக் கொள்ளும்படி அம்பேத்கர் கூறியதாக குடியரசு தலையங்கத்தில் பெரியார் குறிப்பிட்டுள்ளார்.

வேலூர் நகராட்சி மன்றத்தில் 28.10.1956 அன்று அம்பேத்கர் படத்தை திறந்து வைத்து பெரியார் நிகழ்த்திய உரையில் அம்பேத்கர் பற்றிய சில முக்கிய நிகழ்வுகளை பதிவு செய்தார்.

நாம் இராமாயணத்தைப் பற்றி வாயால் பேசிக் கொண்டிருக்கும் போதே அதாவது 1932லேயே அவர் இராமாயணத்தை கொளுத்தினார். அந்த மாநாட்டுக்கு சிவராஜ்தான் தலைமை தாங்கினார்.

அவர் ஒரு தடவை சென்னைக்கு வந்தபோது சீதையைப் பற்றிப் பேசும்போது ஒரு பைத்தியக்காரனின் உளறல் என்றே பேசினார். அப்போது சி.பி. இராமசாமி அய்யர் போன்றவர்கள் இதென்ன அக்கிரமம், வெறும் அம்பேத்கர் பேசியிருந்தால்கூட பரவாயில்லை. ஒரு கவுன்சில் மெம்பராக இருக்கிற அம்பேத்கர் அதுவும் சென்னையில் வந்து கீதை பைத்தியக்காரனின் உளறல் என்று பேசுவது என்றால் அக்கிரமம் என்றெல்லாம் கூச்சல் போட்டார்கள்.

நான் 1930 இல் ஈரோட்டில் நடந்த சீர்திருத்த மாநாட்டுக்கு அம்பேத்கரை அழைத்தேன். அந்த மாநாட்டுக்கு ஆர்.கே. சண்முகம் செட்டியார் வரவேற்புரை அளித்தார். என்ன காரணத்தாலோ அம்பேத்கர் வரவில்லை.

நாங்கள் புத்தர் மாநாட்டுக்கு சென்றபோது அவரை பர்மாவில் பார்த்தேன். புத்தர் மாநாட்டில் நான் பேசுவதாக நிகழ்ச்சி நிரலில் போட்டிருந்தார்கள். ஆனால் எனக்குச் சொல்லவில்லை. நான் போனேன். பிறகு என்னமோ வேறொருவரை பேசச் சொல்லி விட்டார்கள்.

அப்போது அம்பேத்கர் என்னிடம் இன்றைக்கு கையெழுத்து போடு புத்தகத்தில் சேர்ந்து விடுவோம் என்றார் என்ற கருத்துக் களைப் பதிவு செய்தார் பெரியார்.

அம்பேத்கரிடமிருந்து பெரியார் மாறுபட்ட புள்ளிகளும் உண்டு. அரசியல் வரைவுக் குழுவில் பிற்படுத்தப்பட்டோர் பிரதிநிதித்துவம் இல்லாதது, பூனா ஒப்பந்தத்தை அம்பேத்கர் ஏற்க வேண்டிய நிலைக்கு தள்ளப்பட்டது. காஷ்மீர் பிரச்சனையில் அம்பேத்கரின் கருத்து போன்றவற்றில் மாறுபாடுகள் இருந்தது.

சுதந்திர இந்தியாவின் சட்ட அமைச்சராக அம்பேத்கர் இருந்தபோது தான் அரசியல் சட்டத்தில் செய்யப்பட்ட திருத்தங்களில் முதன்மை யான திருத்தமாக பிற்படுத்தப்பட்டோர் என்பதற்கு சமூகக் கல்வி ரீதியாக பிற்படுத்தப்பட்டோர் என்ற வரையறை உருவாக்கப் பட்டது.

பொருளாதாரத்தை ஒரு அளவுகோலாக சேர்க்க வேண்டும் என்ற கருத்தை அம்பேத்கரும் நேருவும் ஏற்கவில்லை. பிற்படுத்தப் பட்டோர் என்பவர்களுக்கான பட்டியலைத் தயாரிப்பதற்கு அவர் களுக்கான மக்கள்தொகை விபரங்கள் அரசிடம் இல்லாத நிலையில் பிற்படுத்தப்பட்டோர் ஆணையம் ஒன்றை உருவாக்க அரசியல் சட்டத்தில் 340 வது பிரிவை உருவாக்கியவர் புரட்சியாளர் அம்பேத்கர்.

அதனால்தான் மண்டல் ஆணையமே நியமிக்க முடிந்தது. பிற்படுத்தப்பட்டோருக்கு மத்திய அரசு பதவிகளில் 27 சதவிகித இடஒதுக்கீடு வந்ததற்கு வழி திறந்து விட்டதே அம்பேத்கர்தான்.

இந்து சீர்திருத்த மசோதா ஒன்றை உருவாக்கி இந்துப் பெண்கள் சொத்துரிமை, குழந்தைகள் தத்தெடுக்கும் உரிமைகளை உருவாக்க நினைத்த அம்பேத்கரின் முயற்சி காங்கிரசில் இருந்த வைதிகப் பார்ப்பனர்களிலும், சங்பரிவாரங்களாலும் முறியடிக்கப்பட்ட நிலையில், அம்பேத்கர் சட்ட அமைச்சர் பதவியைத் தூக்கி எறிந்தார்.

தனது பதவி விலகலுக்கு அவர் எடுத்து வைத்த காரணங்களில் பிற்படுத்தப்பட்டோர் ஆணையத்தை உருவாக்காமல் நேரு அரசு

காலம் தாழ்த்தி கொண்டிருக்கிறது என்பதும் ஒன்றாகும். அம்பேத்கர் தலித் மக்களுக்கான தலைவர் என்ற கருத்து உண்மைக்கு மாறானது என்பதற்கு இவை சான்றுகள்.

1947ஆம் ஆண்டு ஜூலையில் மாயவரத்தில் நடந்த தாழ்த்தப் பட்டோர் மாநாட்டில் பெரியார் இப்படி பேசினார்.

"தோழர்களே, உங்களுக்கு உற்ற தலைவர் அம்பேத்கர் என்றும், அவரால்தான் பஞ்சமர்கள், கடையர்கள், இழிபிறப்புக் கொடுமைகள் நீங்கும் என்றும் நம்பினேன். அதனாலே உங்களுக்குத் தலைவராக ஏற்றுக் கொள்ளும்படி பிரச்சாரம் செய்தேன். நானும் தலைவர் என ஏற்றுக் கொண்டேன்" என்றார்.

ஆம் பெரியாரால் தலைவராக ஏற்றுக் கொள்ளப்பட்டார் புரட்சியாளர் அம்பேத்கர்.

நீதிக்கட்சியை பெரியார் திராவிடர் கழகமாக பெயர் மாற்றி சமுதாய இயக்கம் என்ற பண்பு மாற்றத்தை பெரியார் உருவாக்கிய போது அதை விரும்பாத ஒரு சில நீதிக்கட்சி தலைவர்கள் அப்போது அம்பேத்கரை பேச அழைத்தபோது, 'பெரியார்தான் உங்களுக்கான தலைவர்' என்று அவர்களிடையே எடுத்துரைத்தவர் அம்பேத்கர்.

●

புராண காலம்தொட்டு இந்த நாட்டில் நடப்பது ஆரிய திராவிடப் போராட்டம் தான் என்று பெரியார் கூறினார் என்றால், அம்பேத்கர் பவுத்தத்திற்கும் பார்ப்பனியத்திற்குமிடையே நடக்கும் போராட்டம் தான் இந்திய வரலாறு என்றார்.

பார்ப்பனர்களின் சமூக அரசியல் ஒடுக்கு முறைகளால் 'சூத்திரர்', 'பஞ்சமர்' நிலைக்குத் தள்ளப்பட்ட மக்களின் சுயமரியாதைக்காகப் போராடிய பெரியார், பாதிக்கப்பட்ட ஒவ்வொரு சமூகப் பிரிவின ருக்கும் நீதி கேட்டு காங்கிரசுக்குள்ளும் காங்கிரசிலிருந்து வெளியேறியும் போராடினார்.

'மொழிவழி மாநிலங்கள் குறித்த சிந்தனை' எனும் நூலில் புரட்சியாளர் அம்பேத்கர் வடநாட்டுக்கும் தென்னாட்டுக்கும்

உள்ள முரண்பாட்டை மிகக் கூர்மையாக வெளிக்கொணர்ந்து எச்சரித்துள்ளார்.

"இந்தி பேசும் பெரும்பான்மையோரை ஒன்றாக்கி விட்டு தென்னாட்டு மக்களை சிதறடித்திருக்கிறது. மாநிலங்களைப் பிரிக்கும் ஆணையம், தென்னாட்டு, வடநாட்டு ஆதிக்கத்தை எப்படி சகித்துக் கொள்ளும்?" என்று கேள்வி எழுப்பியதுடன், அதிலுள்ள ஆபத்துக்களை உரத்த குரலில் அடுக்கடுக்காக எழுப்புகிறார்.

வடக்கு பிற்போக்கானது தெற்கு முற்போக்கானது. வடக்கு மூட நம்பிக்கையில் மூழ்கிக் கிடப்பது. தெற்கு பகுத்தறிவு சிந்தனை கொண்டது. தெற்கு முன்னேறிச் செல்வது, வடக்கு பின்தங்கிக் கிடப்பது, தெற்கின் கலாச்சாரம் நவீனமானது. வடக்கின் கலாச்சாரம் பழமையானது. சுதந்திர இந்தியாவின் முதல் பிரதமர் 1947 ஆகஸ்டு 15 இல் எப்படி பதவி ஏற்றுக் கொண்டார்?

காசியிலிருந்து வந்த பார்ப்பனர்கள் யாகம் நடத்தி நாட்டை ஆளப் போகும் பிரதமரிடம், 'ராஜ தண்டத்தை' அளித்து பார்ப்பனர் கையிலிருந்த புனித கங்கை நீரைக் குடித்து தானே பதவியை ஏற்றார்.

இறந்த கணவனை எரியூட்டிய நெருப்பில் அண்மைக் காலங்களில் எத்தனை பெண்கள் உடன்கட்டை ஏற்றப்பட்டிருக்கிறார்கள்? நமது குடியரசுத் தலைவர் காசிக்குப் போய் பார்ப்பனர்களின் கால்களைக் கழுவி அந்தத் தண்ணீரை குடிக்கவில்லையா?

வடக்கே இன்னும் 'சதி' என்னும் உடன்கட்டை ஏறுதல் நடந்து கொண்டுதானே இருக்கிறது? என்று வடநாட்டுக்காரர்களின் மூடத் தனமான பழமை வைதீகப் போக்கை அம்பேத்கர் பட்டியலிட்டார்.

அதேபோன்று 1949 நவம்பர் 25 அன்று அரசியல் நிர்ணய சபையில் அரசியல் சட்ட வரைவை முன்மொழிந்து நிகழ்த்திய வரலாற்றுச் சிறப்புமிக்க உரையில் அம்பேத்கர் சில வாதங்களை முன் வைத்துள்ளார்.

இந்தியர்கள் தங்கள் மதநம்பிக்கைகளுக்கு மேலாக நாட்டை கருதப் போகிறார்களா? அல்லது நாட்டை விட மத நம்பிக்கைக்கே முக்கியத்துவம் கொடுக்கப் போகிறார்களா?

இது எனக்குத் தெரியாது. கட்சிகள் நாட்டை விட தங்கள் மதக் கோட்பாடுகளுக்கே முக்கியத்துவம் கொடுத்தால், நமது சுதந்திரத்துக்கு இரண்டாம் தடவையாக ஆபத்து என்பதுடன் என்றென்றைக்குமாக நமது சுதந்திரத்தை இழப்பது என்பது நிச்சயம்.

பெரியார் பேசிய வகுப்புவாரி உரிமையை அம்பேத்கர் 'சமூக ஜனநாயகம்' என்ற சொல்லாடல்களுக்கு உட்படுத்தினார். சமூக ஜனநாயகம் இல்லாமல் அரசியல் ஜனநாயகம் வெற்றி பெற முடியாது என்று அறிவித்தார்.

புரட்சியாளர் அண்ணல் அம்பேத்கர் எச்சரிக்கை செய்த வடநாட்டு பிற்போக்கு பார்ப்பனிய சிந்தனையும் நாட்டைப் பின்னுக்கு தள்ளி, மதவெறியை தலையில் தூக்கி வைத்துக் கொண்டு ஆடுகிற அதிகார வெறியும் இப்போது கைகோர்த்து கோர தாண்டவமாடுகிறது.

இந்தச் சூழலில் பெரியார் - அம்பேத்காரிய சிந்தனைகளும், சமூக ஒடுக்குமுறைகளுக்குமான வேர் எங்கே பதுங்கி நிற்கிறது என்று அவர்கள் வெளிச்சப்படுத்தி அதற்காக முன்னெடுத்த போராட்டங் களின் வரலாறும், சமூக விடுதலைக்கான ஒளி விளக்குகளாக வழிகாட்டிக் கொண்டிருக்கின்றன.

பெரியாரிய உணர்வாளர் கூட்டமைப்பு வரலாற்றுத் தேவையாக பிறப்பெடுத்திருக்கிறது என்றே கூற வேண்டும்.

பரந்துபட்ட மக்கள் அணியை உருவாக்கும் நோக்கத்தோடு பெரியார் கருஞ்சட்டைப் பேரணி என்ற மாபெரும் மக்கள் கூடுகையை பெரியார் நினைவு நாளையொட்டி 2018, 23 டிசம்பரில் நிகழ்த்திக் காட்டி அடுத்த கட்டமாக அம்பேத்கர் நினைவாக நீலச் சட்டைப் பேரணிக்கு தயாராகி வருகிறது.

அம்பேத்கரின் ஒவ்வொரு செயல்பாட்டையும் பெரியார் மிகவும் உன்னிப்பாகவே கவனித்து வந்திருக்கிறார். புனே நகரில் அம்பேத்கர் நடத்திய ஆலய நுழைவுப் போராட்டம், இலண்டன் வட்டமேஜை மாநாட்டில் காந்திக்கும், அம்பேத்கருக்கும் இடையே எழுந்த வாதங்கள், காந்தியாரின் பட்டினிப் போராட்டத்தை கண்டிக்கும் கட்டுரைகள் என 'குடியரசு' இதழ் தொடர்ந்து செய்திகளை வெளியிட்டு வந்தது.

அம்பேத்கரும் பெரியாரும் ஒருவரையொருவர் சந்திக்காத நிலையிலேயே அவர்களுக்கிடையே இலட்சியப் பிணைப்பின் வழியே அறிமுகம் இருந்து வந்திருக்கிறது.

காலனி எதிர்ப்பு, தேச பக்தி என்ற எல்லைக்குள் பார்ப்பனிய - பனியா சக்திகள் சுழன்று கொண்டிருந்த நிலையில் அந்த வலைக்குள் சிக்கி விடாமல் அதிலிருந்து விலகி நின்று ஒடுக்கப்பட்ட மக்களுக் கான உண்மையான சமூக விடுதலைக்கு களம் அமைப்பதில் இரண்டு தலைவர்களின் சிந்தனைகளும் ஒரே தடத்தில் பயணித்தன.

இந்த ஒருமித்த சிந்தனை அவர்கள் ஒருவரையொருவர் சந்திக்காத நிலையிலே காந்த சக்தியாக அவர்களை பிணைக்க வைத்தது.

●

பெரியாரையும் அம்பேத்கரையும், சமூக சீர்திருத்த நாணயத்தின் இரு பக்கங்களாகக் கருதலாம்.

தீண்டாமை மற்றும் தலித்துகளுக்கு அளிக்கப்படும் சிகிச்சைக்கு எதிராக காந்தி கடுமையாக பிரசங்கித்தபோது, சாதி வேறுபாடுகளை வளர்க்கும் அமைப்பு குறித்து அவர் அமைதியாக இருந்தார்.

அம்பேத்கர் மற்றும் பெரியார் இருவருமே சாதிகளை அதன் பிழைப்புக்காக பயன்படுத்துகிறார்கள். ஏனெனில் வேதங்களும், புராணங்களும் சமூகத்தில் முரண்பாடுகளை வளர்க்கின்றன என்ற ஒத்த கருத்தினை கொண்டு யோசித்தார்கள்.

இந்து மதம் என்பது சாதிகளின் தொகுப்பு மட்டுமே என்றும் இந்துக் கடவுள்களை விமர்சிக்கவும் அவர்களைக் கண்டிக்கவும் அவர்கள் தயங்கவில்லை.

பெரியாரும் அம்பேத்கரும் பிராமணீயம் மற்றும் சதுர்வர்ண (நான்கு சாதிகள்) என்ற பிராமண வரிசையை கடுமையாக விமர்சித் தார்கள். இதில் ஆச்சர்யம் என்னவென்றால் இவர்களின் வெறுப்பு அமைப்புடன் மட்டுமே இருந்தது. தனிமனித அடித்தளத்தை ஊடுருவவில்லை.

அம்பேத்கர் ஒரு பிராமணப் பெண்ணை மணந்தபோதும், சி.ராஜகோபாலாச்சாரிக்கு எதிராக அரசியல் ரீதியாகவும், கருத்தியல் ரீதியாகவும் போராடும்போது பெரியார் அவருடன் தனிப்பட்ட நட்பை பேணி மதித்தபோது இது தெளிவாகத் தெரிந்தது.

பெரியார் தனது அறப்போராட்டத்தை தென் மாகாணத்தில் செய்தார். அம்பேத்கர் மகாராஷ்டிராவில் நடத்தினார்.

இருவரும் தங்கள் தனிப்பட்ட அளவில் சாதி உணர்வுகளைக் கண்டித்து சமூகத்தின் முன்னேற்றத்திற்காக தீவிரமாக பாடு பட்டனர்.

பெரியார் பல முறை கூறியுள்ளார் : "நான் எந்த மதத்திற்கும் ஏஜென்டோ அடிமையோ இல்லை. அன்பு அறிவு என்ற கருத்துக் களுக்கு மட்டுமே நான் கட்டுப்பட்டிருக்கிறேன்."

அம்பேத்கரும் இதே போன்ற கருத்துக்களை கொண்டிருந்தார். தீண்டத்தகாதவர்களின் விடுதலைக்காக மட்டுமல்லாமல் சமத்துவ சமுதாயத்திற்காகவும் பாடுபட்டார்.

சாதீய அநீதியை சரி செய்ய முடியாது என்று அம்பேத்கர் உணர்ந்த போது அவரது ஆதரவாளர்களும் அக்டோபர் 1956ல் நாக்பூரில் புத்த மதத்தைத் தழுவினர். அம்பேத்கர் பௌத்த மதத்தை தழுவும்போது பெரியார் அந்தக் கருத்தை கடுமையாக எதிர்த்தார்.

மேலும் அவர் மற்றொரு மதத்தை தழுவினால் தனது சொந்த மதத்தில் உள்ள குறைகளை வெளிப்படுத்த முடியாது என்றும் சீர்திருத்தங்களைத் தொடர முடியாது என்றும் கூறினார்.

இந்த நாட்டின் ஒவ்வொரு குடிமகனுக்கும் சமூகநீதி வழங்கவும், சாதியை ஒழிக்கவும் தங்கள் வாழ்நாள் முழுவதும் உழைத்த பெரியார், அம்பேத்கர் ஆகிய இரண்டு சமூக சீர்திருத்தவாதிகளும் முறையே பிற்படுத்தப்பட்டோர் மற்றும் தலித்துகளின் தலைவர்கள் என்று திட்டமிட்டு முத்திரை குத்தப்பட்டுள்ளனர்.

தமிழ்நாட்டில் பெரியாரும் திராவிட இயக்கமும் தலித்துகளின் நலனுக்காக பங்களிக்கவில்லை என்றும், அவர் தனது சீர்திருத்தங்களை பிற்படுத்தப்பட்ட வகுப்பினருக்கே மட்டுப்படுத்தினார் என்றும் சிலர் கூறுகிறார்கள்.

தமிழ்நாட்டின் சமூக வரலாற்றைக் கூர்ந்து கவனித்தால் பெரியாரும் அவரது இயக்கமும் உண்மையான காரணத்தைக் கண்டறிந்து அதற்கு எதிராகப் போராடி ஒட்டுமொத்த சமுதாயத்துக்கும் உழைத்ததைக் காணலாம்.

அம்பேத்கரின் கோயில் நுழைவுப் போராட்டம்

5

தாழ்த்தப்பட்டவர்கள் இந்துக்கள் அல்ல என்பதை உயர்த்தப்பட்ட சாதியார் நிரூபித்த சம்பவங்கள் பல உண்டு. அம்மாதிரியான நிகழ்ச்சிகள், கிட்டதட்ட இந்தியா முழுவதுமே நடைபெற்றிருக்கின்றன.

முக்கியமாக அம்பேத்கரின் மனதில் ஆழமான வடுவை, தான் இந்துவல்ல என்பதை ஆணித்தரமாக புரிய வைத்த சம்பவங்களில் ஒன்று கோயில் நுழைவுப் போராட்டம்.

பம்பாய் டாகுர்துவார் பகுதியில் புதிதாகக் கட்டப்பட்ட ஒரு கோயில், தீண்டத்தகாதவர்களின் பிரவேசத்திற்காக திறந்திருக்கும் என்று 1927 ஜூன் மாதம் அறிவிக்கப்பட்டது.

அம்பேத்கர் அக்கோயிலின் அமைப்பாளர் குழுவின் செயலாளருடன் தொலைபேசியில் தொடர்பு கொண்டு அவரைச் சந்திப்பதற்கான நேரம் விசாரித்துக் கொண்டார். பிறகு அவர் சித்கருடன் கோயிலை அடைந்தார். ஆனால் அருகாமையில் வசித்த மக்கள் அவரை அடையாளம் கண்டு கொண்டனர். அனைவரும் சேர்ந்து அவரைத் தாக்கினார்கள்.

சூழ்நிலையைப் புரிந்து கொண்டு அம்பேத்கர் தன் சாமர்த்தியத்தை உபயோகித்து கோயில் செயலாளரின் அழைப்பின்பேரில் தான் அங்கு இருவரும் வந்துள்ளதாக விளக்கினார். இந்த மோதலுக்குப் பிறகு அம்பேத்கரும், சித்கரும் தங்கள் இருப்பிடத்திற்கு திரும்பி விட்டனர்.

டாக்டர் பஞ்சாப் ராவ் தேஷ்முக் பாபா சாஹேப், கவாய் ஆகிய இருவரும் அமராவதி நகரில் அம்பாதேவி கோயிலுக்குள் தீண்டத் தகாதோர் நுழைவதற்கான சத்தியாகிரகத்தை ஆரம்பிக்க நிச்சயித்தனர்.

ஆலயப் பிரவேசக் குழு சார்பில் *13.11.1927* அன்று அமராவதி நகரில் இந்திரபுவன் தியேட்டரில் ஒரு மாநாடு நடத்தப்பட்டது. அம்பேத்கர் தலைமை வகித்து உரையாற்றினார். எந்தக் கட்சிகளுக்கும் தீண்டத் தகாதவரின் ஆலயப் பிரவேசத்தினால் தீட்டு ஏற்பட்டு விடாது. ஆகவே தீண்டத்தகாத சமூகத்தினருக்காகத் தனியாக கோவில்கள் கட்டலாம் என்ற கருத்தை நான் எதிர்க்கிறேன்.

இந்து மதம் இந்துக்கள் அனைவருக்கும் உரியது என்றால் அது தீண்டத்தகாதவர்களுக்கும் உரியது என்று தானே பொருள். இந்து மதத்தின் வளர்ச்சிக்கு தீண்டத்தகாதவர்களான வால்மீகி முனிவர், ரவிதாஸ், சோகாமேளா முதலிய புனிதர்களும், க்ஷீத் நாத் போன்ற மஹர்சாதி பக்தர்களும் பெரிய அளவில் உதவி இருக்கின்றனர் என்று அம்பேத்கர் கூறினார்.

மாநாட்டின் இரண்டாம் நாளன்று பரார் நகரைச் சேர்ந்த புகழ் பெற்ற தலைவர் யு.எஸ்காபர்டேவின் அறிவுரையின் பேரில் ஆலயப் பிரவேச சத்தியாகிரகத்திற்கான நாள் அடுத்த மூன்று மாதங்களுக்குள் நடத்தப்படுவதற்குத் தள்ளிப் போடப்பட்டது.

பம்பாய் தாதர் பகுதியில் 1928 செப்டம்பரில் கணேசர் திருவிழாவில் தரிசனத்திற்கும் வழிபடவும் தீண்டத்தகாதவர்களுக்கும் உரிமை வழங்கப்பட வேண்டும் என்று கோரிக்கை எழுப்பப்பட்டது. ஆனால் விழாக் குழுவினர் இதை ஏற்கவில்லை. ஆகவே அந்த விழாவில் தீண்டத்தகாதவர்கள் கலந்து கொள்வதைத் தடுக்க போக்கிரிகள் ஏற்பாடு செய்யப்பட்டிருந்தனர். காவல் துறையினரும் தீண்டத்தகாதவர்களுக்கு உதவி செய்ய மறுத்து விட்டனர்.

கேலூஸ்கர் குருசிம், அம்பேத்கரும் அங்கு சென்று விழா மண்டபத்தில் சாதி இந்துக்களின் போக்கை எதிர்த்தனர். கடைசியில் மாலை 4 மணிக்கு சமாதான உடன்படிக்கை ஏற்பட்டது.

ஆனால் விழாக் குழுவினர் 1929ல் மேற்படி உடன்படிக்கை ரத்து செய்யப்பட்டு விட்டதென அறிவித்தனர். அம்பேத்கர், போலே, நிரபோ தன்கர் டாகரே ஆகியோர் சென்று மறுபடியும் பேச்சு வார்த்தை நடத்தினர். பிற்பகலில் தீண்டத்தகாதவர்கள் கோவிலுக்குள் செல்ல முடிந்தது.

1929 இல் ஆலயப் பிரவேச சத்தியாகிரகத்தை பரவலாக ஒரே சமயத்தில் எல்லா இடங்களிலும் ஆரம்பிப்பது எப்படி என்று சிந்தித்து அம்பேத்கர் ஓர் இயக்கத்தைத் தொடங்கினார். ஆலயப் பிரவேசம் மூலம் தீண்டத் தகாதவர்களுக்கும் இந்துக்களுக்கும் இடையே இணக்கம் ஏற்படுத்த முடியுமென அவர் நினைத்தார்.

இச்சமயம் மீரஜ் நகரைச் சேர்ந்த புகழ் பெற்ற அறிஞர் மகாதேவ சாஸ்திரி திவேகர் மும்பையில் அம்பேத்கரை சந்தித்தார். அவருடைய கேள்விகளுக்கு பதிலளிக்கையில் 'உண்மையான இந்துக்கள் நாங்கள் தான். ஏனெனில் மதத்தின் உண்மையான நுணுக்கம் எங்களுக்குத் தான் தெளிவாகப் புரிகிறது. நாங்கள் சுதந்திரமான நாட்டினர்' என்று அம்பேத்கர் கூறினார்.

அதற்கு என்ன அர்த்தம் என்று கேட்டதற்கு அம்பேத்கர் இவ்வாறு பதிலளித்தார்.

அரசியல் கண்ணோட்டத்தின்படி தனியான வாக்காளர் தொகுதிகள், தனிப்பட்ட வசதிகள், தனிச்சலுகைகள் என்ற முறையில் சுதந்திரமான என்ற சொல்லைத்தான் பயன்படுத்தினேன்.

இந்து சமூகத்தில் சமபந்தி போஜனமும் கலப்புத் திருமணமும் அதாவது உணவையும் பெண்ணையும் சாதி வேறுபாடின்றி ஏற்க அனுமதிக்கப்பட வேண்டும். ஆலயப் பிரவேசம் தீண்டாமை ஒழிப்பிற்கு முதல்படி போன்றது.

மக்களின் கருத்துக்களில் மாறுதல் கொண்டு வருவதற்காக முதலடி எடுத்து வைப்பது போன்றது இந்த சத்தியாகிரகம். நாம் எங்கும் சமத்துவத்தை நிலைநாட்ட வேண்டும். நான் ஒரு ஜனநாயக வாதி. ஆனால் ஒரு சமூகம் இன்னொரு சமூகத்தை கொடுமைப்படுத்து வதை நான் கடுமையாக எதிர்க்கிறேன் என்றார்.

நாங்களும் இந்துக்கள்தான் நாங்களும் மனிதர்கள் தாம் என்பதை நிலைநாட்ட 1930 மார்ச் 2 ஆம் தேதி அன்று காலாராம் கோயில் நுழைவு சத்தியாகிரகத்தை துவக்குவதற்கான வழிமுறைகள் பற்றி முடிவு செய்ய அம்பேத்கர் தலைமையில் மாநாடு நடைபெற்றது.

அந்த மாநாட்டில் அம்பேத்கர் ஆற்றிய உரை :

இன்று நாம் ஆலயத்தில் நுழைய இருக்கிறோம். இந்தக் கோயில் நுழைவது, பிரச்சனை முழுவதைம் தீர்த்து வைக்காது. நமது பிரச்சனை பன்முகத் தன்மை கொண்டது. நமது பிரச்சனை அரசியல், சமூக, மத, பொருளாதார, கல்வி முதலியவை கொண்டது.

காலாராம் கோயில் நுழைவு இந்து மனதிற்கு ஒரு வேண்டுகோள் ஆகும். காலம் காலமாகச் சாதி இந்துக்கள் நமது உரிமையைப் பறித்தனர்.

இந்தக் கோயில் நுழைவுச் சத்தியாகிரகம் எழுப்பும் பிரச்சனை இந்துக்கள் நமது மனிதாபிமான உரிமையை அளிப்பார்களா என்பது குறித்தது. உயர்சாதி இந்துக்கள் நம்மை கேவலப்படுத்தி பூனை, நாய் களை விடவும் மோசமாக நடத்தினர்.

மனிதன் என்ற உரிமையை இந்துக்கள் நமக்கு அளிப்பார்கள என்று நாம் அறிந்து கொள்ள விரும்புகிறோம். இந்தக் கேள்விக்கு சத்தியா கிரகம் பதில் அளிக்கும்.

உயர்சாதி இந்துக்களிடையே ஒரு மனமாற்றத்தைக் கொண்டு வருவதற்காக செய்யப்படும் முயற்சிகளில் சத்தியாகிரகமும் ஒன்று. எனவே இந்த முயற்சி வெற்றி பெறுவது இந்து மனோநிலையைப் பொறுத்து இருக்கும்.

தீண்டத்தகாதவர்களும் இந்துக்கள் தான் என்ற அடிப்படையில் சமூக ஏற்பு பெறுவதற்காகவே இத்தகைய முயற்சிகள் மேற் கொள்ளப்பட்டன.

தீண்டாமை எதிர்ப்பு கழகத்தின் பொதுச் செயலாளரான தாக்கருக்கு 1932 நவம்பர் 14ஆம் நாள் இலண்டன் செல்லும் வழியில் போர்ட் செயிட் துறைமுகத்திலிருந்து காந்தியின் அறிக்கைகளைப் பற்றி ஒரு கடிதம் எழுதினார் அம்பேத்கர். அக்கடிதம் மிகவும் மதிப்பு வாய்ந்த ஆவணமாக கருதப்படுகிறது. எரிச்சலடையும்படியான, புண் படுத்தும்படியான பாணியில் இல்லாமல் நடைமுறை சார்ந்த இயல் பான இணக்கமான தன்மையில் தீண்டாமையை ஒழித்தல் பற்றி இந்துச் சமூக ஊழியர்களுக்கு ஆக்கபூர்வமான யோசனைகளை அம்மடலில் எழுதியிருந்தார்.

'சட்டத்தினாலோ, தனி வாக்காள் தொகுதிக்குப் பதிலாக கூட்டு வாக்காளர் தொகுதியைத் தேர்தல் சட்டத்தின் மூலம் கொண்டு வருவதாலோ தீண்டப்படாதவர்களையும் சாதி இந்துக்களையும் ஒன்றுபடுத்தி விட முடியாது. அன்பு ஒன்றே அவர்களை ஒற்றுமை யுடன் வைத்திருக்க வல்லதாகும்.

தன்னுடைய வழிமுறைகளை மாற்றிக் கொள்ள வேண்டும் என்ற சாதி இந்துவை உணரச் செய்யாதவரை பிணைக்கச் செய்யாதவரை தீண்டப்படாத மக்களுக்கு விடிவே இல்லை. சாதி இந்துக்களின் சிந்தனை யில் ஒரு புரட்சி தோன்ற வேண்டும் என நான் எதிர்பார்க் கிறேன்' என்று அக்கடிதத்தில் அம்பேத்கர் எழுதியிருந்தார்.

மேலும் அக்கடிதத்தில், 'தீண்டப்படாத வகுப்பு மக்கள் கிராமங் களில் கிணற்றில் தண்ணீர் எடுத்தல், ஊர்ப்பள்ளிகளில் சேர்ந்து படிக்க இடம் பெறல், சத்திரங்களில் தங்கிட உரிமை பெறல், பொது வழிகளைப் பயன்படுத்தல் போன்ற குடியுரிமைகளைப் பெறுவதற் காக தீண்டாமை எதிர்ப்பு கழகம் இந்தியா முழுவதும் தீவிரமாகப்

போராட வேண்டும். அதுதான் இந்துச் சமூகத்தில் ஒரு சமுதாயப் புரட்சியை ஏற்படுத்தும்' என்று தாம் நம்புவதாக அம்பேத்கர் குறிப்பிட்டார்.

1932 செப்டம்பர் 25ல் பூனா ஒப்பந்தத்தை ஊர்ஜிதம் செய்ய நடந்த கூட்டத்தில் நிறைவேற்றப்பட்ட தீர்மானம் அம்பேத்கரின் இடைவிடா போராட்டத்தின் விளைவுதான்.

அங்கு நிறைவேற்றப்பட்ட தீர்மானத்தில் கூறப்பட்டது :

இந்துக்களில் எவர் ஒருவரையும் அவரது பிறப்பின் காரணமாகத் தீண்டத்தகாதவர் என்று கருதக் கூடாது என்று இந்த மாநாடு தீர்மானிக்கிறது. இதுவரை அவ்வாறு கருதப்பட்டவர்கள் பொதுக் கிணறு, பொதுப் பள்ளி, பொதுச் சாலைகள் மற்றும் ஏனைய பொது அமைப்புகளை பயன்படுத்த மற்ற இந்துக்களைப் போல அதே உரிமை பெறுவர்.

வெகு விரைவில் இந்த உரிமை சட்ட ரீதியாக அங்கீகரிக்கப்படும். அவ்வாறு அங்கீகாரம் பெறவில்லையெனில் நாடாளுமன்றம் இயற்றும் முதல் சட்டங்களில் ஒன்றாக இது இருக்கும்.

தீண்டத்தகாத வர்க்கத்தினர் என்று அழைக்கப்படுபவர்கள் மீது பழக்க வழக்கத்தால் சுமத்தப்பட்டுள்ள ஆலயங்களில் நுழைவதைத் தடுப்பது உள்ளிட்ட எல்லா தகுதியின்மையும் விரைவில் நீக்க அனைத்து சட்டபூர்வமான சமாதான வழிகளில் பாடுபட வேண்டியது எல்லா இந்துத் தலைவர்களின் கடமையாகும் என்றும் ஏற்றுக் கொள்ளப்பட்டது.

பூனா ஒப்பந்தத்தை ஊர்ஜிதம் செய்யும் தீர்மானத்தை ஆதரித்து அம்பேத்கர் பேசினார்.

இந்து சமுதாயத்தில் ஒடுக்கப்பட்ட சாதியினரை ஈர்த்துக் கொள்ளும் பிரச்சனைக்கு கூட்டுத் தொகுதிகள் இறுதியான தீர்வாக இருக்க முடியும் என்று நான் நம்பவில்லை.

தேசியம் என்பது ஒன்றும் புனிதமானது அல்ல

6

இந்து அடையாளத்தைக் கட்டமைப்பதில் பங்கு வகிக்கும் பல்வேறு அடுக்கு வன்முறை, எதிர்ப்பு ஆகியவற்றை அம்பேத்கர் தோலுரித்துக் காட்டுகிறார்.

சாதி அமைப்போடு தொடர்புடைய பாலின வன்முறை, மதவாதம் ஆகிய வற்றைக் கேள்வி கேட்ட முதன்மை யான சிந்தனையாளர் அம்பேத்கர்.

அவரது ஆரம்ப கால கட்டுரைகளில் அக மணமுறையானது சாதியமைப்புக்கு மையம் மட்டுமல்ல. அதுவே பெண் களை, கைம்பெண்களை, மணமாகாத பெண் குழந்தைகளைக் கட்டுப்படுத்தி அதன் மூலம் சாதி அடையாளத்தை காக்க முயல்கிறது என அம்பேத்கர் வெளிப்படுத்தினார்.

அம்பேத்கர் தீண்டாமையை மாட்டுக் கறியோடு தொடர்பு படுத்தினார். ஆதிக்க ஜாதியினர் தீண்டப்படாதோரிடம் வெளிப் படுத்தும் வினோதமான அருவெருப்பை அவர்கள் மாட்டு இறைச்சி உண்பதன் மூலமும் விளக்க முடியும்.

தீண்டப்படாதோர் மீது அவர்களுக்கிருந்த ஆழ்ந்த வெறுப்பை விளக்க அம்பேத்கர் முயன்றார். அது வெறுமனே சமத்துவமின்மை, அடக்குமுறையோடு உள்ள உறவு அல்ல. அது தூய்மை வாதத்தைக் கைப்பற்றும் பணிக்கு உதவியது. இந்த வரலாறு தெரியாதவர்கள் தான் கல்விக்கூடங்களில் மாட்டு இறைச்சி சார்ந்து நிகழும் போராட்டங்களைப் புரிந்து கொள்ளத் தவறுகின்றனர்.

சமூகநீதி என்பது தலித்துகளை அதிகாரப்படுத்தலில் இருக்கிறது என்பதையும் அப்படிப்பட்ட அதிகாரப்படுத்தலுக்கு எல்லா வகை யான அதிகாரங்களிலும் தலித்துகளுக்கு பங்கு வேண்டும் என்பதிலும் அம்பேத்கர் சந்தேசத்துக்கு இடமில்லாமல் தெளிவாக இருந்தார்.

ஒரு பெருந்தலைவரை ஓரங்கட்ட சமூகம் முயன்றாலும், அவர் அதைத் தாண்டி வெல்வதால் அவரது பரிவாரத்தில் இணைந்து கொள்ள முயற்சிக்கிறார்கள்.

அம்பேத்கரைப் பயன்படுத்திக் கொள்ளும் முயற்சிகள் அவரை வசப் படுத்தி கட்டுப்படுத்தும் முயற்சி என்னும் சந்தேகத்துடன் நோக்கப் படுகிறது.

அம்பேத்கரைக் கடவுள் ஆக்குவது அவரின் புரட்சிகரமான கருத்துக் களை எதிர்கொள்ளாமல் தவிர்ப்பதற்கான எளிமையான செய்கையே. அம்பேத்கரை பாஜக அபகரித்துக் கொள்வதற்கான முயற்சிகளில் இது வெளிப்படையாகத் தெரிகிறது.

காங்கிரஸ் அவரை ஓரங்கட்டியதும், பாஜக அவரை அரசியல் லாபங்களுக்கு பயன்படுத்திக் கொள்ள முயல்வதும், நமக்கும் பலவற்றை சொல்லாமல் சொல்கின்றன. குறைந்தபட்சம் இப்பொழு தாவது அவர் குறித்து அதிகம் பேசுகிறார்கள்.

அவர் வாழ்நாள் முழுவதும் அநீதியை அம்பலப்படுத்துவதை அயராமல் செய்தார். ஒரு செயல் நோக்கமோ, தேசமோ,

அதிகாரமோ, கலாச்சாரமோ, செல்வமோ அநீதியைச் சற்று மூடி மறைக்க முயன்றாலும் அவற்றை ஏற்றுக் கொண்டு அவற்றுக்கு அர்ப்பணிப்போடு இருக்கவே முடியாது என்பதில் அம்பேத்கர் தெளிவாக இருந்தார்.

அருண், ஷோலி முதலிய விமர்சகர்கள் அம்பேத்கர் தேசியவாதி இல்லை என்கிறார்கள்.

'நீதியின் அடித்தளத்தின் மீது எழுப்பப்படாத ஒரு தேசம் தேசமே அல்ல' என்பதில் அம்பேத்கரின் ஆளுமை பிரமிக்க வைக்கிறது. அவர் கிட்டதட்ட எல்லா சித்தாந்தங்களும் தலித்துகள் ஒடுக்கப்படுவதை மூடி மறைக்கும் சூழ்ச்சிகளாக நிகழ்ந்ததைக் கண்டு கொதித்தார்.

அம்பேத்கரின் பின்வரும் வாசகங்கள் இத்தனை ஆண்டுகள் கடந்த பின்னரும் இப்பொழுது நம்முன் நின்று கொண்டு நம்மை கடுமை யாகச் சாடுவதைப் போல இருக்கிறது.

அரசமைப்புச் சட்டத்தின் வடிவத்தைத் துளிகூட மாற்றாமல் ஆட்சி முறையின் வடிவத்தை மட்டும் மாற்றுவதன் மூலம் அரசமைப்புச் சட்டத்தின் ஆன்மாவிலிருந்து முற்றிலும் வேறுபட்ட ஒவ்வாத ஆட்சி முறையைத் தர முடியும். அதன் மூலம் அரசமைப்புச் சட்டத்தின் ஆன்மாவைச் சீர்குலைக்க முடியும்.

அதேபோல மக்களால் தேர்ந்தெடுக்கப்பட்ட அரசு மக்களுக்கான பொறுப்புமிகுந்த அரசாக இருக்க வேண்டியதில்லை. அவர், காந்தியும் காங்கிரசும் தீண்டப்பட்ட மக்களுக்கு செய்தது என்ன? நூலில் எழுது வதைப் போல, வயது வந்த அனைவருக்குமான வாக்குரிமை மட்டுமே மக்களுக்கான மக்களாலான அரசைக் கொண்டு வந்து விட முடியாது.

எல்லாவற்றுக்கும் மேலாக ஜனநாயகத்தின் மிக முக்கியமான முரண்பாட்டை அவர் உணர்ந்திருந்தார்.

இப்பொழுது இருக்கும் சூழலில் தேச பக்தியை நீதியை விட முக்கியத்துவப்படுத்துவது குறித்த அம்பேத்கரின் அவநம்பிக்கை மிகுந்த குரலுக்கு செவிமடுக்க வேண்டியது அவசியமாகிறது.

தேசியம் என்பது ஒன்றும் புனிதமானது அல்ல. அது கேள்விகளுக்கு அப்பாற்பட்ட கொள்கையும் அல்ல. ஆகவே மற்ற எதை விடவும் அதி முக்கியமான ஒன்றாக தேசியத்தை மட்டும் தேர்ந்தெடுத்து கட்டாயப் படுத்தி ஏற்க வைப்பது ஏற்புடைய ஒன்று அல்ல.

உங்கள் கோயிலுக்குள் நாங்கள் நுழைய முடியாது. உங்கள் வீதிகளில் நாங்கள் நடக்க முடியாது. உங்கள் உடைகளைப் போல நாங்கள் அணிய முடியாது. உங்கள் கிணறு எமக்கு நீர் தராது, காரணம் எங்களை தீண்டினாலே பாவம் எனும் நிலையில் நீயும் நானும் மதத்தால் ஒன்று என்றால் எப்படி? என்ற கேள்வியை அம்பேத்கர் முன்வைத்தார். அவருடைய அந்தக் கேள்விக்கு இன்றுவரை பதிலில்லை.

இஸ்லாம், சீக்கியம், ஐரோப்பிய கிறிஸ்தவம் எல்லாம் சாதி இல்லா மதங்கள். இந்து மதம் அந்த வரிசையில் வராது. உண்மையில் இந்து மதம் என்பது சமூக உட்பிரிவுகளின் தொகுப்பு என அம்பேத்கர் அறுதியிட்டு சொன்னபோது இந்து சமூகம் அவரை நச்சுபாம்பு என்றது.

சாதிகளை ஒழிக்க வேண்டுமாயின் தீண்டாமையினை ஒழிக்க வேண்டுமானால் சட்டம் இயற்றினால் போதாது. மாறாக மதச் சீர்திருத்தம் வேண்டும் என்ற அம்பேத்கரின் முழக்கம் சாதாரணம் அல்ல.

தென்னாட்டில் படிக்காத அம்பேத்கரான பெரியார் இதனைத்தான் சொன்னார்.

இந்து மதம் சீர்திருத்தப்படாமல் சாதி ஒழியாது. என்னதான் விலக்கினாலும், எத்தனை விளக்குகள் வைத்தாலும் வைரத்தின் ஒளி மங்காது. அப்படி தவிர்க்க முடியாத சக்தியான அம்பேத்கர் இந்தியாவின் தலைவர் களில் ஒருவராக அடையாளம் கொண்டார்.

இந்தியாவின் சாதியக் கொடுமைகளை அறிய வேண்டுமானால் அம்பேத்கரின் வாழ்க்கையை படித்தால் புரியும். காந்திக்கு சற்றும் குறையாத மனிதராக அம்பேத்கர் விளங்கினார்.

ஜாதி ஒடுக்குமுறைகளால் உழம்பாடியதால்தான் அம்பேத்கரால் அதன் சிக்கல்களைப் பற்றி பேசவும் எழுதவும் முடிந்தது.

அணைகளை உருவாக்கியது முதல் இந்திய ரூபாயின் பிரச்சனை களை ஆராய்ந்தது வரை அம்பேத்கருக்கு பல முகங்கள் இருந்தாலும் தலித் மக்களின் உரிமைகளுக்காக பாடுபட்டவர், அரசமைப்புச் சட்டத்தை வடிவமைத்தவர் என்ற இரண்டு விஷயங்களே புரட்சி யாளர் அம்பேத்கரின் முதன்மையான அடையாளங்களாக உள்ளன.

தனது முக்கிய அடையாளங்களில் ஒன்றாக மாறிப்போன தனது வாழ்நாள் சாதனைகளில் முதன்மையானவற்றில் ஒன்றாகப் பார்க்கப்படும் அரசமைப்புச் சட்டத்தை கொளுத்த வேண்டும் என்றால் அதைச் செய்யும் முதல் ஆளாக நானே இருப்பேன் என்று அம்பேத்கர் ஒருமுறை கூறியது சர்ச்சைக்குள்ளானது.

காலனியாதிக்கத்தில் இருந்து சுதந்திரம் அடைந்த இந்தியாவை குடியரசு இந்தியாவாக வடிவமைத்தது இந்த அரசமைப்புச் சட்டமே.

அம்பேத்கர் குறித்தும் அரசமைப்புச் சட்டம் குறித்தும் ஒரே நேரத்தில் பேச்சு எழும் போதெல்லாம் பாருங்கள், அம்பேத்கர் இப்படி சட்டத்தை எரிப்பேன் என்று பேசியிருக்கிறாரே என்ற சர்ச்சை எழுவது வழக்கம்.

ஆனால் அம்பேத்கர் தாம் வடிவமைத்த இந்திய அரசியல் சட்டத்தை தாம் எரிப்பேன் என்று ஏன் கூறினார் என்பது ஆய்வுக்குரியது.

1953 செப்டம்பர் 2 ஆம் தேதி இந்திய நாடாளுமன்றத்தின் மாநிலங் களவையில் புதிதாக ஆந்திர மாநிலம் உருவாக்கும் கோரிக்கையின் மீதான விவாதம் நடந்து கொண்டிருந்தது. அப்போதைய உள்துறை அமைச்சர் கட்ஜூ, அவையில் இந்த கோரிக்கை மீது தன் கருத்துக் களையும் இந்த கோரிக்கையை நிறைவேற்றுவதில் இருக்கும் சவால்களையும் குறித்து பேசிக் கொண்டிருந்தார்.

மொழிவாரி மாநிலங்களுக்கான முந்தைய முன்மொழிவு குறித்தும் அதே சமயம் ஆந்திர மாநிலத்தில் ரெட்டி சமூகத்தினரின் கையில்

மட்டுமே பெருமளவு நிலமும் தொழில்களும் இருப்பதையும் குறிப் பிட்டு அம்பேத்கர் பேசினார்.

அந்தப் பேச்சினிடையே நம்முடைய ஒரு மரபு ஏற்பட்டு விட்டது. மக்கள் எப்போதும் என்னிடம் நீங்கள்தான் இந்திய அரசியலமைப்பை வடிவமைத்தீர்கள் என்று சொல்கிறார்கள். ஆனால் நான் ஒரு வாடகை குதிரைக்காரனைப் போல நடத்தப் பட்டேன் என்பதுதான் என்பதில் அவர்கள் என்னை என்ன செய்யச் சொன்னார்களோ அதை என் எண்ணத்துக்கு விரோதமாக செய்தேன் என்று பதிவு செய்தார்.

அப்படியென்றால் ஏன் உங்களின் எஜமானர்களுக்கு அப்படி சேவை செய்தீர்கள்? என்று ஆந்திர பகுதியைச் சேர்ந்த உறுப்பினர் சுந்தரய்யா கேட்டதும் அவையில் சலசலப்பு எழுந்தது. இதையடுத்து அவைத் தலைவர் அமைதி ஏற்படுத்தினார்.

இதனைத் தொடர்ந்து ராஜஸ்தான் மாநிலத்தைச் சேர்ந்த உறுப்பினர் எம்.எஸ். ராணாவத் நீங்கள்தானே இந்த அரசியலமைப்புச் சட்டத்தை ஏற்க வேண்டும் என்று முன்பு வாதாடினீர்கள்? என்று கேட்க, ஒரு வழக்கறிஞராக நான் பல இடங்களில் வாதாடியதுண்டு.

ஆனால் இப்போது நான் பேசுவது மிகவும் முக்கியமான ஒன்று. தயவு செய்து கவனியுங்கள் என்று பதிலளித்தார் அம்பேத்கர்.

ஒடுக்கப்பட்ட மக்களுக்காகவும், சிறுபான்மையினர் நலனுக்காக வும் அரசியலமைப்புச் சட்டத்தில் ஆளுநர்களுக்கு முறையான அதிகாரம் தரவில்லை என்றும் பேசினார்.

இதற்காக கனடிய அரசியலமைப்பின் பிரிவு 93 அங்கிருந்த மொழி - மதவாரி மக்கள் பிரிவையும் சுட்டிக்காட்டிப் பேசி அது போன்ற மாற்றத்தை இந்திய அரசியலமைப்பில் கொண்டு வர வேண்டும் என்று அவையில் கோரிக்கை வைத்தார்.

அதற்கு பதிலளித்த உள்துறை அமைச்சர் கட்ஜூ நீங்கள்தான் இந்த அரசியலமைப்பை வடிவமைத்தீர்கள் என்பதுதான் இதற்கு பதில் என்று தெரிவிக்க, அதற்காக இப்போது என் மீது குற்றம் சாட்டு கிறீர்களா? என்று பதிலுக்கு கேள்வி எழுப்பினார் அம்பேத்கர்.

சிறுபான்மையினரின் உணர்வுகளை சாந்தப்படுத்தும் விதமாகவே இந்த அரசியமைப்பு செயல்படும். என் நண்பர்கள் பலரும் என்னிடம் சொல்கிறார்கள். நான் இந்த அரசியமைப்பு சட்டத்தை வடிவமைத்தேன் என்று.

ஆனால் இந்த அரசியலமைப்பைக் கொளுத்தும் முதல் நபராக நான்தான் இருப்பேன் என்று சொல்ல நான் தயாராகவே இருக்கிறேன். எனக்கு இது தேவையில்லை.

இந்த அரசியலமைப்பு யாருக்கும் பொருந்தாது. அதே சமயம் இந்த அரசியலமைப்பை கொண்டே தொடர மக்கள் நினைத்தால் இங்கு சிறுபான்மையரும் இருக்கிறார்கள் என்பதை மறந்துவிடக் கூடாது என்று பேசினார் அம்பேத்கர்.

இரண்டாண்டுகளுக்குப் பிறகு 1955 ஆம் ஆண்டு இந்த விவகாரம் மீண்டும் மாநிலங்களவையில் எழுப்பப்பட்டது. அப்போது இதே விவகாரத்துக்கு விளக்கமளித்துள்ளார் அம்பேத்கர்.

அவர் கூறியதாவது : கடந்த முறை இந்த அவையில் பேசும்போது அரசியலமைபைக் கொளுத்துவேன் என்று பேசியதற்கு நேர மின்மையால் அப்போது விளக்கம் தர முடியவில்லை. இப்போது அதற்கான வாய்ப்பை என் நண்பர் ஏற்படுத்திக் கொடுத்திருக்கிறார். இதுதான் விளக்கம்.

ஒரு கோயில் கட்டி அதற்குள் தெய்வத்தைக் குடிவைக்கும் முன்பே கெட்ட சக்திகள் குடி கொண்டு விட்டால் கோவிலை இடிப்பதை விட சிறந்த வழி வேறென்ன? நல்லது நடக்க வேண்டுமென்ற நோக்கத்தில் தான் நாம் கோயிலை எழுப்பினோம். இந்த தீய சக்திகளுக்காக அல்ல. அரசியலமைப்பை கொளுத்துவேன் என்று பேசியதற்கு இது தான் காரணம் என்று பதிலளித்தார்.

ஒடுக்கப்பட்ட மக்களுக்கு எதிரான அடிமை சங்கிலி மனுசாஸ்திரம்

7

இந்திய சமூகம் மனுதர்மத்தின்கீழ் தான் கட்டமைக்கப்பட்டுள்ளது. மனு தர்மத்தின் அடிப்படையில்தான் பிராமணர்கள் கோவில் கருவறையில் பூஜை செய்ய வேண்டும் என சொல் கின்றனர்.

பிற மதத்தைச் சார்ந்தவர்கள் பூசை செய்வதற்கு எதிர்ப்பும், விவாதங் களும் உருவாகின்றன. புரட்சியாளர் அம்பேத்கர் எழுதிய அரசியலமைப்பு சட்டத்தை விட மனுதர்மம் தான் கோலோச்சுகிறது.

இந்திய மண், இந்திய சமூகம், இந்திய பண்பாடு, இந்திய வாழ்வியல் முறை ஆகியன வர்ணாசிரம முறைப்படி தான் இயங்குகிறது.

மனுதர்மம் எப்போதோ எழுதப்பட்ட நூல் என்று அலட்சியம் செய்யலாகாது. இது மனிதர்களின் நடை முறையில் உள்ளது. மனிதர்களை இழிவுபடுத்துகிறது. பிரிவினை செய்ய வைத்து பெருமை கொள்கிறது. இதையே 'சனாதனம்' என்று கூறுகிறோம்.

இந்திய அரசியலமைப்புச் சட்டத்தை நம்புபவர்கள் எப்படி சனாதனத்தின் பின்னால் செல்ல முடியும்?

ஆதிக்க சாதி மனம் கொண்டவர்களிடம் ஒடுக்கப்பட்டவர்களின் நீதியை எதிர்பார்க்க முடியாது. அதற்காக ஆதிக்க சாதியினரின் கருத்துதான் உண்மை என்றாகி விடாது. ஒடுக்கப்பட்டவர்களின் குரலைக் கேட்கவும் மனிதர்கள் உள்ள காலமிது.

மேலிருந்து கீழாக படிநிலையில் அடக்குமுறையை சாதி அடுக்கு களாக வைத்து 'உன்னை விட அவன் தாழ்ந்தவன்', 'உன்னை விட நான் உயர்ந்தவன்' என வர்ணாஸ்ரம தர்மத்தை மனுதர்ம சட்ட மாக்கி நடைமுறைப்படுத்தும் மனுஸ்மிருதியை எதற்கு படிக்க வேண்டும் என்ற கேள்வி எழுகிறது.

சாதி அடிமைத்தனத்திற்கு காரணமான பார்ப்பனிய மதத்தில் எங்களுக்கு நம்பிக்கை இல்லை என்னும் அடையாளம் தான் மனு தர்மத்தை அம்பேத்கர் எரித்த போராட்டம்.

மனுதர்மம் என்பது ஒடுக்கப்பட்ட மக்களுக்கு எதிரான அடிமை சங்கிலி. எனவே அதை கடைப்பிடிக்க அவசியமில்லாத குப்பை என மக்களுக்கு உணர்த்த மனுதர்மத்தை எரித்தல் அவசியமாகிறது என்கிறார் அம்பேத்கர்.

அண்ணல் அம்பேத்கர் சமஸ்கிருதம் கற்று தனது சொந்த அறிவால் மனுஸ்மிருதியை வேதங்களை பல ஆண்டுகளாக ஆராய்ந்து அதன் அடிப்படையில் எடுத்த கொள்கைப் போர் தான் மனுஸ்மிருதியை எரித்தது.

இந்திய குற்றவியல் சட்டங்களைப் பற்றி அறியாமலே பாமரனும் அதற்கு அடங்கி வாழ்கிறானோ அதே அடிப்படையில்தான் மனு தர்மமும் இயங்குகிறது.

மனுதர்மம் என்பது ஒடுக்கப்பட்ட மக்களுக்கு எதிரான அடிமை சங்கிலி. எனவே அதை கடைப்பிடிக்க அவசியமில்லாத குப்பை என மக்களுக்கு உணர்த்த மனுதர்மத்தை எரித்தல் அவசியமாகிறது. ஒடுக்கப்பட்ட மக்களுக்கு இந்த மனுதர்ம குப்பை அவசியமில்லை என்கிறார் அம்பேத்கர்.

உனக்கு வயதானதும் இந்தச் சந்தேகங்களை எல்லாம் நீயே தீர்த்துக் கொண்டு விடுவாய். இந்த வயதில் இப்படிப்பட்ட சந்தேகங்கள் உனக்கு தோன்றலாகாது என்று பதில் சொல்லி என்னை அவர் அனுப்பி விட்டார். என் வாய் அடைபட்டு போயிற்று.

ஆயினும் மனம் திருப்தியடையவில்லை. மனுஸ்மிருதியில் உணவு பற்றியும் அது போன்றவை குறித்தும் கூறப்பட்டிருந்தவை, தினசரி வழக்கத்திற்கு மாறுபட்டவை என எனக்கு தோன்றின. இதில் எனக்கு உண்டான சந்தேகத்திற்கும் அதே பதில் தான் கிடைத்தது.

அறிவு வளர வளர அதிகமாகப் படிக்க படிக்க அதை நான் நன்றாகப் புரிந்து கொள்வேன் என்று எனக்கு நானே சொல்லிக் கொண்டேன்.

மனுஸ்மிருதி அக்காலத்தில் அகிம்சா தர்மத்தை எனக்குப் போதிக்க வில்லை என்பது மாத்திரம் உண்மை. நான் புலால் உண்ட கதையை கூறியிருக்கிறேன். அதை மனுஸ்மிருதி ஆதரிப்பதாகத் தோன்றியது.

பாம்புகள் மூட்டைப்பூச்சி முதலியவைகளைக் கொல்லுவது முற்றும் நியாயமானதே என்று கருதினேன்.

மூட்டைப் பூச்சிகளை போன்ற ஜந்துக்களை கொல்லுவது ஒரு கடமை எனக் கருதி அந்த வயதில் அவற்றை நான் கொன்றது எனக்கு நினைவிருக்கிறது.

ஆனால் ஒன்று மாத்திரம் என்னுள் ஆழமாக வேரூன்றியது. ஒழுக்கமே எல்லாவற்றுக்கும் அடிப்படை சத்தியமே ஒழுக்க மெல்லாவற்றின் சாரமும் என்று நான் கொண்ட உறுதியே அது.

சத்தியம் என் ஒரே லட்சியமாயிற்று. ஒவ்வொரு நாளும் அதன் மகிமை வளரலாயிற்று. அதற்கு நான் கொண்ட பொருளும் விரிவாகிக் கொண்டே வந்தது.

அதே போல நன்னெறியைப் போதிக்கும் ஒரு குஜராத்தில் பாடலும் என் அறிவையும், உள்ளத்தையும் கொள்ளை கொண்டது.

'தீமை செய்தோருக்கும் நன்மையே செய்' என்ற அப்பாடலின் போதனை என் வாழ்க்கையில் வழிகாட்டும் தருமமாயிற்று.

அதில் எனக்கு அதிக பிரேமை உண்டாகிவிட்டதால் அதை மேற் கோளாகிக் கொண்டு பற்பல சோதனைகளையும் செய்யத் தொடங்கினேன்.

●

ஈராயிரம் ஆண்டுகளாய் இந்திய துணைக் கண்ட சமூகங்களில் மனுதர்ம நூல் உருவாக்கிய தாக்கங்கள் என்ன?

மானுடத்தை நேசித்த ஒடுக்கப்பட்ட சமூகங்களின் இரு பெரும் தலைவர்களாகிய அண்ணல் அம்பேத்கரும் தந்தை பெரியாரும் முன்வந்து மனுதர்ம நூலை கொளுத்துவதற்கு என்ன காரணம்?

தந்தை பெரியார் தென்னாட்டில் மனுதர்மத்தைக் கொளுத்தினார். அண்ணல் அம்பேத்கர் வடநாட்டில் மனுசாஸ்திரத்தை கொளுத்தி னார். இவர்கள் ஏன் இந்நூலைக் கொளுத்த முடிவெடுத்தனர்.

ஒடுக்கப்பட்ட சமூகங்கள் மேலெழுவதற்காக தங்கள் வாழ்வை அர்ப்பணித்த சமூக நீதிக் காவலர்களான பெரியாரும், அம்பேத் கரும் இயற்கை விதிகளுக்கு மாறாக மனித குலத்தைப் பல்லாண்டு களாக அடிமைப்படுத்தி சுரண்டிய ஒரு தத்துவமே மனுதர்மம் என்பதை உணர்ந்ததால் உள்ளம் கொதித்து அதனை எரித்தார்கள்.

இந்து என்ற அடையாளத்தை சுமந்து கொண்டு இருப்பதனாலேயே மக்களைப் பிளவுபடுத்தி இன்னமும் அதிகாரத்தை தக்க வைத்துக் கொள்ளும் பார்ப்பனியப் புரட்சிக்கு இலக்காகி, மனுதர்மம் வகுத்து வைத்த சூத்திரப் பட்டத்தை ஏற்றுக் கொண்டு, சூத்திர இழிவை ஒழித்து உரிமைகள் பெற உழைத்த தலைவர்களை புறம் தள்ளினால் இந்து ராச்சியத்தில் மனுதர்மமே சட்டமாக்கப்படும் அபாயம் ஏற்படும்.

தேசிய இனங்களின் அடையாளச் சிதைவு துவங்கும் புள்ளி இந்து என்ற அடையாளத்திலிருந்துதான் துவங்குகிறது. நீதி மன்றத்தின் தீர்ப்புகள் விவாதமாக்கப்படாததன் விளைவே இதற்கு காரணம்.

இந்து என்ற சொல் நம்மிடம் வந்து புகுந்ததன் காரணமாகவே மனுதர்மம் கட்டமைத்த சனாதனமும் நமது வாழ்க்கை முறையில் நுழைந்து விட்டது. அதனால்தான் இன்னமும் சாதிப்படி நிலையில் இருந்து அகல முடியாத வண்ணம் சிக்கியிருக்கிறோம்.

இந்தக் காரணங்களால்தான் பெரியார், அம்பேத்கர் மனுதர்ம நூலை கொளுத்தினர். பெரியார் அம்பேத்கரைப் பின்பற்றுபவர்கள், இந்து மதம் அதைத் தாங்கும் மனுதர்மம் சனாதனத்தைப் பற்றி மக்கள் விழிப்படையும் வரையிலும் கேள்வி எழுப்பிக் கொண்டேதானிருப் பார்கள்.

மனுதர்மத்தையும் அதைக் காக்கும் இந்து மதத்தையும் பற்றி விமர்சிப்பதிலிருந்து ஓய மாட்டார்கள்.

'மனுஸ்மிருதியைப் படித்ததன் மூலம் சமூக சமத்துவம் என்ற கருத்தை தொலைதூரத்தில் கூட அது ஆதரிக்கவில்லை என்பது எனக்கு உறுதியானது' என தனது இதழில் எழுதி மனுதர்மம் எரித்ததற் கான நியாயங்களை அண்ணல் அம்பேத்கர் எடுத்துரைத்தார்.

தந்தை பெரியார், "நம் மக்களில் அநேகர் எவர் எப்படி செய்தாலென்ன? நம் ஜீவனத்துக்கு வழியைத் தேடுவோம் என்று இழிவையும் சகித்துக் கொண்டு உணர்ச்சியில்லா வாழ்க்கையில் ஈடுபட்டிருந்ததால் தான் ஆயிரக்கணக்கான வருடங்களாய் இக்கொடுமைகள் ஒழிய வழி யில்லாது இருந்து வந்திருக்கின்றது."

இதற்கு முன்னால் பல பெரியவர்கள் தோன்றி சாதிக் கொடுமை களையும் வித்தியாசங்களையும் ஒழிக்கப் பாடுபட்ட போதிலும் அவர்களும் மதத்தின் பெயராலும் வேறு சூழ்ச்சிகளாலும் அடக்கி துன்புறுத்தப்பட்டு இருக்கின்றனர். ஒவ்வொருவரும் நமக்கு என்ன நம் ஜீவனத்துக்கான வழியைப் பார்ப்போம் என்று இழிவுக்கு இடம் கொடுத்து கொண்டு போகும்வரை சமூகம் ஒரு காலத்திலும்

முன்னேறாது. சாதிக் கொடுமைகள் ஒரு போதும் ஒழிய மார்க்கம் ஏற்படாது என்பது திண்ணம் என சூத்திரப் பட்டத்தை போக்கினைக் கண்டும் கொதித்தெழுந்தார்.

இந்தக் காரணங்களினால்தான் அம்பேத்கரும் பெரியாரும் மனு ஸ்மிருதியை கொளுத்தினார்கள்.

●

மனுதர்மம் சமூக சமத்துவக் கொள்கையின் நேரெதிர் தன்மை களைக் கொண்டது. பிறப்பினால் உயர் தன்மையை பார்ப்பனர் களுக்கு வழங்கியது மனுதர்மம். மற்றவர்களுக்கு இழிதன்மையை வழங்கியதும் மனுதர்மம்தான்.

மனுதர்மத்தில் முதலாவது அத்தியாயத்தில் உள்ள சுலோகங்கள் பார்ப்பனர்களின் மேன்மை குறித்து பின்வருமாறு கூறுகின்றது.

1 : 96 - படைப்பு பொருள்களில் உயிருடையவை சிறந்தவை. உயிருள்ளவற்றுள் அறிவுள்ளவை சிறந்தவை. அறிவுள்ளவற்றிலும் மானுடர் சிறந்தவர்கள். மானுடருள் பார்ப்பனர் சிறந்து விளங்கு கின்றனர்.

1 : 99 - உலகப் படைப்புகளில் பார்ப்பனன் உயர்ந்த பிறவியாக பிறந்து பிற உயிர்கள் அனைத்துக்கும் தலைவனாக இருப்பதற்கு அவன் சட்டம் எனும் கருவூலத்தை காப்பவனாக இருப்பதே காரணம்.

1 : 100 - பிறவியின் மேன்மையினால் படைப்புலகில் காணப்படும் பொருள்கள் அனைத்தையும் தனக்குரிய செல்வமாக பெறுவதற்கு பார்ப்பனன் உரிமை பெற்றிருக்கின்றான். மேலும் அரசர்களுக்கும் மேம்பட்டவனாக பார்ப்பனன் இருக்கிறான் என்கிறது மனு.

7 : 73 - அரசன் காலையில் துயிலெழுந்து மூன்று வேதங்களையும், அறநூல்களையும் ஆய்ந்துணர்ந்து பார்ப்பனரை வணங்கி வழிபட்டு அவர் அறிவுரையைப் பின்பற்றி நடப்பானாக.

கொலை குற்றமே செய்திருந்தாலும் பார்ப்பனனுக்கு தூக்கு தண்டனைக் கூடாது என்கிறது மனுதர்மம்.

8 : 379 - பார்ப்பனன் எத்தகைய ஒழுக்கம் கெட்டவனாக, பிறர்மனை நயப்பவனாக இருந்தபோதிலும் அவனைக் கொல்லக் கூடாது. அவனது தலையை முடித்து அவமானப்படுத்துவதோடு நின்றுவிட வேண்டும்.

11 : 30 - ஒழுக்கமுடைய ஒரு வைசியனை பார்ப்பனன் பகைமை நோக்கமின்றிக்கொன்றால், ஓராண்டு விரதமோ அல்லது புரோகித ருக்கு ஒரு எருதும், நூறு பசுக்களும் தானமும் செய்ய வேண்டும்.

11 : 31 - வன்ம எண்ணம் இன்றி சூத்திரனைக் கொன்றால் ஆறு மாதம் பிராயச்சித்தமோ புரோகிதருக்கு ஒரு எருதுடன் *10* பசுக்களை தானமோ செய்ய வேண்டும்.

மனு இதுபோன்று பல சலுகைகளை பார்ப்பனியத்திற்கு வழங்கு கிறார். அரசர்களை கைப்பாவையாக்கிக் கொண்டு தங்களுக்கு சலுகைகளை எழுதிக் கொண்டனர்.

தனக்கு கீழ்படி நிலையில் இருப்பவர்களாக மனுதர்மத்தில் எழுதி வைத்த க்ஷத்திரியர், வைசியர், சூத்திரர்களுக்கு தண்டனைகளையும் சட்டமாக எழுதி அதனை அரசர்களை ஏற்றுக் கொள்ள வைத்தனர் பார்ப்பனர்கள்.

மனுதர்மத்தின்படி பார்ப்பனர்களால் சூத்திரர்களான நமக்கு வழங்கப்பட வேண்டிய சலுகைகளாக மனு கூறியது :

10 : 122 - பார்ப்பனன் தன்னிடம் பணி செய்யும் சூத்திரனுக்கு தான் உண்டு எஞ்சிய உணவு, உடுக்கை கிழிந்த பழைய உடைகள், தானியங்களை சலித்து எஞ்சியவை, வீட்டு பழைய பாத்திரங்கள் ஆகியவற்றைக் கொடுக்க வேண்டும்.

10 : 121 - சூத்திரன் வாழ்க்கைத் தேவைகளை நிறைவேற்றிக் கொள்ள முடியாமல் பார்ப்பனருக்கு பணிவிடை செய்து தக்க ஊதியம் பெற இயலாதபோது க்ஷத்திரியரை சார்ந்து பிழைக்கலாம். அதனாலும் வாழ முடியாதுபோது செல்வ வளம் உள்ள வணிகனுக்கு பணிகள் செய்து பிழைக்கலாம்.

1 : 121 - சூத்திரன் அடக்க ஒடுக்கமாக பணிபுரிதல் ஒன்றையே முதன்மையாகக் கொள்ள கடவுள் விதித்திருக்கிறார்.

3 : 4 - சூத்திரன் வேதங்களை மனப்பாடம் செய்யும் நோக்கத்தோடு அவற்றை விரும்பி கேட்பானாகின் அவன் காதுகளில் காய்ச்சி உருக்கிய ஈயத்தையும், அரக்கையும் ஊற்ற வேண்டும். அவன் வேதம் ஓதினால் அவனது நாக்கை அறுத்தெறிய வேண்டும். அவன் வேதங்களைக் கற்றறிந்து அவற்றில் புலமை பெற்றால் அவனது உடலை கண்டந் துண்டமாக வெட்டி எறிய வேண்டும்.

8 : 271 - சூத்திரன் பார்ப்பனர்களின் பெயர் சாதி இவற்றை சொல்லித் திட்டினால் 10 அங்குல நீளமுள்ள இரும்புத் தடியைக் காய்ச்சி எரிய எரிய அவன் வாயில் வைக்க வேண்டும்.

10 : 129 - சூத்திரன் எவ்வளவு திறமையுடையவனாக இருந்தாலும் கண்டிப்பாய் பொருள் சேர்க்கக் கூடாது. சூத்திரனை பொருள் சேர்க்கவிட்டால் அது பார்ப்பனருக்கு துன்பமாய் முடியும்.

இந்துவாக இருக்கும்வரை நாம் சூத்ததிரன் என்றே இந்து சட்டமாக இருந்த மனுதர்மத்தில் கூறப்பட்டிருக்கிறது.

மனுதர்மம் வரையறுத்த 8வது அத்தியாயம் 415வது சுலோகத்தின் படி சூத்திரன் என்பவர்கள் ஏழு வகைப்படுவார்கள்.

புறங்காட்டி ஓடுபவன், யுத்தத்தில் கைதியாக பிடிக்கப்பட்டவன், பார்ப்பனன் இடத்தில் பக்தியினால் ஊழியம் செய்கிறவன், விபச்சாரி மகன், விலைக்கு வாங்கப்பட்டவன், ஒருவனால் கெடுக்கப்பட்டவன், தலைமுறையாக ஊழியம் செய்கிறவன்,

இவையெல்லாம் இந்துமத சட்டமான மனுதர்மம் சூத்திரனாக வரையறுக்கும் நமக்கு அருளிய பட்டங்கள்.

இவ்வாறு 12 அத்தியாயங்கள், 2552 சுலோகங்களும் அடங்கிய மனுதர்ம நூலில் பாதிக்கும் மேற்பட்டவை பார்ப்பனர்களை உயர்த்தியும், மற்ற வர்ணத்தாரை தாழ்த்தியும் குறிப்பாக சூத்திரர் களையும், பெண்களையும் அடிமைகளாக நிலைநிறுத்தியதாலேயே பெரியாரும் அம்பேத்கரும் மனுதர்ம நூலை கொளுத்தினார்கள்.

மனுசாஸ்திரத்தை எரிக்க வேண்டும் ஏன்? என்ற கட்டுரையினை 1928ல் தந்தை பெரியார் தனது குடியரசு இதழில் எழுதினார்.

"தமிழ்நாட்டில் தற்காலம் தோன்றியிருக்கும், சுயமரியாதைக் கிளர்ச்சியின் பலனாக இந்து மதமென்பதைப் பற்றியும் அதற்கு ஆதாரமாகவும் உள்ள வேதம், சாஸ்திரம், ஸ்மிருதி, புராணம் என்பனவை பற்றியும், வருணம், தர்மம் என்பவைப் பற்றியும் மக்களுக்குள் பரபரப்புண்டாகி அவற்றைப் பற்றித் தீவிரமாக ஆராய்ச்சி செய்தலும், அவற்றின் புரட்டுக்களை வெளியாக்கி தைரியமாய் கண்டித்தலும், அவற்றால் ஏற்பட்ட கொடுமைகளை ஒழிக்க ஆங்காங்கு தீவிரப் பிரச்சாரம் செய்தலும், கொடுமைக்கு ஆதரவளிக்கும் ஆதாரங்களைத் தீயிட்டுக் கொளுத்துவதுமான பிரச்சாரங்கள் மும்முரமாய் நடப்பது கண்டு பார்ப்பனர்கள் தங்கள் வாழ்வுக்கே ஆபத்து வந்ததெனக் கருதி இவைகளுக்கு விரோதமாக எதிர் பிரச்சாரம் செய்வதும், பார்ப்பனரல்லாதாரிலேயே சிலரை ஏவி விட்டு இடையூறு செய்விப்பதும், வேறு மார்க்கத்தில் வாழ முடியாதவர்கள் இவ்வெதிர்ப் பிரச்சாரத்திற்கு ஆதரவளித்து வாழ்வதுமான காரியங்கள் நடைபெற்று வருவதும் யாவரும் அறிந்த விசயமேயாகும்" என்று பெரியார் எழுதுகிறார்.

1927ஆம் ஆண்டு டிசம்பர் 25ஆம் நாள் மகாத் (சாவதர்) பொதுக் குளத்தில் தலித்துகள் நீர் அருந்தும் உரிமைக்காக ஏற்பாடு செய்யப் பட்டிருந்த மகாத் அமைதி வழி கிளர்ச்சி போராட்டத்தில் அம்பேத்கர் அவர்கள் போராட்டக்காரர்களுடன் மனுதர்மத்தை எரித்தார்.

"பிறப்பை அடிப்படையாகக் கொண்ட சதுர்வர்ணாவை (வர்ணா சிரமம்) நான் நம்பவில்லை, சாதி வேறுபாடுகளை நான் நம்ப வில்லை. தீண்டாமை என்பது இந்து மதத்திற்கு ஒரு களங்கம் என்று நான் நம்புகிறேன். அதை முற்றிலுமாக அழிக்க நான் நேர்மையாக முயற்சிப்பேன்" போன்ற பல உறுதிமொழிகளை எடுத்து மனுதர்மம் எரிக்கப்பட்டது.

இந்தப் போராட்டத்தில்,

1. மனுஸ்ருமிதி தஹான் பூமி (மனுஸ்மிருதிக்கான தகனம்)
2. தீண்டாமையை அழியுங்கள்
3. பார்ப்பனியத்தை அடக்கம் செய்யுங்கள் போன்ற பதாகைகளை வைத்திருந்தனர்.

காந்தி - அம்பேத்கர் குறித்த பார்வை

8

அம்பேத்கரின் தேசியம் குறித்த பார்வையும், மகாத்மா காந்தி குறித்த கண்ணோட்டமும் பற்றி பலரிடமும் ஒரு மேம்போக்கான பார்வையே உள்ளது.

அம்பேத்கர் ஏதாவது ஒரு கால கட்டத்தில் கூறிய சில கருத்துக்களைக் கொண்டு அவரை ஒட்டுமொத்தமாக மதிப்பிடுவதும், புறக்கணிப்பதும் தவறாகவே முடியும்.

நமது துரதிர்ஷ்டம் மகாத்மா காந்தியும் அண்ணல் அம்பேத்கரும் ஒரே நேர் கோட்டில் பயணம் செய்ய முடிய வில்லை என்பதுதான்.

அண்ணல் அம்பேத்கரின் வாழ்க்கை புரட்சியாளர்களுக்கே உரிய மேடு

பள்ளங்கள் நிரம்பியது. அதுபோலவே அவரது கருத்துக்களிலும் பலத்த வேறுபாடுகள் காணப்படுகின்றன.

இந்தியாவின் கொடிய பழக்கங்களுள் ஒன்றான தீண்டாமையால் மிகக் கடுமையாக பாதிக்கப்பட்டவரான அம்பேத்கரின் உடனடி எதிர்வினையாற்றும் இயல்பு, அவரது கருத்துப் பரிமாற்றங்களில் காணப்படுகிறது.

அவரது தேசியம், ஹிந்துத்துவம் தொடர்பான கருத்துக்களிலும், அவரது ஆரம்ப கால கருத்துக்களில் இருக்கும் கோபமும் கடுமையும் பின்னாளில் நிதர்சனத்தை உணர்ந்து கனிந்தவையாக ஆவதைக் காண முடியும். இந்தப் பின்னணியுடன் அம்பேத்கரின் தேசியம் குறித்த பார்வையை அணுக வேண்டும்.

விடுதலைப் போராட்ட காலத்தில் மகாத்மா காந்தி ஆங்கிலேயரை எதிர்த்துப் போராடிக் கொண்டிருந்த காலகட்டத்தில் ஆங்கிலேயருக்கு ஆதரவாக அம்பேத்கர் செயல்பட்டார் என்று இன்றும் அவர் மீது குற்றம் சாட்டப்படுகிறது.

அம்பேத்கர் தாழ்த்தப்பட்ட மஹர் ஜாதியைச் சார்ந்தவராக இருந்ததால் அவர்கள் குடும்பம் வசதியாக இருந்தபோதும், புறக்கணிக்கப்பட்ட அனுபவங்களை இளமையிலேயே அடைந்தவர். தனது முன்னேற்றத்துக்கு ஜாதி அடையாளமே ஒவ்வொரு முறையும் தடையாக இருந்ததைக் கண்டபோது அவருக்குள் இருந்த போராளி வெளிவந்தார்.

இந்தக் காலகட்டத்தில்தான் இந்தியாவில் விடுதலைப் போராட்டம் வேகமடைந்து வந்தது என்பதை நினைவில் கொள்ள வேண்டும்.

தாழ்த்தப்பட்ட மக்களின் மீதான கொடுமைகள் தீராதவரை விடுதலைப் போராட்டம் நியாயமற்றதாகவே இருக்கும் என்பதை மகாத்மா காந்தியும் உணர்ந்திருந்தார். அவரது செயல்திட்டங்களில் ஹரிஜன மேம்பாடு முக்கியத்துவம் பெற்றது. அதனால்தான் காந்தியின் வரவுக்குப் பிறகே இந்திய விடுதலைப் போராட்டம் வேக மெடுத்தது.

ஆனால் மகாத்மா காந்தி ஆங்கிலேய அரசுடன் விடுதலைக்காக போராடிய காலத்தில் தனது மக்களின் சுய நிர்ணயித்துக்காகவும் சமூக விடுதலைக்காகவும் போராடும் மனநிலையில் அம்பேத்கர் இருந்தார்.

எனவே அவர் மகாத்மா காந்தியால் தனது மக்களுக்கான போர்ராட்டங்கள் குலையாமல் இருக்க மிகக் கடுமையான வார்த்தை களை பிரயோகித்தார். அவற்றை மகாத்மா காந்தி புன்னகையுடன் கடந்தார். ஏனெனில் அண்ணல் அம்பேத்கரின் வலியை காந்தி உணர்ந்திருந்தார்.

காந்தி தாழ்த்தப்பட்டோர் விஷயத்தில் நாடகமாடுகிறார் என்று அம்பேத்கர் விமர்சித்த போதும், மகாத்மா காந்தி கோபமடைய வில்லை. நாடு விடுதலை அடைந்தபோது தேசிய அரசில் அம்பேத்கர் சட்ட அமைச்சராக இருக்க வேண்டும் என்று பிரதமர் நேருவை காந்திஜி கட்டாயப்படுத்தினார் என்பது வரலாறு.

தனது வழித்தடத்தின் முந்தைய பயணியான மகாத்மா ஜோதிராவ் புலேவின் கருத்துக்கள் அம்பேத்கரின் கருத்துருவாக்கத்தில் பெரும் தாக்கம் செலுத்தின. அதன் அடிப்படையில் தான அவரது 'தலித் - பகுஜன் தேசியம்' என்ற சிந்தனை வெளிப்பட்டது.

அதன் அடிப்படையில் தான் தாழ்த்தப்பட்ட மக்களுக்கு இரட்டை வாக்குரிமை தேவை என்று குரல் கொடுத்தார். அதை மகாத்மா காந்தி எதிர்த்து உண்ணாவிரதம் இருந்தபோது 1931ல் பூனா ஒப்பந்தம் என்ற சரித்திர முக்கியத்துவம் வாய்ந்த நிகழ்வு அரங்கேறியது. அதன்படியே இன்றும் தாழ்த்தப்பட்டோருக்கான தனித்தொகுதி தேர்தல் முறையில் நீடிக்கிறது.

தனது சமுதாய மக்களின் மீட்புக்காக ஏங்கிய அண்ணல் அம்பேத்கர், யாராலும் நம் குறைகளைத் தீர்க்க முடியாது. நமது கைகளில் அரசியல் அதிகாரத்தைப் பெற்ற ஒரு வாய்ப்பில் அமைந்த அரசியல் சட்டத்தால் மட்டுமே அவ்வாறு தீர்க்க இயலும்.

இத்தகைய அரசியல் அதிகாரம் இல்லையெனில் நம் மக்களால் நம் பிரச்சனைகளைத் தீர்வுக்கு கொண்டு வர முடியாது என்றார்.

ஆங்கில ஏகாதிபத்தியத்துக்கு எதிராக அம்பேத்கர் தன்னை ஈடுபடுத்திக் கொண்டபோது காந்திக்கு எதிராக அம்பேத்கரை கூர் தீட்டும் முயற்சியாக முதலாவது வட்டமேஜை மாநாட்டில் அவரை கலந்து கொள்ளச் செய்தனர். என் மக்களுக்கு என்ன நியாயமாக கிடைக்க வேண்டுமோ அதற்காக போராடுவேன். அதே சமயத்தில் சுயராஜ்ய கோரிக்கையை முழுமனதுடன் ஆதரிப்பேன் என்றார் அம்பேத்கர்.

காந்திஜியை மதித்த அதே நேரத்தில் அவரது கருத்துக்களில் முரண் படவும் அம்பேத்கர் தயங்கவில்லை. தாழ்த்தப்பட்ட இனத்தவர் களை ஹரிஜன் என்று காந்திஜி அழைத்தார்.

ஆனால் அந்தப் பெயரை அம்பேத்கர் வெறுத்தார். தாழ்த்தப்பட்ட வர்கள் கடவுளின் குழந்தைகள் என்றால் மற்றவர்கள் சாத்தானின் குழந்தைகளா? என்று அவர் கேள்வி எழுப்பினார்.

வாழ்க்கையில் பல்வேறு வெறுப்பூட்டும் சம்பவங்கள் நடந்தபோதும் யாரையும் தனிப்பட்ட முறையில் எதிரியாக அம்பேத்கர் ஒரு போதும் கருதியதில்லை.

வெறும் போராட்டங்கள் மூலம் தனது சமுதாயத்தை முன்னேற்று வதில் அவருக்கு உடன்பாடில்லை. தாழ்த்தப்பட்டவர்கள் படிப்பின் மூலமே உச்சநிலையை எட்ட முடியும் என்று அவர் உறுதியாக நம்பினார். அதற்கு தானே முன்னுதாரணமாக இருந்தார்.

அதனால்தான் அப்போது இருந்த பல தலித் இனத் தலைவர்களை விடவும் அம்பேத்கர் பிரபலமாக திகழ்ந்தார். அவரைக் கொள்கை ரீதியாக எதிர்த்தவர்கள் கூட அவருக்கு நண்பர்களாகத் திகழ்ந்தார்கள்.

சோதனைகளையும் சாதனைகளாக மாற்றியவர் அம்பேத்கர். அம்பேத்கர் தாழ்த்தப்பட்ட மக்களின் தலைவராக மட்டும் திகழவில்லை. அவர் ஒரு சிறந்த பேச்சாளராகவும் கல்வியாள ராகவும், சட்ட மேதையாகவும் திகழ்ந்தார்.

சுதந்திர இந்தியாவின் அரசியல் நிர்ணய சபையின் தலைவராக சட்டமியற்ற அரும்பாடுபட்டவர் அம்பேத்கர்.

சட்டம் இயற்றும் நேரத்தில் தனது தீர்க்கமான சிந்தனையாலும், தொலைநோக்கு பார்வையாலும் பல முக்கிய சட்டங்களை உருவாக்கினார். நம் நாட்டின் முதல் சட்ட அமைச்சராக விளங்கினார். 1951 இல் இந்து சட்டத் தொகுப்பு மசோதா அறிமுகப் படுத்தப்பட்டபோது அதை எதிர்த்து பதவி விலகினார்.

இந்திய குடியரசு கட்சியை நிறுவிய அம்பேத்கர் தனது இறுதிக் காலத்தில் புத்த மதத்தை பிரச்சாரம் செய்வதில் கழித்தார். 1956 ஆம் ஆண்டு டிசம்பர் 6 ஆம் தேதி அண்ணல் அம்பேத்கர் காலமானார்.

1950 ஆம் ஆண்டு ஜனவரி 26 ஆம் தேதி இந்தியா உண்மையான சுதந்திரம் பெறும் என்று அம்பேத்கர் அரசியலமைப்பு சபையில் கூறினார்.

வளர்ந்து வரும் இந்தியக் குடியரசின் நேரு உள்ளடக்கிய மற்றும் முற்போக்கான உள்ளடக்கங்களை வழங்கியபோது, அம்பேத்கர் சமகால முக்கியத்துவம் வாய்ந்த மிகவும் கூர்மையான மற்றும் பொருத்தமான தீர்மானங்களைக் கூறினார்.

பேரவையில் முஸ்லீம்களின் பிரதிநிதித்துவம் போதுமானதாக இல்லையென்றும், எனவே முஸ்லீம்களின் பிரதிநிதித்துவம் போது மானதாக இல்லை என்றால் மக்களிடம் இருந்து பெறப்படும் இறை யாண்மைக்கு எந்த அர்த்தமும் இருக்காது என்றும் அவர் சுட்டிக் காட்டினார்.

இந்தியா அரசியல் ரீதியாகவும், சமூக ரீதியாகவும் பொருளாதார ரீதியாகவும் பிளவுப்பட்டுள்ளது என்பதை வெளிப்படையாக ஒப்புக் கொண்டாலும், அரசியல் நிர்ணய சபையின் உறுப்பினர்கள் பலர் போரிடும் முகாம்களின் குழுவைச் சேர்ந்தவர்கள் என்றும், அத்தகைய முகாமின் தலைவர்களில் ஒருவர் யாரை ஏற்றுக் கொண் டாலும் நேரம் கொடுக்கப்பட்டதை அவர் நம்பினார்.

'நம்முடைய எல்லா சாதிகளும் சமயங்களோடு, ஏதோ ஒரு வகையில் நாம் ஒன்றுபட்ட மக்களாக இருப்போம் என்பதில் எனக்கு சிறிதும் தயக்கம் இல்லை' என்று அவர் கூறினார் அம்பேத்கர்.

"...இந்தியப் பிரிவினைக்கு முஸ்லீம் லீக்கின் போராட்டம் இருந்த போதிலும் என்றாவது ஒருநாள் போதுமான வெளிச்சம் முஸ்லீம்களிடமே உதயமாகும். அவர்களும் ஐக்கிய இந்தியாதான் தங்களுக்கு நல்லது என்று நினைக்கத் தொடங்குவார்கள் என்றும் அவர் கூறினார்.

உண்மையில் அம்பேத்கர் பெரும்பான்மைக் கட்சிக்கு முன் மொழிந்தது என்னவென்றால் குடியரசைக் காட்டியெழுப்புவதில் முன் மாதிரியான அரசாட்சியைக் காட்ட வேண்டும். அங்கு அனைவருக்கும் இடம் இருக்கும். இதன் மூலம் அதிகாரத்தை மக்களிடமிருந்து சட்டபூர்வமாக பெற முடியும்.

அம்பேத்கரின் இத்தகைய தொலைநோக்குப் பார்வை காந்தியின் குடியரசுக் கண்ணோட்டத்துடன் நெருக்கமாக ஒத்துப்போகிறது.

மகாத்மாகாந்தி 1930இல் கராச்சி அமர்வில் இந்திய தேசிய காங்கிரஸிற்கான அடிப்படை உரிமைகள் பற்றிய தீர்மானத்தை நிறைவேற்றியபோது மாநிலத்தின் மதத்திற்கு நடுநிலைமையை வலியுறுத்தினார்.

அம்பேத்கர் இந்திய ஐக்கிய நாடுகளுக்கான அரசியலமைப்புக்கான தனது முன்மொழிவில் மதத்திற்கு மாநிலத்தின் நடுநிலைமையை வலியுறுத்தினார்.

ஒன்பது நீதிபதிகள் கொண்ட பெஞ்ச் வரலாற்றுச் சிறப்புமிக்க பொம்மை தீர்ப்பில் மதச்சார்பின்மை என்பது அரசியலமைப்பின் அடிப்படைக் கட்டமைப்பாக உச்சநீதிமன்றத்தால் கருதப்படுகிறது.

சமத்துவமின்மை அதிகரித்து மக்களை ஓரங்காட்டி சுரண்டலுக்கு பலியாக்குவதுதான் மிகவும் ஆபத்தானது. 1949 ஆம் ஆண்டு நவம்பர் 26 ஆம் தேதி அரசியலமைப்புச் சட்டம் ஏற்றுக் கொள்ளப்பட்ட போது டாக்டர் அம்பேத்கர் மிகவும் சரியாகச் சொன்னார்.

'ஜனவரி 26, 1950 இல் நலம் முரண்பாடான வாழ்க்கையில் நுழையப் போகிறோம். நமது சமூக மற்றும் பொருளாதார வாழ்வில் சமத்துவ மின்மை இருக்கும். மறுப்பது எவ்வளவு காலம் தொடரும்? நமது அரசியல் ஜனநாயகத்தை அழைத்துவதன் மூலம் நாம் அவ்வாறு செய்வோம்..." என்று சுட்டிக் காட்டினார் அம்பேத்கர்.

குடியரசு தினத்தின் சிறப்பம்சம் என்னவென்றால் நமக்காக நாமே உருவாக்கிய அரசியலமைப்புச் சட்டம் நடைமுறைக்கு வந்தது, இதே நாளில்தான். 1950 ஆம் ஆண்டு ஜனவரி 26 இல் நடைமுறைக்கு வந்தது.

இதுதான் இதுவரை உலக நாடுகளின் இடையே எழுதப்பட்டதில் மிக நீண்ட அரசியலமைப்பாகும். இதில் மொத்தம் 22 பிரிவுகள், 12 அட்டவணைகள், 465 உட்பிரிவுகள் மற்றும் 117369 சொற்கள் உள்ளன என்பவை அவற்றுள் அடிப்படையானவை.

அதேபோல் இந்திய அரசியலமைப்பை உருவாக்கும் பணி 1947 ஆம் ஆண்டு ஆகஸ்ட் 26 இல் அரசியல் நிர்ணய சபையால் அரசியலமைப்பு வரைவுக்குழு உருவாக்குவதில் தொடங்கியது. இக்குழு அளித்த அறிக்கை, 1949 நவம்பர் 26 இல் அரசியல் நிர்ணய சபையின் தலைவர் இராஜேந்திர பிரசாத்தின் கையொப்பம் பெற்றதுடன் பணிகள் நிறைவு பெற்றது.

பல்வேறு வகைகளில் காந்தியைவிட இந்தியாவை அதிகமாக அஹிம்சையோடு இணைத்தவர் அண்ணல் அம்பேத்கரே ஆவார்.

தலித்துகளை அரசமைப்பு சட்ட முறைகளின்படி இயங்க வேண்டும் என்ற ஒப்புவித்ததன் மூலம் அவர் இதை நிகழ்த்தினார். இது தங்களின் கைகளைக் கட்டிப் போட்டிருப்பதாக சில தலித் புரட்சியாளர்கள் விமர்சிக்கும் அளவுக்குத் தாக்கம் பெற்றுள்ளது.

அம்பேத்கரைப் பொறுத்தமட்டில் நீதியை அடைய இந்து மதத்தின் மீது கிட்டத்தட்ட ஒரு போரை அறிவிப்பதே வழி என்று அவர் கருதியைப் பூசி மெழுக முடியாது.

காந்திக்கு எழுதிய பதிலில் அம்பேத்கர் இப்படி எழுதினார் : "நான் உறுதியாக ஒன்றை சொல்ல விரும்புகிறேன். இந்துக்கள், இந்து மதம் மீது நான் அருவருப்பு, அவமதிப்பு மிகுந்த உணர்வுகளை வெளிப் படுத்துவது அவர்களின் தோல்வியால் மட்டும் அல்ல.

இந்துக்கள் இந்து மதம் மீது நான் அருவருப்பு கொள்ளக் காரணம் அவர்கள் தவறான லட்சியங்களைக் கொண்டவர்களாக, மோச

மான சமூக வாழ்வை மேற்கொள்வதாக உளமார உணர்ந்து கொண்டேன்.

இந்து மதம், இந்துக்களுடனான எனது பிரச்சனை என்பது அவர்களின் சமூக நடத்தையில் உள்ள குறைபாடுகள் பற்றியதல்ல. அது மேலும் அடிப்படையானது அது இந்துக்கள் இந்து மதத்தின் ஆதர்சங்களைப் பற்றியது.

அம்பேத்கர் தன்னுடைய விமர்சனத்தில் தாக்க முனைந்தது உலகத்திலேயே மிகவும் ஆச்சர்யப்படுத்துவதும், சிறைப்படுத்துவது மான தத்துவ அமைப்பான பிராமணீயமே ஆகும்.

பிராமணீயம் அல்லாத இந்துக் கருத்தியல் முறைகளையும் அது பெரும் தீமையாகப் பற்றிக் கொண்டதால் பிராமணீயத்தை அக்கு வேறு ஆணிவேறாக கழற்றி எரியாமல் நீதி என்பது சாத்தியமில்லாத ஒன்றாக இந்து மதம் உள்ளது.

அம்பேத்கரின் ஆய்வுகள் மூலம் இரு முக்கியமான கூறுகள் தெரிய வருகிறது. சாதி அமைப்பின் விநோதமான தன்மையை பொருளியல், தொழில் முறை சார்ந்த விளக்கங்களால் விளக்க முடியாது.

சாதியமைப்பின் அடிப்படை பிராமணர்களால் அதிகாரத்தின் செயல்பாடாகத் திணிக்கப்பட்ட கொடூரமான தொடர் பிரதிநிதித்துவப் படுத்தல்களால் ஆனது.

தீண்டப்படாத மக்களின் முன்னேற்றத்துக்கான வழிகளான அதிகாரம், பொருளாதார வளம், கல்வி ஆகிய மூன்றும் அவர் களுக்கு மறுக்கப்பட்டதன் மூலம் சாதியமைப்பு தொடர்ந்து உயர்த்தியிருக்கிறது.

சாதி அடுக்கு முறையிலுள்ள ஒவ்வொரு பிரிவினரும் தனக்கு கீழுள்ள இன்னொரு பிரிவினரை ஒடுக்குவதன் மூலம் இன்பம் காணும் கொடூரமான அமைப்பு முறையாக அது திகழ்கிறது. சாதியமைப்பு நிரந்தரமான பாகுபாட்டில் களிப்புக் கொள்கிறது.

இதனால்தான் பிராமணீயம் மீதான அறச்சீற்றம் அம்பேத்கரிடமிருந்து வெளிப்படுகிறது. எந்த வகையிலும் பிராமணீயம் உருவாக்கிய அடுக்கு முறைக்கு நியாயம் கற்பிக்க முடியாது. அதிகாரத்தைத் தெளிவாக எளிமையாக திணிக்கும் முறை அது. இந்த அதிகாரம் ஒரு குறிப்பிட்ட கருத்தாக்கத்தின் அடிப்படையில் அமைந்துள்ளது. இந்த ஒட்டுமொத்தக் கருத்தாக்கத்தை அடித்து நொறுக்கினால் மட்டுமே விடுதலை சாத்தியம்.

நவீன உலகுக்கும் பழங்காலத்து உலகுக்கும் இடையே உள்ளே பெரும் வேறுபாடாக மனிதனை மையப்படுத்தி இருக்கிறது.

நம்மை அப்படியே உறைய வைக்கும் வாக்கியமாக என் சமூகம் இன்னமும் பழங்காலச் சமூகமாகவே உள்ளது. இதில் மனிதர்களைப் பற்றிய அக்கறையைவிட கடவுள்கள் பற்றிய கவலையே முக்கியமாக உள்ளது என்ற அம்பேத்கரின் வரி உள்ளது.

உலகில் எந்த வகையான ஒடுக்குமுறையாக இருந்தாலும் சரி, அது வர்க்க ரீதியாகட்டும், பாலின ரீதியாகட்டும், மத, இன, நிற, சாதி என எந்த ரீதியான ஒடுக்குமுறையாகட்டும் அது கண்டிக்கப்படக் கூடியதே.

கொடூரமான சாதி ஒடுக்குமுறையை எதிர்த்து சமத்துவத்தை போதித்த இந்தியர்களில் சிலர் ஜோதிபா பூலே, சாவித்திரி பாய் பூலே, அண்ணல் அம்பேத்கர், அண்ணல் ரெட்டைமலை சீனிவாசன், அய்யன் காலி ஆகியோர் ஆவர். அண்ணல் காந்திகூட தீண்டாமையை வலுவாக எதிர்த்தாலும் மனுதர்மத்தை பலமாக ஆதரித்தார்.

குறிப்பிட்டு சாதிய ஒடுக்குமுமுறையை வலுவாக எதிர்த்தவர் என்றால் மாமேதை அம்பேத்கர் குறிப்பிடத்தக்கவர்.

அம்பேத்கர் யாருக்கானவர் என்ற கேள்வி இன்றைய கேள்வியாக உள்ளது. அவர் அனைவருக்குமானவர். அவரை வெறுமனே பட்டியலின மக்களுக்காகப் போராடியவர் என்ற வரையறைக்குள் அடைத்து விட முடியாது. ஒடுக்கப்பட்ட அனைத்து மக்களுக்காகவும் அம்பேத்கர் போராடியுள்ளார்.

பெண்களுக்கான சமத்துவம், உழைக்கும் மக்களுக்கான உரிமை, சாதிய ரீதியான ஒடுக்குமுறைக்கு உள்ளான மக்கள் என சமூகம் சார்ந்த அனைத்து தீமைகளுக்கு எதிராகவும் ஒரு தனி மனிதன் தன் வாழ்நாளையே ஒதுக்கியுள்ளார்.

நேரு, காந்தி போன்ற அன்றைய சுதந்திரப் போராட்ட தலைவர்களையே அம்பேத்கர் மாறுபட்ட சித்தாந்தக் கொள்கைகளால் எதிர்த்தார். ஏன் அம்பேத்கரின் அந்த மேதாவித்தனத்தையும், கல்வி அறிவையும் பார்த்து வியந்த காந்தி இவர் நிச்சயம் ஒரு பார்ப்பன ராகத்தான் இருப்பார் என்று எண்ணும் அளவிற்கு அம்பேத்கரின் அறிவு இருந்தது.

ஆனால், காந்திக்குத்தான் சிறிது ஏமாற்றம். ஏனென்றால் அம்பேத்கர் தான் பார்ப்பனர் இல்லையே! பின்னால் அம்பேத்கருக்கும் காந்திக்கும் பல கருத்து வேறுபாடுகள் இருந்தன.

குறிப்பாக, இரட்டை வாக்குரிமை, தனித்தொகுதி, இடஒதுக்கீடு, பௌத்த மதமாற்றம் என பல கருத்து வேறுபாடுகள் இருவருக்கும் இருந்தன.

தன் மக்களுக்காக ஏதும் செய்யாமல் இறக்கக் கூடாது என்று அம்பேத்கர் தெளிவாக இருந்தார். அதன் பொருட்டுதான் சாகும் வரையிலும் தன் மக்களின் நலன் கருதியே யோசனை செய்து கொண்டிருந்தார்.

கல்விதான் தனது ஆயுதம் என சிறு வயதிலேயே உணர்ந்த அம்பேத்கர் தனக்கு கல்வி கற்க கிடைத்த வாய்ப்புகள் அனைத்தையும் பயன்படுத்திக் கொண்டார். கல்விதான் ஒருவனின் சுயத்தை முன்னேற்றும் என்றும் வலியுறுத்தினார்.

தன் சமூக மக்களுக்காக மட்டுமல்லாமல் மற்ற பின்தங்கிய சமூக மக்களின் நலனுக்காகவும் அம்பேத்கர் போராடினார். பெண்களின் சொத்துரிமைக்காகவும் போராடினார்.

அதன் காரணமாக தன் பதவியையே துட்சமென கருதி ராஜினாமா செய்தார்.

இப்படி மக்கள் நலன் கருதியே எந்நாளும் உழைத்த புரட்சியாளனை அன்று எதிர்த்தவர்கள் இன்றோ அவரை ஆதரித்து மதச்சாயம் பூசும் அவலமும் நீள்கிறது.

கூண்டுக்குள் அடைபட்டுக் கிடக்கும் நிலை இன்று அண்ணல் அம்பேத்கர் சிலைகளுக்கு இருந்து வருகிறது. சிலைகள் உடைக்கப்படலாம்; சித்தாந்தங்களை உடைக்க முடியாது என்பது மறுக்க முடியாத உண்மை.

பவுத்த மதமாற்ற பார்வையில் அம்பேத்கரும் அயோத்திதாசரும்

9

பௌத்த சமயம் தான் ஆதி திராவிடர் விடுதலைக்கும், அதிகாரம் பெறுவதற்கும் உறுதுணையாகவும், வசதியாகவும் இருக்கும் எனக் கருதியவர் பண்டிதர் அயோத்திதாசர்.

இந்தியப் பாரம்பரியம் பௌத்த மதமாக இருந்தது என்பதைத் தன் தமிழ்ப் புலமை மூலம் விளக்கினார்.

1913 அக்டோபர் 30 தமிழன் இதழில் இந்தியாவிற்கு சுதந்திரம் அளித்தால் இம்மண்ணின் மைந்தர்களாம் ஆதி தமிழர்களிடம் அரசியல் அதிகாரத்தை வழங்க வேண்டுமென ஆங்கிலேயரிடம் கோரிக்கை வைத்தார்.

ஆதிதிராவிடர்கள் அரசியல் அதிகாரம் பெற வேண்டும் என்பதை வலியுறுத்தி

னார். இந்தியாவில் தமிழனுக்கு கிடைக்க வேண்டிய அதிகாரத்தை துணிந்து கேட்ட ஈடு இணையற்ற மாமனிதராக அயோத்திதாசப் பண்டிதர் விளங்கினார்.

அயோத்திதாசர் தனது வழி நடப்பவர்களுடன் ஹென்றி சுடீல் ஆல்காட்டை சந்தித்து பௌத்தத்திற்கு மாறும் தனது விருப்பத்தை தெரிவித்தார். தமிழகப் பறையர்கள் பௌத்த மதத்தினரே என்றும் அவர்களுக்குச் சொந்தமான தமிழகத்தை ஆரியர்கள் கைப்பற்றி விட்டதாகவும் அயோத்திதாசர் கருத்து தெரிவித்தார்.

ஆல்காட்டின் உதவியுடன் இலங்கைக்கு சென்று அங்கிருந்த சிங்கன பௌத்த துறவி சுமங்கல நாயகரிடம் தீட்சை பெற்றார் அவர். அங்கிருந்து திரும்பிய அயோத்திதாசர் சென்னையில் சாக்கிய பௌத்த சொசைட்டியை தோற்றுவித்து தென்னிந்தியா முழுவதும் அதன் கிளைகளை ஏற்படுத்தினார்.

இந்திய பௌத்த சங்கம் எனவும் அறியப்பட்ட சாக்கிய பௌத்த சொசைட்டி 1898 ஆம் ஆண்டு தோற்றுவிக்கப்பட்டது.

தமிழகத்தில் எந்த இயக்கமும் தோன்றாத காலத்தில் சமூக நீதி, சமூக மதிப்பீடுகள் விளிம்பு நிலை ஒடுக்கு முறைகள் குறித்து அயோத்தி தாசர் பேசினார்.

அதிகாரத்தில் பங்கு, பிரதிநிதித்துவ அரசியல், ஒடுக்கப்பட்டோர் விடுதலை பெண்ணியம், தமிழ் மொழியுணர்வு, பகுத்தறிவு, சுயமரியதை, சாதி ஒழிப்பு, இந்திமொழி எதிர்ப்பு, வேத மத பிராமணீய எதிர்ப்பு, தீண்டாமை போன்ற கருத்துக்களை உரை யாடல் செய்து பல இயக்கங்களுக்கு ஒரு முழுமையான அரசியல் கொள்கை தொகுப்பை இவர் துவங்கிய தமிழன் இதழில் வழங்கி னார்.

மூடநம்பிக்கை தீண்டாமை கொடுமைக்கு ஆதரவளிக்கும் வேத இதிகாசப் புரட்டுகள் பற்றி, பிராமணிய மேலாதிக்கம் பற்றி விரிவாக ஆய்வு செய்தார்.

'யதார்த்த பிராமண வேதாந்த விபரம்', வேட பிராமண வேதாந்த விபரம், சிரீ முருகக் கடவுள் வரலாறு, விபூதி ஆராய்ச்சி போன்ற

இவரது நூல்களில் வேத எதிர்ப்பு, பிராமணீய எதிர்ப்பு, மூடப்பழக்கம் எதிர்ப்பு, சாதி ஒழிப்பு போன்ற கருத்துக்களைக் குறித்து விரிவாக எழுதினார்.

தமிழன் என்ற இவரது பத்திரிகை ஆரம்பத்தில் ‘ஒரு பைசா தமிழன்’ என்ற பெயரில் தான் சென்னை இராயப்பேட்டையிலிருந்து 1907, 19 ஜுன் முதல் வெளிவந்தது. ஓராண்டுக்குப் பிறகு வாசகர்களின் வேண்டுகோளுக்கிணங்க ஒரு பைசா என்பது நீக்கப்பட்டு ‘தமிழன்’ என்ற பெயரோடு 26 ஆகஸ்டு 1908 முதல் வெளிவரத் துவங்கியது.

அயோத்திதாசர் 1886 ஆம் ஆண்டில் இந்துக்களில் தீண்டத்தகாதவர்கள் என அழைக்கப்பட்டவர்கள் இந்துக்கள் அல்லாதவர்கள் என்றார். அவர்கள் யாவரும் சாதியற்ற திராவிடர்கள் என்னும் கருத்தையும் முன் வைத்தார். இதனால் இவர் திராவிடக் கருத்தியலின் முன்னோடி என அறியப்பட்டார்.

திராவிட மகாசன சபையை நிறுவி திராவிட அரசியலைத் தொடங்கி வைத்ததால் திராவிட அரசியலின் முன்னோடி எனவும் கூறப்படுகிறார்.

பண்டிதர் அயோத்திதாசரின் படையாற்றல் ஏராளமான நூல் வடிவம் பெற்றுள்ளன. சுமார் 25 நூல்கள், 30 தொடர் கட்டுரைகள், 2 விரிவுரைகள், 12 சுவடிகளுக்கு உரை தவிர அரசியல் கட்டுரைகள் கேள்வி பதில்கள், பகுத்தறிவுக் கட்டுரைகள், எனச் சில நூறு கட்டுரைளை எழுதியுள்ளார்.

அயோத்திதாச பண்டிதர் தென்னிந்தியாவின் முதல் சாதி எதிர்ப்புப் போராளி, சமூக சேவகர், தமிழறிஞர் மற்றும் சித்த மருத்துவர் ஆவார். திராவிட இயக்கம் உருவாகிட வித்திட்ட முன்னோடிகளில் முதன்மையானவர்.

தமிழ்நாட்டுக்கென பொது அடையாளம் ஏதும் முன் வைக்கப்படாத சூழலில்தான் திராவிடர் என்கின்ற அடையாளத்தை அயோத்திதாச பண்டிதர் முன் வைத்தார்.

அதுமட்டுமின்றி பூர்வ தமிழ்க்குடி என்றும் 'ஆதித்தமிழர்கள்' என்கிற அடையாளத்தையும் முன் வைத்து அவற்றை மக்கள்தொகை கணக்கெடுப்பில் சேர்க்க வேண்டும் என்ற கோரிக்கையை அப்போதே முன்வைத்தவர் அயோத்திதாசர்.

அதற்குப் பிறகு இடையில் பல்வேறு விதமான அரசியல் சமூக மத நடவடிக்கைகளில் பண்டிதர் அயோத்திதாசர் ஈடுபட்டிருந்தாலும் தமது திராவிடன் பூர்வ தமிழன் - ஆதி தமிழன் என்கிற அடையாள முன்னெடுப்பை அவர் கைவிடவே இல்லை.

பௌத்த மறுமலர்ச்சியை இயக்கமாக கட்டமைத்து அதைத் சாதித்து காட்டியவர் அயோத்திதாசர். எனவே சுமார் 800 ஆண்டுகள் தமிழகத்தில் மறைந்து போயிருந்த பௌத்த மதத்தை மீட்டெடுத்த பெருமை பண்டிதர் அயோத்திதாசரையே சாரும்.

இவர் தமது இயக்கத்துக்கென தென்னிந்தியாவின் பல்வேறு இடங் களில் பௌத்த கோயில்கள் எனப்படும் விகாரங்களை உருவாக்கி னார். சென்னை பெரம்பூரில் அதற்கென தலைமை பௌத்த விகாரத்தை உருவாக்கினார்.

தலித் மக்களுக்கு மட்டுமல்லாமல் சாதிய ஒடுக்கு முறைக்கு எதிரான தலைவர்கள் என்று பலருக்கு ஆதர்சமாக இருப்பவர் அயோத்தி தாசப் பண்டிதர்.

புத்த மதத்தைச் சேர்ந்தவர்கள்தான் காலப்போக்கில் தலித்தாக்கப் பட்டார்கள் எனும் கருத்து கொண்டவர் அவர். ஆரியர்களுக்கு எதிராக திராவிடர்கள் எனும் மதத்தை பயன்படுத்தியதுடன் திராவிட இயக்கம் தோன்றுவதற்கு முன்னோடியாகவும் இருந்தவர் இவர்.

அயோத்திதாசரைப் பற்றிய குறிப்புகள் திரு.வி.க.வின் நாட்குறிப்பு களில் காணக் கிடைக்கின்றன. அதில் அயோத்திதாசர் எங்கள் குடும்ப மருத்துவர் எனக்கூறும் திரு.வி.க. இளம் பருவத்தில் நான் முடக்குவாத நோயால் பாதிக்கப்பட்டிருந்தபோது அயோத்திதாசர் தான் சித்த மருத்துவத்தின் மூலம் எழுந்து நடக்க வைத்ததாக கூறியுள்ளார்.

மேலும் பாம்பு போன்ற விஷக்கடிகளுக்கு அவர் மருந்து தர மாட்டார் என்றும் பார்வையாலே விஷத்தை இறக்கி விடும் கலைகளைக் கற்றுத் தேர்ந்திருந்தார் என்றும் இவரைப் பற்றி கூறியுள்ளார்.

தென்னிந்தியாவின் முதல் சாதி ஒழிப்பு போராளியான அயோத்தி தாசப் பண்டிதர் 1914 ஆம் ஆண்டு மே 5 ஆம் தேதி காலமானார். இன்னுமொரு இருபது ஆண்டுகள் அவர் உயிருடன் இருந்திருந்தால் எண்ணற்ற மாற்றங்களை தமிழ்ச் சமூகம் சந்தித்திருக்கக் கூடும்.

பெரியார், அம்பேத்கர் போன்ற சாதியொழிப்பு போராளிகளுக்கு மூத்த முன்னோடியாக விளங்கியவர் பண்டிதர் அயோத்திதாசர்.

அதனால்தான் தங்கவேல் அப்பாதுரை பண்டிதமணியும், அயோத்தி தாசப் பண்டிதரும் தன்னுடைய பகுத்தறிவுப் பிரச்சாரத்துக்கும் சீர்திருத்தக் கருத்துகளுக்கும் முன்னோடிகள் எனப் பெரியார் போற்றினார்.

அதுபோன்று பலமுறை சென்னை வந்து அயோத்திதாசர் குறித்த தகவல்களை அம்பேத்கர் சேகரித்துச் சென்றார் எனக் கூறப்படுகிறது.

1956 ஆம் ஆண்டு அம்பேத்கர் புத்த மதத்தை தழுவியதும் அயோத்தி தாசரின் அடியொற்றித்தான் எனக் கூறுவோரும் உண்டு.

திராவிடச் சிந்தனைகளின் முன்னோடி என பல பெருமைகளுக்கு சொந்தக்காரரான அயோத்திதாசரை திராவிடக் கட்சிகள் உரிய முறையில் நினைவு கூர்ந்துள்ளன என்பது வரலாறு.

அயோத்திதாசரைப் பற்றிய திட்டங்களுக்கு தி.மு.க. உரிய அங்கீகாரம் அளித்துள்ளது. அயோத்திதாசர் ஆராய்ச்சி மையம் கலைஞரின் முன் முயற்சியால் கொண்டு வரப்பட்டு அன்று அயோத்திதாசருக்கு அஞ்சல் தலை வெளியிடப்பட்டது.

அயோத்திதாசர் நடத்திய 'ஒரு பைசா தமிழன்' இதழின் நூற்றாண்டு விழாவை 2008 ஆம் ஆண்டு சர்.பி.டி. தியாகராயர் அரங்கில் அப்போதைய முதல்வர் கலைஞர் மிகப்பெரிய அளவில் அரசு விழாவாக கொண்டாடிச் சிறப்பு சேர்த்தார். அது மட்டுமின்றி

அயோத்திதாசப் பண்டிதரின் நூல்கள் நாட்டுடமை ஆக்கப்பட்டு அவரின் வாரிசுகளுக்கு பத்து லட்சம் ரூபாய் நிதியும் வழங்கப் பட்டது.

மு.க.ஸ்டாலின் தலைமையிலான தி.மு.க. அரசு அயோத்தி தாசருக்கு மணிமண்டபம் அமைக்கப்படும் என்று அறிவித்துள்ளது.

●

தமிழக தலித் அரசியல் இயக்கத்தின் முகமாக இருப்பவர் அயோத்தி தாசர். தமிழ்ச் சிந்தனை வரலாற்றில் அயோத்திதாசர் மாற்று வரலாற்றுக்கான பாதை ஒன்றை உருவாக்கி முதல் சிந்தனை யாளராக இவர் பார்க்கப்படுகிறார்.

அயோத்திதாசர் முன்வைத்த மாற்று வரலாற்றுப் பார்வை ஐரோப்பிய நவீன வரலாற்றாய்வின் முறைமை கொண்டது அல்ல. அவரது பார்வை இந்திய வரலாற்று நோக்கு கொண்டது.

ஆணுக்கும் பெண்ணுக்கும் சட்டபூர்வமான சம உரிமை தேவை என்பதை அயோத்திதாசர் வலியுறுத்தி வந்தார். கைம்பெண் மறுமணம், பெண்களுக்கு தொழிற்கல்வி ஆகியவற்றை கோரினார்.

அயோத்திதாசர் தமிழர்களை சாதி, பேதமற்ற திராவிடர்கள், சாதி பேதமுள்ளவர்கள் என இருவகையாகப் பிரிக்கிறார். சாதி பேதமற்ற ஆதி திராவிடர்கள் பழங்காலத்தில் பௌத்தர்களாக இருந்து பின்னர் ஒடுக்கப்பட்டவர்கள் என்று கூறினார்.

அயோத்திதாசர் இளமையிலேயே தலித் அரசியலில் ஈடுபாடு கொண்டிருந்தார். 1859 தலித் மக்களின் முதல் இதழான ‘சூன்யோதயம்’ தொடங்கப்பட்டது. வேங்கடாசலம் பண்டிதர் இவ்விதழை நடத்தி வந்தார். 1871 இல் பஞ்சமன் என்ற இதழ் வெளி வந்தது. இவ்விதழ்களை அயோத்திதாசர் பயின்று வந்தார்.

அயோத்திதாசப் பண்டிதரின் இயற்பெயர் காத்தவராயன். இவர் 1845 மே 20 ஆம் தேதி சென்னை ஆயிரம் விளக்குப் பகுதியில் மக்கிமா நகரில் கந்தசாமி என்பவருக்கு மகனாகப் பிறந்தார்.

அயோத்திதாசரின் தாத்தா கந்தப்பரின் சொந்த ஊர் கோவை அரசம்பாளையம் என்பதாகும். அவர் சென்னை மைலாப்பூரில் வந்து வசித்த காலத்தில் ஆரிங்டன் எனும் ஆங்கிலேய நிர்வாகியிடம் இல்ல உதவியாளராகப் பணிபுரிந்தார்.

ஆரிங்டனின் நண்பர் எல்லிஸ் 1825 இல் சென்னையில் தமிழ்ச்சங்கம் ஒன்றை நிறுவி தமிழ் பழந்தமிழ் நூல்களைப் பதிப்பித்து வந்தார். இவருக்கு உதவியாக மாயூரம் வேதநாய சாஸ்திரியார் போன்ற வர்கள் இருந்தனர்.

பரம்பரைச் சித்த மருத்துவரான கந்தப்பர் தன்னிடமிருந்த திருக்குறள் மூலம், திருவள்ளுவமாலை, நாலடி நானூறு ஆகிய வற்றின் சுவடிகளை எல்லிஸுக்கு அளித்தார். எல்லிஸின் உதவி யாளர்களான தாண்டவராய முதலியார், முத்துசாமிப் பிள்ளை ஆகியோரின் உதவியுடன் திருக்குறள் 1831 இல் முதன்முதலாக அச்சேறியது.

தந்தை கந்தசாமி மைலாப்பூரில் பரம்பரை தொழிலான சித்த மருத்துவத்துடன் பச்சைக் கற்பூரம், பூ, நீலம், சோப்பு ஆகியவற்றை யும் வணிகம் செய்து வந்தார். கந்தசாமி முறையான தமிழ்க்கல்வி பயின்றவர்.

அயோத்திதாசர் தனது தந்தையிடமும் காசிமேடு சதாவதானி வைரக்கண் வேலாயுதம் புலவரிடமும், வீ.அயோத்திதாசப் பண்டிதரிடமும், பரங்கிமலை பத்ர தேசிதானந்த அடிகளிடமும் கல்வி கற்றார். தமிழ் சித்த மருத்துவம் தத்துவம் ஆகியவற்றில் புலமை கொண்டார். தன் குருவின் மீது கொண்ட மதிப்பால் காத்தவராயன் என்ற தனது பெயரை அயோத்திதாசர் என மாற்றிக் கொண்டார்.

அயோத்திதாசர் நீலகிரியில் தேவர் இனத்தைச் சேர்ந்த பெண்ணை திருமணம் செய்து கொண்டார். மனைவியுடன் பர்மாவுக்கு சென்று அயோத்திதாசர் அங்கே பத்தாண்டுகள் வாழ்ந்தார்.

இவர்களுக்கு கண்பார்வையற்ற தசரத ராமன் என்ற குழந்தை பிறந்து சில தினங்களில் இறந்தது. குழந்தை இறந்த சோகத்தில் அயோத்தி தாசர் மனைவி காலமானார்.

பின்னர் அயோத்திதாசர் மீண்டும் நீலகிரிக்கே வந்தார். ஊர் திரும்பிய அயோத்திதாசர் முதல் மனைவி இறந்துவிட்ட பிறகு, இரட்டைமலை சீனிவாசனின் தங்கை தனலட்சுமியை இரண்டாவ தாக மணந்தார்.

தனலட்சுமியின் குடும்பம் வைணவ சமய மரபுகளைப் பின்பற்றியது. தன் ஆண் குழந்தைக்கு மாதவராம், பட்டாபிராமன், ஜானகிராமன், இராசாராம் என்றும், புத்த மதத்தை தழுவிய பின்னர் பிறந்த தனது பெண் குழந்தைகளுக்கு அம்பிகாதேவி, மாயாதேவி என்றும் பெயர் சூட்டினார்.

அயோத்திதாசருக்கு பிறகு அவருடைய பணிகளை முன்னெடுத்தவர் அவருடைய மகனாகிய பட்டாபிராமன்.

அயோத்திதாசப் பண்டிதருக்கு ரெவரன்ட் ஜான் ரத்தினம், ஆல்காட் பிரபு உள்ளிட்டோரின் நட்பு கிடைத்தது. 1882 ஆம் ஆண்டு 'திராவிடர் கழகம்' என்ற பெயரில் ஜான் ரத்தினம் ஒரு அமைப்பை நடத்தினார். 1885 இல் நண்பர் ஜான் ரத்தினத்துடன் இணைந்து திராவிடப் பாண்டியன் எனும் இதழைத் தொடங்கினார். அயோத்தி தாசர் அந்த இதழின் துணை ஆசிரியராக பொறுப்பேற்றார். 1887 வரை இவ்விதழ் வெளிவந்தது.

ஆதிதிராவிட பின்புலத்தில் இருந்து வந்த இவர் 19 ஆம் நூற்றாண்டின் இறுதியில் ஆதிதிராவிட மக்களின் முன்னேற்றத்துக்காக அரசியல், சமயம், இலக்கியம் ஆகிய களங்களில் தீவிரமாக செயல்பட்டார்.

அத்வைத வேதாந்தத்தில் ஈடுபாடு கொண்டிருந்தாலும் அதனுடைய இறைக் கொள்கை சடங்குவாதம், பிராமணீய ஆதிக்கம், ஆன்மீகக் கொள்கை, மத பண்பாட்டுத்தளங்கள் என அனைத்து வடிவங் களுக்கும் எதிரான ஒரு பகுத்தறிவு ரீதியான விடுதலை மெய்யியலே அயோத்தி தாசரின் தேடலாக இருந்தது.

பண்டிதருடைய காலம் இந்துத்துவம் மீட்டுருவாக்கம் செய்யப் பட்ட காலமாக இருந்தது. பிரம்ம சமாஜம், ஆரிய சமாஜம் போன்ற அமைப்புகள் மூலம் அனைத்து இந்து சமயத்துக்குள் திணிக்கப் பட்டது.

யாரெல்லாம் கிறிஸ்துவர்கள், இசுலாமியர் இல்லையோ அவர்க ளெல்லாம் இந்துக்கள் என 1861 முதல் 1891 வரை மக்கள் தொகை கணக்கெடுப்பில் இந்து அடையாளத்திற்குள் வலிய திணிக்கப் பட்டார்கள்.

சாதியக் கொடுமையை மிக அதிகமாக அனுபவிக்கும் ஆதிதிராவிட மக்கள் இந்து அடையாளத்தை ஏற்கக் கூடாது என்பதில் மிக எச்சரிக்கையாய் இருந்தவர் அயோத்திதாசர்.

அதற்கு மாற்றாக இந்து அல்லாத மாறி அடையாளம் ஒன்றைத் தேடத் துவங்கினார். தமிழகத்தில் பக்தி வடிவங்களில், தமிழ்ச் சைவ மீட்டுரு வாக்க முயற்சி நடந்தது. இதுவும் ஒரு வகையில் சாதியத்தை உள்வாங்கியவர்களின் முயற்சியாகவே இருந்தது.

தமிழ் சைவம் பிராமண எதிர்ப்பு பேசினாலும் சாதி ஒழிப்பு பற்றி எதுவும் பேசவில்லை. அதனால் அயோத்திதாசர் தமிழ் சைவத்தோடு இணையவில்லை.

பண்டிதரால் துவக்கப்பட்ட சாதியற்ற திராவிட மகாசன சபையின் சார்பாக 1891 டிசம்பர் 1 ஆம் தேதி நிறைவேற்றப்பட்ட இலவசக் கல்வி, கோயில் நுழைவு, தரிசு நிலம் ஒதுக்குதல் போன்ற பல கோரிக்கை அடங்கிய மனு ஒன்றை இந்திய தேசிய காங்கிரசு கட்சிக்கு அனுப்பினார். அந்தக் கோரிக்கைகள் இறுதிவரை நிறை வேற்றப்படவே இல்லை.

சென்னை மகாசன சபை 1892 இல் ஏற்பாடு செய்த கூட்டத்தில் நீலகிரி மாவட்ட பிரதிநிதியாய் பண்டிதர் கலந்து கொண்டு மேற்படி 10 கோரிக்கைகளை சமர்ப்பித்து விஷ்ணு, சிவன் கோவில்களில் நுழைய அனுமதி கேட்டார். அது உடனே மறுக்கப்பட்டு அவமதிக்கப்பட்டார். இந்த அவமானப்படுத்துதல் பண்டிதரை மற்றொரு சிந்தனைக்கு இட்டுச் சென்றது. நாம் யார்? இந்துக்களா? சாதி இழிவுகள் என்றும் நம் மீது திணிக்கப்படுகிறது என எண்ணி சுயத்தை தேடி நகர்ந்தார்.

ஆதிதிராவிட மக்களை ஒடுக்குவதற்கு எழுப்பிய பண்பாட்டு, மதத் தடைகளை நீக்குவது தான் ஒடுக்கப்பட்ட மக்களின் மெய்யான

விடுதலையைக் கொண்டு வரும் என்றும் பௌத்தம் என்ற சாதி வருண எதிர்ப்பு சமயமான பௌத்தமே அதற்கு ஏற்றது என்று கருதினார்.

பௌத்தமே ஆதிதிராவிடர்களின் மூல சமயமாகவும் அவர்களின் தாழ்வு நிலைக்கு காரணமாகவும் அமைந்தது.

●

பகுத்தறிவு, சீர்திருத்தம், சமத்துவம், மொழியுணர்வு, இனஉணர்வு போன்ற கொள்கைகளைக் கொண்ட பண்டிதர் அயோத்திதாசர் நவீன இந்தியாவில் மாபெரும் ஒரு சிந்தனைச் சிற்பி என்றால் மிகையன்று.

தென்னிந்தியாவின் சமூகப் புரட்சிக்கு வித்திட்ட மாமனிதர் அயோத்திதாசர். தனித்தமிழ் இயக்கத்தை தொடங்கி வைத்தவர். இந்தியாவில் பேரரசை நிறுவிய அசோக மன்னனுக்குப் பிறகு தமிழகத்தில் பவுத்த மறுமலர்ச்சியை தோற்றுவித்தவர்.

தந்தை பெரியார், அயோத்திதாசரை தனக்கு முன்னோடி என்று கூறியிருக்கிறார். தேர்தல் பிரச்சாரத்தில் அரசியல் தலைவர்கள் போகிற போக்கில் சொல்லுகிற வார்த்தைகளைப் போல இதைப் பார்க்க முடியாது.

நீதிக்கட்சித் தலைவர்களான சி. நடேச முதலியார், தியாகராச செட்டியார், டி.எம். நாயர் போன்ற தலைவர்களின் வரிசையில்தான் அயோத்திதாசரையும் வைத்திருக்கிறார்.

சுரண்டப்படும் பாட்டாளி வர்க்கத்தின் விடுதலைக்கு தன் வாழ் நாளையே ஒப்படைத்துக் கொண்ட மாமேதை மார்க்ஸ் பிறந்த திங்களில் தான் மேதை அயோத்திதாசர் பிறந்திருக்கிறார்.

திராவிடர் கழகம் என்ற அமைப்பை முதன்முதலில் தோற்றுவித்தவர். இவையெல்லாம் பெரியார் அரசியலில் தீவிரம் காட்டுவதற்கு முன்னதாகவே அயோத்திதாசர் இயங்கிய களங்கள்.

இலக்கிய, சமூக, சமய வரலாற்று ஆய்வுகளின் அடிப்படையில் புதிய சமூகம் படைக்கும் பணியில் தம்மை முழுவதுமாக அர்ப்பணித்து

செயல்பட்டவர். தலித் மக்களின் விடுதலையைத் தொடங்கி வைத்தவர். அதனால்தான் அயோத்திதாசரை தனது முன்னோடி என்று பெருமையாக கொண்டாடியிருக்கிறார் பெரியார்.

பிறப்பை அடிப்படையாக வைத்துக் கற்பிக்கப்படும் ஏற்றத் தாழ்வுகளை அழித்து சமத்துவத்தை நிலைநிறுத்தும் அரசியல் கருத்தியலை உருவாக்கும் ஒரு தேசியத்தை கட்டமைப்புக்கு முயன்றிருக்கிறார் பண்டிதர் அயோத்திதாசர்.

இந்து மதத்தின் மீதும் பார்ப்பனியத்தின் மீதும் வெறுப்புற்றுப் போன அவர், இறைக்கொள்கை, சடங்குவாதம், பார்ப்பனிய ஆதிக்கம், மத பண்பாட்டுத் தளங்கள் ஆகியவைகளைக் கேள்விக்குள்ளாக்கி, சுய சிந்தனை அடிப்படையில் புதிய தேடல்களுக்குத் தயாரானார். பகுத்தறிவை நோக்கி பயணப்பட்டார்.

கல்வியால் மட்டுமே தலித் மக்கள் முன்னேற முடியும் என்று கருதி 1892 இல் சென்னை ஆயிரம் விளக்கு பகுதியில் 5 பள்ளிகளைக் கொண்டு வந்தார்.

1894லேயே சென்னை மற்றும் வடஆர்க்காடு மாவட்டங்களில் பள்ளிகளில் மதிய உணவுத் திட்டம் கொண்டு வந்தார்.

அவரது அமைப்பின் சார்பாக தலித்துகளுக்கு இலவசக் கல்வி, கோயில் நுழைவு, தரிசு நிலம் ஒதுக்குதல் போன்ற பத்து முற்போக்கு கோரிக்கைகள் அடங்கிய மனு ஒன்றை இந்திய தேசிய காங்கிரஸ் கட்சிக்கு அனுப்பினார். அது மறுக்கப்பட்டு அலட்சியப்படுத்தப் பட்டது.

1881 இல் நடந்த மக்கள்தொகை கணக்கெடுப்பில் தலித்துகளை, ‘ஆதித்தமிழன்’ எனப் பதிவு செய்ய வேண்டுமென வற்புறுத்தினார் அயோத்திதாசர். நீண்ட காலத்திற்கு முன் நிலவிய பார்ப்பன எதிர்ப்பு மரபின் வாரிசுகள் தான் தலித்துகள். எனவே ஆதித் தமிழரான இம்மண்ணின் மைந்தர்கள் இந்துக்கள் அல்ல என்று முழங்கினார். இதனை யாராவது இல்லை என்று மறுக்க முடியுமா என எதிரிகளுக்கு அறைகூவல் விடுத்தார்.

இந்தியா உள்ளிட்ட பெரும்பாலான நாடுகளில் இருக்கும் கட்சியான கம்யூனிஸ்ட் கட்சியின் கொள்கை மூலவரான காரல்மார்க்ஸ், 1853ல் 'நியூயார்க் டிரிப்யூன்' என்ற பத்திரிகையில் இந்தியாவைப் பற்றி எழுதும் போது மேல் சாதிக்காரருக்குத் தொண்டு செய்து காப்பாற்றுவதால் தான் தாங்கள் மோட்சத்துக்குப் போக முடியும் என்று இந்த இழிசாதி மக்கள் நம்பினார்கள். எந்த எதிர்ப்பார்ப்பும் இல்லாமல் பார்ப்பானையும் பசுவையும் காப்பாற்றினார்கள் என்றும், சிறுசிறு சமூகங்களாக இருந்த சாதி வேறுபாடுகள் என்ற தொற்றுநோய்க்கு ஆளானவர்களாகவும், அடிமைகளாகவும் வாழ்ந்தார்கள். மனிதனை சூழலை வென்றெடுக்க வேண்டியவனாக ஆக்குவதற்கு மாறாக அவனை சூழலுக்கு அடிமை ஆக்கினார்கள்.

1907லேயே 'தமிழன்' என்ற பத்திரிகை. அதில் தமிழ்நாடு, கோலார், மைசூர், ஐதராபாத் போன்ற உள்நாடுகளிலும் ரங்கோன், மலேசியா, ஆஸ்திரேலியா, தென் ஆப்பிரிக்கா போன்ற வெளிநாடு களிலும் வாழ்ந்த தமிழர்களுக்கு இன உணர்வையும் சமூகச் சிந்தனைகளையும் எழுதி எழுதி தமிழன் என்ற அடையாளத்தை தந்தவரும் பெங்களூரில் நடைபெற்ற தமது 68வது பிறந்தநாள் விழாவில், என் பகுத்தறிவுப் பிரச்சாரத்திற்கும் சீர்திருத்தக் கருத்து களுக்கும் முன்னோடிகளாகத் திகழ்ந்தவர்கள் பண்டிதமணி அயோத்திதாசரும், தங்க வயல் ஜி.அப்பாதுரையார் அவர்களும் ஆவார்கள் என்று தந்தை பெரியாரால் தலை மேல் வைத்துப் போற்றிய காத்தவராயன் என்ற இயற்பெயரைக் கொண்ட பண்டிதர் க.அயோத்திதாசர் ஆவர்.

ஒவ்வொரு காலக்கட்டத்திலும் தான் பார்த்த அனுபவித்த, சிந்தித்த கூறுகளை எழுத்துகளில் கொண்டு வந்தவர் அயோத்திதாசர். தனது நுண்ணிய பார்வையால் இந்து மதத்தை விமர்சித்து ஏராளமான நூல்கள் கட்டுரைகள் எழுதியிருக்கிறார்.

பன்முகத்திறன் கொண்ட அயோத்திதாசர் அரசியல், பொருளாதார ரீதியாக நசுக்கப்படும் தலித் மக்களின் விடுதலையில் சாதி ஒழிப்பில் அதிகமான அக்கறை செலுத்தினார். 1891 இல் சாதி ஒழிப்பைக்

குறிக்கோளாகக் கொண்டு 'சாதியற்ற திராவிட மஹாஜன சபை' என்ற அமைப்பை உருவாக்கினார்.

மதமாற்றம், அத்வைதம், தமிழ் சைவம், தியாசபிகல் தொடர்பு, காங்கிரசுக் கட்சி ஆகிய அனைத்தையும் ஒதுக்கித் தள்ளி, தமிழ் தமிழன் அடையாளத்தை தலித் மக்களை மையமாகக் கொண்டு ஒரு தமிழ்த் தேசியத்தை கட்டமைக்க முயற்சிக்கிறார்.

இந்து மதத்தில் தலித்துகளை ஒடுக்குவதற்காகவே உருவாக்கப்பட்ட பண்பாட்டு, மதத் தடைகளைத் தூக்கி எறிவதுதான் விடுதலைக்கான ஒரே வழியென சாதி, மத, வர்ண எதிர்ப்பு கொண்ட பௌத்தம் உருவாக்கிய தேசத்தில் மனிதநேயம், பகுத்தறிவு, சமத்துவம், இணக்கம் எல்லாம் சிறப்பாக இருந்திருக்கிறது.

பிறகு அன்னியரின் ஊடுருவல் படையெடுப்பு போன்ற காரணங்களினால் காலப்போக்கில் சமத்துவ பௌத்தம் அழிந்தது என்று அயோத்திதாசர் விளக்குகிறார்.

தமிழ் தேசிய தந்தையாகிய அயோத்திதாசர் ஒரு சிறந்த சித்த மருத்துவரும் கூட. ஒரு முறை சென்னை இராயப்பேட்டையில் பௌத்த சங்கக் கூட்டத்தில் அயோத்திதாசர் பேசிக் கொண்டிருக்கும்போது அவரை எதிர்க்கும் நோக்கத்தில் அப்போது இளைஞராக இருந்த தமிழ்ப் பெரியார் திரு.வி.க. அங்கே கற்களைக் கொண்டு எறிந்திருக்கிறார்.

பின்னாளில் அவரது காலில் ஏற்பட்ட கட்டி ஒன்றினை தனது சித்த வைத்திய முறையில் அயோத்திதாசர் பண்டிதர் குணப்படுத்தியிருக்கிறார். பின்னர் அயோத்திதாசர் மறைந்தபோது நெஞ்சை உருக்குவது போல் மிக அற்புதமான இரங்கற்பாவினை எழுதியிருக்கிறார் திரு.வி.க.

அயோத்திதாசர் வள்ளுவரை பௌத்தர் என்னும் வள்ளுவர் சொன்ன ஆதிபகவன் ஆதி பகலவன் என்றும் அது புத்தர்தான் என்றும் விளக்கினார்.

மேலும் பல குறள்களுக்கு பவுத்த வழியில் மறுவாசிப்பு செய்து பொருள் கூறினார். இந்து மதத்தின் பல கூறுகள் புத்த மதத்திலிருந்து வந்தவை என ஆதாரபூர்வமாக நிரூபித்து மக்களிடம் தீவிரமாக பிரச்சாரம் செய்து வந்தார்.

மேலும் புத்தர் இறந்த நாளை புத்தர் பலி விழாவாக - போதிப் பண்டிகை என்று பூர்வ பவுத்தர்கள் கொண்டாடி வந்தார்கள். பார்ப்பனர்கள் இந்த பண்டிகையை போகிப் பண்டிகை என திரித்து விட்டார்கள் என்றார்.

அதே போல திருக்குறளை திரிக்குறள் என்றும் தமிழின் பல பண்டைய நூல்களைப் பௌத்த நூல்கள்தான் என்றும் வாதிட்டு வந்தார் அயோத்திதாசர்.

உலகப் பொதுமறையாம் திருக்குறள் இன்று உலகில் எல்லா மொழிக்காரர்களின் கரங்களிலும் தவழ்ந்து கொண்டிருக்கிறது என்றால் அதற்கு காரணம் அயோத்திதாசரின் பாட்டனார்தான்.

சாதி மதம் கடந்து தமிழ்கூறும் நல்லுலகம் அயோத்திதாசரின் குடும்பத்தாருக்கு நன்றிக்கடன்பட்டிருக்கிறது.

அம்பேத்கர் பெரும்பாலும் புத்த மதத்தை சமூக அறமாகவே கண்டார். புத்த சங்கங்களின் அமைப்பு முறையோடு அவர் தன்னுடைய கொள்கையான சகோதரத்துவத்தைக் கொண்டு போய் இணைத்தார். இது வெறும் விபத்தில்லை.

புத்தர் பிராமணீயத்தின் சடங்குகளை நிர்மூலம் ஆக்கினார். அம்பேத்கர் புத்த மதத்தை மெய்யியலின் எந்தத் தடயமும் இல்லாத ஒன்றாக மாற்ற முயன்றார்.

அவர் மீண்டும் மீண்டும் மந்திர தாயத்தைப் போலத் தன்னுடைய வழிகாட்டும் ஒளி விளக்காக சுதந்திரம், சமத்துவம், சகோதரத்துவம் ஆகியவற்றை வலியுறுத்துவது ஆச்சரியமில்லை. அவர் இன்னமும் குறிப்பாக சகோரத்துவத்தை உண்மையோடு ஒப்பிட்டார். உண்மையும் சகோதரத்துவமும் ஒன்றே என்றார்.

எல்லா வகையான தேடல்களுக்கும் ஒரு மையப்புள்ளி உண்டு. அது சுதந்திரம், சமத்துவம், சகோதரத்துவம். இந்த மதத்தை மட்டுமே

அம்பேத்கர் ஏற்றுக் கொள்வார்.

விடுதலை, சமத்துவம், சகோதரத்துவம் ஆகிய மூன்றையும் புரட்சிகரமாக அம்பேத்கர் பற்றிக் கொள்கிறார். அதனாலேயே அம்பேத்கர் நம் காலத்தின் பெரும் போராட்டங்களில் ஒன்றான ஜனநாயகத்தின் பண்பு என்ன? என்பதன் மைய ஆளுமையாகத் திகழ்கிறார்.

ஜனநாயகம் குறித்து உணர்ச்சி வசப்படாத, தயவு தாட்சண்ய மில்லாத பார்வையை அம்பேத்கர் எப்போதும் கொண்டிருந்தார்.

பாபா சாஹேப் அம்பேத்கரின் பொன்மொழிகள்

10

இந்தியாவில் நிலவி வந்த சாதீயக் கொடுமைகளுக்கு எதிராக 1956 டிசம்பர் 6 ஆம் தேதிவரை அதாவது தன் இறுதி மூச்சு இருந்தவரை தளராது போராடிய புரட்சியாளர் பாபா சாஹேப் அம்பேத்கர் ஆவார்.

உண்மையில் இவர் சட்ட மாமேதை மட்டுமல்ல, அரசியல் வித்தகர், பொருளாதார மாமேதை, வரலாற்று பேராசிரியர், தத்துவஞானி, சட்ட வல்லுநர், தலைசிறந்த எழுத்தாளர், சமூகநீதி சிந்தனையாளர் மற்றும் புரட்சியாளர் என பன்முகத்தன்மை கொண்ட மாமேதை எனலாம்.

ஆங்கிலம், இந்தி, சமஸ்கிருதம், மராத்தி, குஜராத்தி, பிரஞ்சு, பெர்ஷியன், ஜெர்மன், பாலி என பல

மொழிகளும் கற்றறிந்த வித்தகர்.

இவருடைய மகத்தான சேவைகளைப் பாராட்டி இவருக்கு இந்தியாவின் உயரிய விருதான பாரத ரத்னா விருது வழங்கி கௌரவிக்கப்பட்டுள்ளது.

பொன்னேட்டில் பதிக்கத்தக்க பாபா சாஹேப் அம்பேத்கரின் பொன்மொழிகள் :

- உலகில் பிறக்கும்போது யாரும் தெய்வீக குணங்களுடன் பிறப்பதுமில்லை. அவதரிப்பதுமில்லை. அவரவர்கள் மேற் கொள்ளும் முயற்சிகளின் ஏற்றத் தாழ்வுகளே அவர்களை உயர்ந்த நிலைக்கும் தாழ்ந்த நிலைக்கும் இட்டுச் செல்கிறது.
- இந்தியாவில் எத்தனையோ மகாத்மாக்கள் தோன்றி விட்டார்கள். ஆனால், தீண்டாமை கொடுமைதான் இன்னும் ஒய்ந்தபாடில்லை. இந்த மகாத்மாக்கள் என்ன விசயமாகத் தோன்றுகிறார்ககள் என்றுதான் எனக்கு ஒன்றும் புரியவில்லை.
- நீ பிறந்த சமூகத்தின் விடுதலைக்காக நீ போராடத் துணிய வில்லை எனில் அந்த சமூகத்தின் முதல் சாபக்கேடே நீதான்.
- ஒழுக்கம், முன்னேற்றத்தில் சிரத்தை, சிந்தனையில் புரட்சி, இந்த மூன்று விசயங்களுக்காக தன்னை அர்ப்பணித்துக் கொண்டு ஒவ்வொருவரும் வாழ வேண்டும்.
- அடிமை வாழ்வுதான் நமக்கு கிடைத்த கதி என்னும் எண்ணத்தை முதலில் குழி தோண்டிப் புதையுங்கள்.
- கடவுளுக்குத் தரும் காணிக்கையை விட ஒரு ஏழைக்குத் தரும் கல்வி மேலானது.
- கடவுளுக்குச் செலவிடும் பணத்தை உன் குழந்தையின் படிப்புக்கும் அவர்களின் எதிர்கால தேவைகளுக்கும் செலவிடு. அது உன்னையும் உன்னைச் சார்ந்த பிறரையும் வாழ வைக்கும்.
- சுய மரியாதையே மனிதனின் சிறந்த அடையாளம். அதை இழந்து வாழ்வது மிகப்பெரிய அவமானம்.
- தன்னை உயர்ந்த ஜாதியாகவும் பிறிதொரு மனிதனை தாழ்ந்த ஜாதியாகவும் கருதுபவன் ஒரு மனநோயாளி.

* சாதிதான் இங்கு சமூகம் என்றால் வீசும் காற்றில் விஷம் பரவட்டும்.
* அடிமையாக வாழ்க்கை நடத்தும் ஒருவனுக்குத்தான் அடிமையாக அவமானப்படுத்தப்படுவதைப் புரியவை. பிறகு அவன் தானாகவே அடிமைச் சங்கிலியை உடைத்தெறிய கிளர்ந்தெழுவான்.
* ஜாதி உன்னுடைய அடையாளம் அல்ல. அது உன்னுடைய மற்றும் மனித குலத்தின் அவமானம்.
* ஆயிரம் ஆண்டு காலம் அடிமையாக வாழ்வதைவிட அரை நிமிடம் சுதந்திர மனிதனாக வாழ்ந்து மடிவது சிறப்பு.
* நமது திறமையும் நேர்மையும் வெளிப்படும்போது பகைவன் கூட நம்மை மதிப்புடன் பார்ப்பான்.
* உழைப்பவன் அடிமையும் இல்லை. ஊதியம் கொடுப்பவன் கடவுளும் இல்லை.
* வாழ்க்கை நீளமானதாக இருக்க வேண்டிய அவசியமில்லை. அது சிறப்பானதாக இருக்க வேண்டும் என்பதே முக்கியம்.
* பலி பீடங்களில் வெட்டப்படுபவை அப்பாவி ஆடுகள்தானே யொழிய சீறும் சிங்கங்கள் அல்ல. எனவே, சிங்கங்களாக எப்போதும் கர்ஜித்துக் கொண்டே இரு.
* நான் யாருக்கும் அடிமையாக இல்லை. அதே வேளையில் எனக்கு யாரும் அடிமையாக இல்லை.
* எனக்கு மேலே ஒருவரும் இல்லை. எனக்கு கீழேயும் ஒருவரும் இல்லை.
* எவன் ஒருவன் தன் உரிமைகளை தற்காத்துக் கொள்ள தயாராக இருக்கிறானோ, எவன் ஒருவன் தன் பொது விமர்சனங்களுக்கு அச்சப்படாமல் இயங்குகிறானோ, எவனொருவன் சுய சிந்தனை சுயமரியாதையுடன் திகழ்கிறானோ அவனையே சுதந்திரமான மனிதன் என்பேன்.

அம்பேத்கரின் வழிகாட்டி மகாத்மா ஜோதிராவ் புலே

11

மகாத்மா ஜோதிராவ் புலே, விஷ்ணுவின் அவதாரங்களை ஆரிய வெற்றிகளிலிருந்து உருவான அடக்கு முறையின் அடையாளமாக கண்டார். மகாபலியின் ஆட்சியை மீண்டும் நிலைநாட்டுமாறு வேண்டுகோள் விடுத்தார் ஜோதிராவ் புலே.

இன ரீதியாக உயர்ந்தவர்களாகக் கருதப்பட்ட இந்தியாவின் ஆரிய வெற்றியாளர்கள் உண்மையில் பழங்குடி மக்களை காட்டுமிராண்டித் தனமாக அடக்குபவர்கள்.

அவர்கள் சாதி அமைப்பை அடிமைப் படுத்துதல் மற்றும் சமூகப் பிரிவினைக் கான ஒரு கட்டமைப்பை நிறுவியதாக அவர் நம்பினார். இது அவர்களின்

பிராமண வாரிசுகளின் முன்னுரிமையை உறுதி செய்தது.

சாதி அமைப்பு பற்றிய புலேயின் விமர்சனம் இந்துக்களின் மிக அடிப்படையான நூல்களான வேதங்கள் மீதான தாக்குதலுடன் தொடங்கியது. அவர் அதை தவறான உணர்வின் ஒரு வடிவமாக கருதினார்.

பாரம்பரிய வர்ண அமைப்புக்கு வெளியே இருந்த மக்களுக்கு விளக்கமாக தலித் (உடைந்த, நொறுக்கப்பட்ட) என்ற மராத்திய, வார்த்தையை அறிமுகப்படுத்திய பெருமை புலேக்கு உண்டு.

ஜோதிராவ் புலே பூனாவில் 1827 இல் மாலி இனத்தைச் சேர்ந்த ஒரு குடும்பத்தில் பிறந்தவர். மாலிகள் பாரம்பரியமாக பழங்கள் மற்றும் காய்கறிகளை வளர்ப்பவர்களாக பணிபுரிந்தனர்.

சாதியபடி நிலையின் நான்கு மடங்கு வர்ண அமைப்பில், அவர்கள் சூத்திரர்களுக்குள் வைக்கப்பட்டனர். ஜோதிபா கடவுளின் நினைவாகவே பூலே பெயரிடப்பட்டது. அவர் ஜோதிபாவின் ஆண்டு விழாவின் நாளில் பிறந்தார்.

புலேயின் குடும்பம் முன்பு கோர்ஹே என்று பெயரிடப்பட்டது. சதாரா நகருக்கு அருகில் உள்ள கட்குன் கிராமத்தில் அதன் தோற்றம் இருந்தது.

ஜோதிராவ் புலேயின் தந்தை கோவிந்தராவ் விவசாயம் மற்றும் பூ விற்பனையை செய்து வந்தார்.

கோவிந்தராவ் சிம்னாபாயை மணந்து இரண்டு மகன்களைப் பெற்றார். அவர்களின் ஜோதிராவ் இளையவர்.

பின் தங்கிய மாலி சமூகம் கல்விக்கு அதிக முக்கியத்துவம் கொடுக்கவில்லை. இதனால் ஆரம்பப்பள்ளியில் படித்த பிறகு வாசிப்பு எழுதுதல் மற்றும் எண் கணிதம் போன்ற அடிப்படைகளைக் கற்றுக் கொண்ட பிறகு ஜோதிராவை பள்ளியிலிருந்து நிறுத்தி விட்டார் அவரது தந்தை.

அதன்பின் அவர் தனது குடும்பத்தின் மற்ற உறுப்பினர்களுடன் கடையிலும், பண்ணையிலும் வேலைக்குச் சேர்ந்தார்.

இருப்பினும் புலேயின் அதே மாலி சாதியைச் சேர்ந்த ஒருவர் அவரது புத்திசாலித்தனத்தை அடையாளம் கண்டு, உள்ளூர் ஸ்காட்டிஷ் மிஷன் உயர்நிலைப் பள்ளியில் புலேவை அனுமதிக்கு மாறு புலேயின் தந்தையிடம் வற்புறுத்தினார்.

புலே தனது ஆங்கிலப் படிப்பை 1847 இல் முடித்தார். வழக்கப்படி அவர் தனது 13 வயதில் தனது தந்தையால் தேர்ந்தெடுக்கப்பட்ட மாலி சமூகத்தைச் சேர்ந்த ஒரு பெண்ணை திருமணம் செய்து கொண்டார்.

1848 ஆம் ஆண்டு ஒரு பிராமண நண்பரின் திருமணத்தில் கலந்து கொண்டது அவரது வாழ்க்கையில் திருப்பு முனையாக அமைந்தது.

வழக்கமான திருமண ஊர்வலத்தில் புலே பங்கேற்றார். ஆனால் பின்னர் அதைச் செய்ததற்காக அவரது நண்பரின் பெற்றோரால் கண்டிக்கப்பட்டு அவமானப்படுத்தப்பட்டார்.

அவர் ஒரு சூத்திர சாதியைச் சேர்ந்தவர் என்பதால் அந்த விழாவி லிருந்து விலகி இருக்க வேண்டும் என்ற உணர்வு அவருக்கு இருந் திருக்க வேண்டும் என்று சொன்னார்கள். இந்த சம்பவம் சாதி அமைப்பின் அநீதியின் மீது புலேவை ஆழமாக பாதித்தது.

தீண்டத்தகாதவர்கள் தங்கள் நிழல்களால் யாரையும் மாசுபடுத்தி விட அனுமதிக்கப்படவில்லை.

அவர்கள் பயணித்த பாதையை துடைக்க அவர்கள் முதுகில் விளக்குமாறு பொருத்த வேண்டும் என்பதையும் ஜோதிராவ் புலே கவனித்தார்.

இளம் விதவைகள் தங்கள் தலையை மொட்டையடிப்பதை புலே கவனித்தார். தங்கள் வாழ்க்கையில் எந்த விதமான மகிழ்ச்சியையும் தவிர்க்கிறார்கள். தீண்டத்தகாத பெண்கள் எப்படி நிர்வாணமாக நடனமாட நிர்ப்பந்திக்கப்பட்டார்கள் என்று பார்த்தார்கள்.

சமத்துவமின்மையை ஊக்குவிக்கும் இந்த சமூகத் தீமைகளையெல் லாம் கண்டு கொண்டு பெண்களுக்கு கல்வி கற்பிக்க முடிவு செய்தார்.

1848 ஆம் ஆண்டில் 21 வயதில் ஜோதிராவ் புலே அகமது நகரில் கிறிஸ்தவ மிஷினரி சிந்தியா ஃபரரால் நடத்தப்படும் ஒரு பெண்கள் பள்ளிக்குச் சென்றார் புலே.

தாமஸ் பெயினின் மனித உரிமைகள் புத்தகத்தைப் படித்து சமூக நீதியின் தீவிர உணர்வை வளர்த்துக் கொண்டார்.

இந்திய சமூகத்தில் சுரண்டப்படும் சாதிகளும் பெண்களும் பாதக மாக இருப்பதையும், இந்தப் பிரிவினரின் கல்வி அவர்களின் விடுதலைக்கு இன்றியமையாதது என்பதையும் அவர் உணர்ந்தார்.

இந்த முடிவில் அதே ஆண்டில் புலே தனது மனைவி சாவித்திரி பாய்க்கு படிக்கக் கற்றுக் கொடுத்தார். பின்னர் இத்தம்பதியினர் புனேயில் பெண்களுக்காக நடத்தப்படும் முதல் பள்ளியைத் தொடங்கினார்.

அவர் தனது சகோதரியான சகுனாபாய்க்கு மராத்தியை சாவித்திரி பாயுடன் சேர்ந்து எழுதக் கற்றுக் கொடுத்தார்.

புனே நகரின் பழமைவாத உயர் சாதி சமூகம் அவரது வேலையை ஏற்கவில்லை. ஆனால் பல இந்தியர்களும் ஐரோப்பியர்களும் அவருக்கு தாராளமாக உதவினார்கள்.

புனேவில் உள்ள பழமைவாதிகள் அவரது சொந்த குடும்பத்தையும், சமூகத்தையும் அவர்களையும் ஒதுக்கி வைக்கும்படி கட்டாயப் படுத்தினர்.

இந்நிலையில் அவரது நண்பர் உஸ்மாஷேக் மற்றும் அவரது சகோதரி பாத்திமா ஷேக் ஆகியோர் அவர்களுக்கு அடைக்கலம் அளித்தனர். அவர்களும் தங்கள் வளாகத்தில் பள்ளி தொடங்க உதவினர்.

பின்னர் மஹர் மற்றும் மாங் போன்ற தீண்டத்தகாத சாதிகளைச் சேர்ந்த குழந்தைகளுக்காக ஃபூல்ஸ் பள்ளிகளை தொடங்கினர். 1852 இல் மூன்று ஃபுலே பள்ளிகள் செயல்பாட்டில் இருந்தன. 273 பெண்கள் இந்தப் பள்ளியில் கல்வி தொடர்ந்தனர். ஆனால் 1858 வாக்கில் அவை அனைத்தும் மூடப்பட்டன.

ஜோதிராவ் புலே மறுமணத்தை ஆதரித்தார். 1863 இல் ஆதிக்க சாதி கர்ப்பிணி விதவைகள் பாதுகாப்பான இடத்தில் பிரசவம் செய்வதற்காக ஒரு இல்லத்தை தொடங்கினார்.

சிசுக்கொலை விகிதத்தைக் குறைக்கும் முயற்சியில் அவரது அனாதை இல்லம் நிறுவப்பட்டது.

1863 இல் புலே ஒரு பயங்கரமான சம்பவத்தைக் கண்டது. காஷிபாய் என்ற பிராமண விதவை கருவுற்றாள். அவள் கருகலைப்பு முயற்சிகள் வெற்றி பெறவில்லை. பிரசவித்தவுடன் கொன்று குழந்தையை கிணற்றில் வீசியபோது அவள் செய்த செயல் வெளிச்சத்துக்கு வந்தது.

அவள் தண்டனையை எதிர்கொள்ள வேண்டியிருந்தது. சிறையில் அடைக்கப்பட்டாள். இந்தச் சம்பவம் புலேவை பெரிதும் வருத்த மடையச் செய்தது.

எனவே அவர் தனது நீண்டகால நண்பர் சதாசிவ பல்லால் கோவண்டே மற்றும் சாவித்திரிபாய் ஆகியோருடன் இணைந்து சிசுக்கொலை தடுப்பு மையத்தை தொடங்கினார்.

'விதவைகளே! இங்கே வந்து உங்கள் குழந்தையை பாதுகாப்பாகவும், ரகசியமாகவும் பிரசவிப்பது, பின்னர் குழந்தை எடுத்து செல்வதா, விட்டுச் செல்வதா என்பது உங்கள் விருப்பம். இந்த அனாதை இல்லம் குழந்தையை பாதுகாக்கும்' என்ற சுவரொட்டியை துண்டுப் பிரசுரங்களை விளம்பரப்படுத்தினார்.

சுரண்டப்பட்ட சாதியினரைச் சூழ்ந்துள்ள சமூக தீண்டாமையின் இழிவை நீக்குவதற்கு, சுரண்டப்பட்ட சாதியினருக்கு தனது வீட்டைத் திறந்து தனது தண்ணீர் கிணற்றை பயன்படுத்துவதன் மூலம் புலே முயன்றார்.

1882 இல் ஒரு கல்வி கமிஷன் விசாரணையில், கீழ் சாதியினருக்கு கல்வி வழங்க உதவுமாறு புலே அழைப்பு விடுத்தார். அதைச் செயல் படுத்த கிராமங்களில் ஆரம்பக் கல்வியை கட்டாயமாக்குவதை அவர் ஆதரித்தார்.

உயர்நிலைப் பள்ளிகள் மற்றும் கல்லூரிகளில் தாழ்த்தப்பட்ட வகுப்பினரை பெறுவதற்கு சிறப்பு சலுகைகள் அவர் கேட்டார்.

1874 ஆம் ஆண்டு செப்டம்பர் 24 ஆம் தேதி ஜோதிராவ் புலே, சத்ய சோதக் சமாஜை உருவாக்கி, தாழ்த்தப்பட்ட பெண்கள், சூத்திரர் மற்றும் தலித் போன்றோரின் உரிமைகளில் கவனம் செலுத்தினார்.

இந்த சமாஜனத்தின் மூலம் அவர் உருவ வழிபாட்டை எதிர்த்தார். மற்றும் சாதி அமைப்பைக் கண்டித்தார்.

மனித நல்வாழ்வு, மகிழ்ச்சி, ஒற்றுமை, சமத்துவம் மற்றும் எளிதான மதக் கொள்கைள் மற்றும் சடங்குகள் போன்ற கொள்கைகளுடன் புலே சத்ய சோதக் சமாஜை நிறுவினார்.

புனேவை தளமாகக் கொண்டு ஒரு செய்தித்தாள், தீன்பந்து, சமாஜத்தின் கருத்துக்களுக்காக குரல் கொடுத்தது.

சமாஜின் உறுப்பினர்களில் முஸ்லீம்கள், பிராமணர்கள் மற்றும் அரசு அதிகாரிகள் இருந்தனர்.

புலேயின் சொந்த மாலி சாதியினர் இந்த அமைப்பிற்கு முன்னணி உறுப்பினர்களையும் நிதி ஆதரவளார்களையும் வழங்கினர்.

1888 மே 11 அன்று பம்பாயைச் சேர்ந்த மற்றொரு சமூக சீர்திருத்த வாதியான வித்தல்ராவ் கிருஷ்ணாஜி வந்தேகர் மூலம் ஜோதிராவ் புலேவுக்கு 'மகாத்மா' என்ற பட்டம் வழங்கப்பட்டது.

இந்திய அஞ்சல் துறை 1977 ஆம் ஆண்டு புலேயின் நினைவாக தபால் தலையை வெளியிட்டது.

இந்தியாவின் முதல் சட்ட அமைச்சரும், இந்திய அரசியல் அமைப்பு வரைவுக்குழுவின் தலைவருமான பி.ஆர். அம்பேத்கருக்கு புலேயின் பணி உத்வேகம் அளித்தது. அம்பேத்கர் தனது மூன்று குருக்கள் அல்லது எஜமானர்களில் ஒருவராக புலேயை ஒப்புக் கொண்டார்.

ஒரு சமூக ஆர்வலராக அவரது பாத்திரம் தவிர புலே ஒரு தொழிலதிபராகவும் இருந்தார். 1882 ஆம் ஆண்டு அவர் ஒரு வணிக ராகவும், விவசாயிகளாகவும், நகராட்சி ஒப்பந்தரராகவும் தன்னை வடிவமைத்துக் கொண்டார்.

புலே 1876 இல் அப்போதைய பூனா நகராட்சிக்கு கமிஷனராக நியமிக்கப் பட்டார். 1883 வரை இந்தப் பதவியில் இவர் தொடர்ந்து பணியாற்றினார்.

மகாத்மா ஜோதிராவ் புலே மிகச் சிறந்த படைப்பாளராக விளங்கினார். ஏராளமான சிறந்த நூல்களை இவர் எழுதியுள்ளார்.

ஜோதிராவ் புலே ஏறத்தாழ 16 புத்தகங்களை எழுதியுள்ளார். இந்த நூல்கள் மூலம் அந்த காலகட்டத்தில் உயர்சாதியினர் மற்றும் பிரிட்டிஷ் நிர்வாகிகளின் அட்டூழியங்களுக்கு ஆளான தாழ்த்தப் பட்ட மக்களின் சமூக விழிப்புணர்வுக்கு பங்காற்றினார்.

இவர் தீண்டாமை மற்றும் சாதி அமைப்பு போன்ற சமூக தீமைகளுக்கு எதிராக பணியாற்றினார். மேலும் பெண்களின் அதிகாரம் மற்றும் பெண் குழந்தைகளின் கல்விக்கான வலுவான வக்கீலாக இருந்தார்.

அடிமைத் தனத்தை முடிவுக்கு கொண்டு வருவதற்கான ஆப்பிரிக்க, அமெரிக்க இயக்கத்திற்கு அவர் தனது குலாம்கிரி (அடிமைதனம்) புத்தகத்தை அர்ப்பணித்தார்.

பெரும்பாலும் வர்ண அமைப்புக்கு வெளியே உள்ள ஒடுக்கப்பட்ட மக்களை சித்தரிப்பதற்காக 'தலித்' என்ற சொல்லை முதன் முதலில் பயன்படுத்தியவர் புலே என்று கூறுகிறார்கள்.

அவர் தனது மனைவி சாவித்திரிராவ் உடன் இணைந்து தொடங்கிய பள்ளி காலனித்துவ காலத்தில் சமூக சீர்திருத்தங்களின் ஒரு புதிய கலையை தொடங்கியது.

ஜோதிராவ் குடும்பம் ஆரம்பத்தில் பூ வியாபாரம் செய்து வந்தார்கள் என்பதால் புலே (பூக்காரர்) என்பது குடும்பப் பெயராக ஆகிவிட்டது.

மகாத்மா ஜோதிராவ் புலே கல்வியால் சமூக மாற்றத்தை விளைவித்தவர். கல்வி மறுக்கப்பட்ட பட்டியல் சாதி, பிற்படுத்தப்பட்ட மக்களுக்கும், பெண்களுக்கும் கல்வி புகட்டியவர்.

சாதிய ஏற்றத்தாழ்வுகளையும், பெண்ணடிமைத் தனத்தையும் எதிர்த்துப் போராடுவதற்காகவே தன் வாழ்க்கையை அர்ப்பணித்தவர் மகாத்மா ஜோதிராவ் புலே.

இன்றைய மகாராட்டிர மாநிலத்தின் சாதறா மாவட்டத்தில் 1827 ஏப்ரல் 11 அன்று பிறந்த ஜோதிராவ் புலேயின் தாயார் இவருக்கு ஒரு வயது நிறைவடைவதற்குள்ளேயே இறந்து விட்டார்.

காந்திக்கு மகாத்மா எனும் பட்டம் வழங்கப்படுவதற்கு நீண்ட காலத்திற்கு முன்பே மகாத்மா எனும் பட்டம் பெற்ற மற்றொரு சமூக சீர்திருத்தவாதியாக இவர் விளங்கினார்.

இவரது மனைவியான சாவித்திரிபாய் புலேவும் ஒரு சமூக சேவகர் ஆவார். இவர் இந்தியாவின் முதல் பெண் ஆசிரியராகவும், பெண் விடுதலை இயக்கத்தின் முதல் தலைவராகவும் அறியப்படுகிறார்.

ஜோதிராவ் புலே குழந்தை திருமணங்களை கடுமையாக எதிர்த்த துடன் விதவைகள் மறுமணத்திற்காகவும் உழைத்தார்.

1868 இல் தனது சகோதரத்துவ அணுகுமுறையை வெளிப்படுத்த ஜோதிராவ் தனது வீட்டிற்கு வெளியில் அனைத்து சாதி மனிதர் களுக்கும் பொதுவான ஒரு குளியல் தொட்டியை கட்ட முடிவு செய்தார்.

இவரது மனைவி சாவித்திரி புலே சாதி மற்றும் பாலின அடிப்படை யில் மக்களிடையே நிலவும் பாகுபாடு மற்றும் அவர்களை நியாயமற்ற முறையில் நடத்தும் முறையை ஒழிப்பதற்காகப் பணியாற்றினார்.

இவர் மகாராட்டிராவின் சமூக சீர்திருத்த இயக்கத்தின் முக்கியமான நபராகக் கருதப்படுகின்றார்.

ஜோதிராவ் மற்றும் சாவித்திரிபாய் ஆகியோருக்கு குழந்தைகள் இல்லை என்பதால் அவர்கள் ஒரு பிராமண விதவைக்குப் பிறந்த யஷ்வந்த் ராவை என்ற ஒரு மகனை தத்தெடுத்து கொண்டனர்.

சாவித்திரிபாயின் நெருங்கிய தோழியான பாத்திமா பேகம் ஷேக் இந்தியாவின் முதல் இஸ்லாமிய பெண் ஆசிரியர் ஆவார்.

சாவித்திரிபாய் 1854 ஆம் ஆண்டில் காவ்யா புலே எனும் புத்தகத்தை யும், 1892 ஆம் ஆண்டு பவன்காஷி சுபோத் ரத்னாகர் எனும்

புத்தகத்தையும், 'செல்க கல்வி பெறுக' எனும் தலைப்பிலான ஒரு கவிதையையும் வெளியிட்டார்.

பெண்களது உரிமைகள் தொடர்பான விழிப்புணர்விற்காக மகிளா சேவா மண்டல் எனும் அமைப்பினை இவர் நிறுவினார்.

பாண்டுரங் பாபாஜி கெய்குவாட் என்பவரின் மகனைக் காப்பாற்றும் முயற்சியில் சாவித்திரிபாய் வீரமரணம் அடைந்தார்.

1888 ஆம் ஆண்டு மகாத்மா ஜோதிராவ் புலே பக்கவாதத்தால் பாதிக்கப்பட்டு முடங்கிய நிலையில் *1890* ஆம் ஆண்டு நவம்பர் *28*ஆம் நாள் தனது *63* ஆம் வயதில் புனேயில் அவர் காலமானார்.

மதம் குறித்து
அம்பேத்கரின் பதிலுரைகள்

12

"மதம் ஏன் இருக்கிறது? அது ஏன் அவசியமாகிறது? என்று கேள்வி கேட்டு அதற்கு அம்பேத்கர் பதிலளித்தார்.

இந்தப் பிரச்சனையை நாம் புரிந்து கொள்ள வேண்டும். மதம் என்றால் என்ன என்று பலர் பலவிதமாக விளக்கம் சொல்லியிருக்கிறார்கள். அவற்றுள் ஒரே ஒரு விளக்கம்தான் பொருள் புரிந்ததாகவும் எல்லோராலும் ஏற்றுக் கொள்ளக்கூடியதாகவும் இருக்கிறது. மக்கள் மீது எது ஆளுமை செலுத்துகிறதோ, அதுவே மதம். இதுதான் மதம் என்பதற்கு உண்மையான விளக்கம். இது என்னுடைய விளக்கமில்லை; சனாதன இந்துக்களின்

தலைவரான திலகர் தந்த விளக்கம். ஆகவே புதிதாக ஒரு விளக்கம் தருகிறேன் என்று யாரும் எண்ணி விட வேண்டாம். திலகரின் விளக்கத்தை வாதத்திற்காக மட்டுமே நான் ஏற்றுக் கொண்டதாக நீங்கள் புரிந்து கொள்ள வேண்டும்.

சமுதாயத்தை நிர்வகிப்பதற்காகச் சில விதிகளை அதன் மீது திணிக்கிறோம். அது மதம். மதத்தைப் பற்றிய என்னுடைய கருது கோளும் அதுவேதான். இந்த விளக்கம் எதார்த்த அடிப்படையிலும் தர்க்க அடிப்படையிலும் சரியாகவே இருக்கிறது. ஆனால் சமூகத்தை ஆளும் அந்த விதிகளின் இயல்புகள் என்னவென்று தெளிவாக்க இந்த விளக்கம் முயலவில்லை. அவ்விதிகளின் இயல்பு எப்படிப்பட்டதாக இருக்க வேண்டும் என்னும் கேள்விக்கு இதில் பதிலில்லை. மதம் என்றால் என்ன? என்ற கேள்விக்கு விதிகளின் இயல்பு பற்றிய இந்தக் கேள்வி முக்கியமானது. எது மதம்? எது மதமில்லை? என்பது மதத்திற்கு தரப்பட்ட விளக்கத்தைப் பொருத்து அமைவதில்லை. மாறாக, சமுதாயத்தின் மீது ஆளுமை செலுத்தும் விதிகளின் இயல்புக்கு என்ன நோக்கமோ, அதை அடிப்படையாக வைத்து இந்தப் பிரச்சனையை அலசும்போது இன்னொரு பிரச்சனையும் எழுகிறது.

மனிதனுக்கும் சமுதாயத்திற்குமான உறவு என்ன? நவீன சமூகத் தத்துவாசிரியர்கள் இந்தக் கேள்விக்கு மூன்று விதத்தில் பதில் தந்தார்கள். தனிமனித மகிழ்ச்சியைப் பெற்றுத் தருவதே சமுதாயத் தின் இலக்கு என்பது சிலர் கருத்து. இன்னும் சிலர், மனிதனின் இயல்பான பண்புகள், ஆற்றல்கள் ஆகியவற்றின் வளர்ச்சிக்காகவே சமுதாயம் நிலைத்திருக்கிறது. அவன் தன்னைத்தானே வளர்த்துக் கொள்ள அது உதவுகிறது என்றார்கள் வேறு சிலர். இப்படித் தனிமனிதனுக்கு முக்கியத்துவம் தராமல் லட்சியபூர்வமான சமுதாயத்தைப் படைப்பதே நோக்கமென்று சொன்னார்கள். இந்து மதத்தின் கருதுகோள் மேலே கூறிய கருத்திலிருந்து முற்றிலும் மாறுபடுகிறது. இந்து மதத்தில் தனி மனிதருக்கு இடமில்லை. அதன் அடிப்படைக் கருதுகோள் வர்க்கம் சார்ந்தது. ஒரு தனி மனிதன் இன்னொரு தனிமனிதருடன் எப்படி உறவாட வேண்டுமென்று இந்துமதம் கற்பிக்க முயலவில்லை; தனிமனிதனை ஏற்காத எந்த

மதத்தையும் நான் ஏற்பதற்கில்லை. ஒரு தனிமனிதனுக்குச் சமுதாயம் என்பது தேவைதான். ஆனால் சமூக நலன் மட்டுமே ஒரு மதத்தின் லட்சிய எல்லையாக இருக்க முடியாது. தனி மனிதன் நலனும் முன்னேற்றமும் மதத்தின் முக்கிய நோக்கங்களாக இருந்தே தீர வேண்டும் என்பதே என் கொள்கை. தனிமனிதன் என்பவன் சமுதாயத்தின் அம்சம்தான். ஆனால் அவனுக்கும் சமுதாயத்துக்குமான தொடர்பு, உடலுக்கும் உறுப்புகளுக்கும் இடையிலான தொடர்பு, வண்டிக்கும் சக்கரங்களுக்கும் இடையிலான தொடர்பு போன்றதோ ஆகாது; ஒரு சொட்டு நீர் கடலில் விழும்போது அது கடலுடன் ஐக்கியமாகிறது. அதுபோல் சமுதாயத்தில் வாழ்கிற மனிதர்கள் சமுதாயத்தில் ஐக்கியமாவதில்லை. மனித வாழ்க்கை சுதந்திரமானது. அவன் சமுதாயத்திற்குத் தொண்டு புரிவதற்காக மட்டுமே பிறக்கவில்லை. சுய மேம்பாடும் அவனுடைய நோக்கமாகும். இதனால்தான் வளர்ச்சி பெற்ற நாடுகளில் ஒருவன் இன்னொருவனை அடிமை கொள்ளலாகாது என்னும் கருத் தோட்டம் நிலவுகிறது.

தனி மனிதனுக்கு முக்கியத்துவம் தராத மதத்தை நான் ஏற்க மாட்டேன். இந்து மதம் தனி மனித முக்கியத்துவத்தை ஏற்பதில்லை. எனவே, அதை நான் ஏற்பதற்கில்லை. ஒரு வர்க்கம் மட்டுமே அறிவை ஈட்ட முடியும். இன்னொரு வர்க்கம் ஆயுதம் மட்டும்தான் பயன்படுத்த முடியும். மூன்றாம் வர்க்கம் வணிகம் செய்ய வேண்டும். நான்காம் வர்க்கம் முதல் மூன்று வர்க்கங ்களுக்கும் ஏவல் செய்ய வேண்டும் என்று விதிக்கும் ஒரு மதத்தை நான் ஏற்பதற் கில்லை. ஒவ்வொருவருக்கும் அறிவு தேவை, ஆயுதம் தேவை, பணம் தேவை; சிலருக்கு மட்டுமே கல்வி தந்து மற்றவர்களை இருளில் வீழ்த்தும் நோக்கம் கொண்ட மதம் மதமே அல்ல. மக்களை மன அளவில் அடிமைத் தனத்தில் ஆழ்த்துகின்ற மதத்தை சதி என்றுதான் சொல்ல வேண்டும். ஒரு வர்க்கம் ஆயுதம் வைத்திருக்கலாம் என்றும், இன்னொன்று அதைத் தொடவே கூடாது என்றும் சொல்லுகிற மதம் அந்த இன்னொரு வர்க்கத்தை மீளாத அடிமை நிலையில் வைத்திருக்கும் ஒரு தந்திரமே தவிர வேறில்லை என்பேன். சொத்து சேர்க்கும் பாதையை ஒரு

வர்க்கத்திற்கு மட்டுமே திறந்துவிடுவது, பிறரின் அன்றாடத் தேவை களுக்குக் கூட முன்கூறிய வர்க்கத்தைச் சார்ந்திருக்க வேண்டும் என்று சொல்லுகிற மதம் மதமே அல்ல. அது ஒரு ஏதேச்சதிகாரம். இதைத்தான் இந்து மதம் சதுர்வர்ணம் என்கிறது. சதுர்வர்ணத்தின் மீது என் கருத்துகளை நான் தெளிவாகத் தெரிவித்திருக்கிறேன். இந்து மதம் உங்களுக்குப் பயன் அளிக்கக் கூடியதா என்பதை நீங்களே எண்ணிப் பார்த்துக் கொள்ளுங்கள். மதம் என்பதன் அடிப்படை நோக்கம் தனிமனிதனின் ஆன்மிக வளர்ச்சிக்கான சூழலை உருவாக்குவதுதான். இதை ஏற்றுக் கொண்டால் இந்து மதத்தின் மூலம் உங்கள் ஆன்மிகம் ஒருபோதும் மேம்பாடு அடையாது என்பது தெளிவாகிறது. தனிமனிதனை உயர்த்துவதற்கு மூன்று காரணிகள் வேண்டும். அவை: 1. அனுதாபம், 2. சமத்துவம், 3.சுதந்திரம். இந்து மதத்தில் இவற்றில் ஏதேனும் ஒன்றாவது உண்டா? உங்கள் அநுபவத்தை வைத்துப் பதில் சொல்லுங்கள் என்று கேள்வி கேட்டார்.

'இந்து மதத்தில் உங்கள் மீது அனுதாபம் உண்டா?' என்று கேள்வி கேட்டு, அதற்கு அம்பேத்கர் பதிலளித்தார்.

அனுதாபம் இந்து மதத்தில் அறவேயில்லை. நீங்கள் எங்கு சென்றாலும் உங்களை எவரும் அனுதாபத்தோடு பார்ப்பதில்லை. இந்த விஷயத்தில் உங்கள் அனைவருக்குமே அனுபவம் உண்டு. உங்களை இந்துக்கள் எப்போதும் சகோதரத்துவத்துடன் நடத்தியதில்லை. அயல்நாட்டுக்காரர்களை விட கேவலமாகத்தான் நடத்தியிருக் கிறார்கள். இந்துக்களும் தீண்டத்தகாதவர்களும் பக்கம் பக்கமாக வாழ்கின்ற ஒரு கிராமத்தில் இரு சாராரையும் சகோதரர்கள் என்று யாராவது சொல்கிறார்களா? ஏதோ எதிரெதிர் முகாம்களில் முட்டி மோதிக் கொள்வதற்காகத் தயார் நிலையில் இருக்கம் இரு படைகள் என்றுதானே சொல்லுகிறார்கள்.'

இந்துக்களுக்கு எள்ளளவும் உங்கள் மீது நேசமில்லை. முஸ்லீம்கள் மீதாவது அவர்களுக்கு ஓரளவு நேசம் உண்டு. உங்களை விட முஸ்லீம்களை அவர்கள் நெருக்கமாக வைத்திருக்கிறார்கள். இந்துக்களும் முஸ்லீம்களும் உள்ளூர் குழுக்களிலும், சட்டமன்றங்

களிலும், வணிகத்திலும் ஒருவருக்கொருவர் உதவிக் கொள்ளு கிறார்கள். ஜாதி இந்துக்கள் அத்தகைய அநுதாபத்தை உங்கள் மீது காட்டியதாக ஒரு சான்று தர முடியுமா? அவர்களுடைய மனங் களில் உங்கள் மீது வெறுப்பைத்தான் வளர்த்துக் கொண்டிருக் கிறார்கள். இந்த வெறுப்பால் எத்தகைய பயங்கர விளைவுகள் ஏற்பட்டுள்ளன? நீதி கேட்டு நீதிமன்றம் போகிறவர்களையும் உதவி கேட்டு காவல் நிலையத்தை அணுகுபவர்களையும் கேட்டுப் பாருங்கள். அவர்கள் கதை கதையாகச் சொல்வார்கள்.

'இந்து மதத்தில் உங்களுக்கு சமத்துவம் உண்டா?' என்று கேள்வி கேட்டு, அதற்கு அம்பேத்கர் பதிலளித்தார்.

இப்படி ஒரு கேள்வியைக் கேட்கவே கூடாது. தீண்டாமை என்றாலே சமத்துவமின்மை என்றுதான் பொருள். தீண்டாமையை உலகில் வேறு எங்கும் பார்க்க முடியாது. உலக வரலாற்றில் இத்தகைய ஏற்றத்தாழ்வு எந்தக் காலத்திலும் இருந்ததில்லை. இதனால் உயர்வு மனப்பான்மையும் தாழ்வு மனப்பான்மையும் ஏற்பட்டு ஒருவர் மகளை இன்னொருவருக்குத் திருமணம் செய்வது ஒருவர் இன்னொருவருடன் நன்றாக அமர்ந்து உண்ணுவது கூட முடியாத செயலாகிறது. இந்து மதத்தில் இவை சர்வ சாதாரணம். ஒருவன் இன்னொரு மனிதனைத் தீண்டக்கூடாது என்று தள்ளி வைக்கும் கீழ்த்தரமான மரபு இந்து மதத்தையும் இந்து சமுதாயத்தை யும் தவிர வேறு எங்காவது இருக்கிறதா? ஒரு மனிதனை இன்னொருவன் தீண்டுவதால் அவன் அசுத்தமாகிப் போகிறான் என்றும், அந்த தீண்டுதலால், தண்ணீருக்குக் கூட தீட்டு வந்து விடுகிறது என்றும், அவன் கடவுளைத் தொழவும் அருகதை அற்றவன் என்றும் இங்கு நிலவுகின்ற மரபு மனித சமுதாயத்தில் வேறு எங்காவது உண்டா? தீண்டத்தகாதவர்களையும் தொழு நோயாளிகளையும் ஒரே மாதிரிதானே நடத்துகிறார்கள்? தொழு நோயாளியைப் பற்றிய நினைப்பே மக்களுக்கு அருவருப்பைத் தருகிறது. என்றாலும் அவன் மீது மக்களுக்கு இரக்கம் உண்டு. உங்களைப் பொருத்தவரை அருவருப்பும் வெறுப்பும் மட்டுமே உண்டு. ஆகவே தொழுநோயாளியை விடவும் கீழான நிலையில் நீங்கள் இருக்கிறீர்கள்.

இன்னும் கூட, உண்ணா நோன்பை முடிக்கிற ஒருவர் மகர் என்கிற வார்த்தையை யாராவது உச்சரிக்கக் கேட்டுவிட்டால் போதும் அடுத்த நொடியே உணவைக் கையால் தொடுவதில்லை. அந்த அளவு உங்கள் உடலுக்கும், உங்கள் சொற்களுக்கும் கேவலமான பொருள் கூறப்படுகிறது. இந்து மதத்தில் தோன்றிய களங்கம் என்று தீண்டாமையை சிலர் வர்ணிக்கிறார்கள். இந்தக் கூற்றில் அர்த்தமேயில்லை. எந்த இந்துவும் இந்த மதத்தில் இப்படி ஒரு களங்கம் இருப்பதாக நினைப்பதில்லை. பெரும்பான்மை இந்துக்கள் உங்களைத்தான் களங்கம் என்று கருதுகிறார்கள். நீங்கள் அசுத்தமானவர்கள் என்றுதான் கருதுகிறார்கள். இந்நிலை உங்களுக்கு வரக் காரணம் என்ன? இந்துக்களாக நீடிப்பதால்தான் இந்நிலை உங்கள் மீது திணிக்கப்பட்டிருக்கிறது.

உங்கள் சமூகத்தில் இருந்து பலர் முஸ்லீம் மதத்திற்குப் போய் விட்டார்கள். அவர்களைத் தீண்டத்தகாதவர்கள் என்றோ, தங்களுக்குச் சம அந்தஸ்தில் இல்லாதவர்கள் என்றோ இந்துக்கள் கருதுவதில்லை; கிறிஸ்தவ மதத்திற்கு மாறியவர்கள் நிலையும் அதுதான். திருவாங்கூரில் அண்மையில் நிகழ்ந்த ஒரு சம்பவம் இங்கே குறிப்பிடத்தக்கது. 'தீயா' என்று அங்கே அழைக்கப்படுகிற தீண்டத்தகாதவர்கள் குறிப்பிட்ட சில தெருக்களில்கூடச் செல்லக் கூடாது என்று ஒரு விதி இருந்தது. சில தினங்களுக்கு முன் அவர்களில் சிலர் சீக்கிய மதத்தைத் தழுவினார்கள். உடனே அவர்கள் மீதிருந்த தடை நீக்கப்பட்டது. இதிலிருந்து என்ன தெரிகிறது? நீங்கள் தீண்டத்தகாதவர்களாகவும் சரிசமம் அற்றவர்களாகவும் கருதப் படுவது நீங்கள் இந்துவாக இருக்கும்போதுதான்.

இப்படியொரு சமத்துவமின்மை, அநீதி நிலவுகிறது. சில இந்துக்கள் தீண்டதகாதவர்களைத் தேற்ற முயல்கிறார்கள். நீங்கள் படிப்பாளி யாகுங்கள்; சுத்தமாக இருங்கள்; அப்போது உங்களைத் தொடுவார்கள்; சமமாக நடத்துவார்கள் என்கிறார்கள். படித்த, பணமுள்ள, சுத்தமான மகரும் படிக்காத ஏழ்மையான அசுத்தமான மகரைப் போலவே மோசமாகத்தான் நடத்தப்படுகிறார்கள் என்பது உங்களுக்கும் தெரியும். இன்னொன்று, படிப்பும் சொத்தும், நல்ல

ஆபரணங்களும் ஆடைகளும் பெற முடியாத ஒருவன் சமத்துவத்தை மட்டும் எங்கிருந்து பெறுவான்? அறிவு, சொத்து, துணிமணிகள் என்பவை ஒருவனுக்குப் புற அடையாளங்கள்; இவற்றிற்கும், சமத்துவத்திற்கும் முடிச்சுப் போடக்கூடாது என்பதுதான் கிறித்துவத் திலும், இஸ்லாமிலும் கற்பிக்கப்படுகிற கோட்பாடு. காரணம் அந்த மதங்கள் மனித நேயத்தை அடிப்படையாகக் கொண்டவை. மனிதனை மனிதன் மதிக்க வேண்டும்; அவமரியாதை செய்தல் கூடாது; எல்லோரையும் சரிசமமாக நடத்த வேண்டும் என்றுதான் அந்த மதங்கள் போதிக்கின்றன. இத்தகைய போதனைகள் இந்து மதத்தில் அறவே இல்லை.

மனித நேயத்தையே வலியுறுத்தாத ஒரு மதத்தால் என்ன பயன்? அதில் நீடிப்பதில்தான் என்ன நன்மை? இந்தக் கேள்விக்குப் பதில் சொல்ல முற்படும் சில இந்துக்கள் உபநிஷதங்களை மேற்கோள் காட்டுகிறார்கள். கடவுள் எல்லோரிடத்திலும் நீக்கமற நிறைந்து இருக்கிறார் என்று உபநிஷதம் சொல்கிறது என்கிறார்கள். இந்த இடத்தில் ஒன்றைக் கூறிவிட வேண்டும். மதமும் விஞ்ஞானமும இரண்டு வேறுபட்ட விஷயங்கள். ஒரு கோட்பாடு விஞ்ஞான கோட்பாடா அல்லது மதக் கோட்பாடா என்பதை ஆராய வேண்டும். கடவுள் எல்லோரிடத்திலும் நீக்கமற நிறைந்திருக்கிறார் என்பது விஞ்ஞானக் கோட்பாடு; மதக் கோட்பாடு அல்ல. இந்துக்கள் மேலே கூறிய கோட்பாடுகளின்படி நடப்பதில்லை. அதற்கு மாறாக எங்கும் நிறைந்துள்ளார் என்பது தத்துவக் கோட் பாடு அல்ல. அது இந்து மதத்தின் கோட்பாடு என்று இந்துக்கள் வலியுறுத்தினால் நான் அவர்களுக்கு மிகச் சுலபமாகப் பதில் சொல்லுவேன். இந்துக்களிடையே நிலவுகிற இழிநிலை உலகில் வேறு எங்குமே கிடையாது. சொல்லும், செயலும் இரண்டு துருவங்கள் அளவு முரண்படுகிற மிகக் கொடுமையானவர்கள் இந்துக்கள். அவர்கள் நாவில் ராம நாமமும் கட்கத்தில் கூரிய வாளும் இருக்கின்றன. அவர்கள் முனிவர்களைப் போல் பேசுகிறார்கள். கசாப்புகாரர்களைப் போல் நடந்து கொள்கிறார்கள். கடவுள் எங்கும் இருக்கிறார் என்று சொல்லிவிட்டு சக மனிதனை விலங்கு களை விடக் கேவலமாக நடத்துகின்ற வேடதாரிகளின் நட்பு

உங்களுக்கு வேண்டாம். எறும்புகளுக்கு ஒரு பக்கம் சர்க்கரை போடுவது, இன்னொரு பக்கம் சக மனிதர்களுக்கு குடிநீர் உரிமையை மறுப்பது, அவர்களைக் கொலையும் செய்வது என்று வாழும் வேடதாரிகளுடன் எந்த உறவும் வைத்துக் கொள்ளாதீர்கள். அவர்கள் உறவால் என்னென்ன தீய விளைவுகள் ஏற்பட்டுள்ளன என்பதை உங்களால் கற்பனை செய்துகூடப் பார்க்க முடிய வில்லை. உங்களுக்கு மரியாதையில்லை; சமூகத் தகுதியில்லை; இந்துக்கள் மட்டுமே உங்களை மதிப்பதில்லை என்று சொல்வதற்கில்லை; முஸ்லிம்களும், கிறித்தவர்களுடம் கூட அப்படித்தான். அவர்களும் உங்களைப் பொருத்தவரை அதே தீண்டாமையைக் கடைப்பிடிக் கிறார்கள். எனவே நாம் இந்துக்கள் கண்களுக்கு மட்டுமன்றி எல்லோர் கண்களுக்கும் இந்தியா முழுமையிலும் கீழினும் கீழான நிலையில் இருக்கிறோம். இத்தகைய வெட்கங்கெட்ட சூழலில் இருந்து நீங்க வேண்டுமானால் உங்கள் மீது சுமத்தப்பட்ட களங்கத்தைத் துடைத்தெறிய வேண்டுமானால் வாழ்வை கௌரவ முள்ளதாக மாற்றிக் கொள்ள வேண்டுமானால் அதற்கு ஒரே வழிதான் உண்டு. இந்து மதத்தையும், இந்த சமுதாயத்தையும் தொலைத்து தலை முழுகுவதுதான் அந்த வழி.

‘இந்து மதத்தில் உங்களுக்குச் சுதந்திரம் உண்டா?’ என்று கேள்வி கேட்டு அதற்கு அம்பேத்கர் பதிலளித்தார்.

பிற குடிமக்களைப் போலவே வணிகம் செய்யும் உரிமையைச் சட்டம் உங்களுக்கு உறுதி செய்திருக்கிறது என்று சிலர் சொல்லு கிறார்கள். அவ்வாறே தனிமனிதச் சுதந்திரமும் உண்டு என்கிறார்கள். நீங்கள் ஆழமாகச் சிந்திக்க வேண்டும். அவர்கள் சொல்லுவதில் ஏதேனும் அர்த்தம் இருக்கிறது? மூதாதைகள் செய்த தொழிலைத் தான் செய்ய வேண்டும் என்று விதித்திருக்கிற சமுதாயத்தில் வணிகம் செய்யும் உரிமை உண்டு என்றால் அதில் ஏதாவது பொருள் இருக்கிறதா? சொத்து சேர்ப்பதற்கான எல்லா வழிகளையும் அடைத்துவிட்டு உங்கள் சொத்தை நீங்கள் அனுபவியுங்கள் என்றும், உங்கள் பணத்தை யாரும் தொட மாட்டார்கள் என்றும் சொல்லு வதில் என்ன பயன்? பிறப்பிலேயே நீங்கள் களங்கம் உள்ளவர்கள் என்று கற்பித்துவிட்டு எந்தப் பணிக்கும் தகுதி அற்றவர்கள் என்றும்

விதித்துவிட்டு உங்களுக்கு வேலை செய்யும் உரிமை உண்டு என்று சொல்வதில்தான் என்ன பயன்?

ஆக இந்த உரிமைகள் எல்லாம் உங்களைப் பார்த்து சிரிப்பதாக எனக்குத் தோன்றுகிறது. சட்டம் பல்வேறு உரிமைகளை உறுதி செய்யலாம். ஆனால் சமுதாயம் அனுமதித்தால்தானே நீங்கள் அவற்றை அனுபவிக்க முடியும்? தீண்டத்தகாதவர்களுக்குக் கௌரவமான துணிமணிகளை அணிந்து கொள்ளும் உரிமையைச் சட்டம் வழங்கியிருக்கிறது. இந்த உரிமையால் என்ன பயன்? அப்படி அணிந்து கொள்ள இந்துக்கள் அவர்களை அனுமதிப்ப தில்லை. உலோகக் குவளையில் தண்ணீர் மொள்ளவும், உலோகப் பாத்திரங்களில் சமைக்கவும், பரிமாறவும், கூரைகளை ஓடுகளால் வேய்ந்து கொள்ளவும் சட்டம் அனுமதிக்கிறது. ஆனால் சமுதாயம் அனுமதிப்பதில்லை. வெறும் உரிமைகளால் என்ன பயன்? இப்படிப் பல்வேறு உரிமை மீறல்களை அடுக்கிக் கொண்டே போகலாம்.

சமுதாயத்தால் அனுமதிக்கப்பட்ட உரிமைதான் உண்மையான உரிமை. சட்ட அனுமதியுண்டு. சமுதாய அனுமதியில்லை என்றால் அது உரிமையே அல்ல. தீண்டத்தகாதவர்களுக்குச் சட்டம் உறுதி செய்திருப்பதை விட அதிகபட்சமான சமூக விடுதலை தேவைப்படு கிறது. அது இல்லாவிட்டால் சட்ட ரீதியான சுதந்திரத்தால் எந்தப் பயனும் இல்லை. உங்களுக்குப் பௌதிக சுதந்திரம் இருக்கிற தல்லவா, எங்கு வேண்டுமானாலும் போகலாம்; என்ன வேண்டு மானாலும் பேசலாம்; அவை சட்டம் விதித்திருக்கிற கட்டுப்பாடு களை மீறாத அளவில் சரி என்று சிலர் சொல்லுகிறார்கள்; இந்தச் சுதந்திரத்தால் தான் என்ன பயன்? மனிதனுக்கு உடல் மட்டுமில்லை; உள்ளமும் உண்டு. பௌதிக விடுதலை என்றால் என்ன? சுதந்திர எண்ணம், சுதந்திரச் செயல் இவையே பௌதிக விடுதலை. ஒரு கைதியின் விலங்குகளை அகற்றி அவனை விடுதலை செய்து விடுகிறார்கள்; இதன் உள்ளர்த்தம் என்ன? அவன் விருப்பப்படி எதையும் செய்யலாம் என்பதுதானே? உடல் திறன் அளவுக்குத் தகுந்தபடி அவன் செயல்படலாம் என்பதுதானே? மனத்திற்கு விடுதலை இல்லையென்றால் இந்த உடல் விடுதலையானால் அவனுக்கு என்ன பயன்?

மன விடுதலைதான் உண்மையானது. மன விடுதலையற்றவன் விலங்குகளால் பிணிக்கப்படாத நிலையிலும் ஓர் அடிமைதான். அவனது மனம் சுதந்திரமாக இல்லையென்றால் அவன் சிறைவாசம் புரியாவிட்டாலும் கைதிதான். மன விடுதலையில்லாதவன் உயிரோடு உலவினாலும் பிணம்தான். மன விடுதலை அல்லது சிந்தனைச் சுதந்திரம் ஒருவனது இருப்புக்குச் சான்றாகத் திகழ்கிறது. ஒருவனது சிந்தனைச் சுதந்திரத்தின் சுடர் அணைக்கப்பட்டுவிட்டது என்றும் அல்லது அவனது மனம் விடுதலையாகிவிட்டது என்றும் எப்படித் தெரிந்து கொள்வது? சுய உணர்வோடு தன்னுடைய உரிமைகள், பொறுப்புகள், கடமைகள் ஆகியவற்றை எவன் உணர்கிறானோ சூழ்நிலை அடிமையாக எவன் இல்லையோ, சூழலைத் தனக்கேற்ற முறையில் மாற்றிக் கொள்ள எப்போது முனைகிறானோ, அவனையே நாம் சுதந்திர மானவன் என்கிறோம். பழக்கங்கள், மரபுகள், சம்பிரதாயங்கள், போதனைகள் போன்றவை அவனது முன்னோர் களிடமிருந்து வந்தவை என்பதற்காக அவற்றின் அடிமையாக மாறி விடாதவன் எவனோ அவனே சுதந்திரமான மனிதன்; சரணாகதி அடையாதவன் எவனோ? எதனையும் காரணகாரிய அறிவுடன் பரிசோதித்துத் தெரிந்து கொள்பவன் எவனோ அவனே சுதந்திர மனிதன் என்பேன்.

தன் உரிமைகளைப் பாதுகாத்துக் கொள்ளவும், பொது மக்கள் விமர்சனங்களுக்கு அஞ்சாமல் இருக்கவும் பிறரது கைப்பாவை ஆகாத வண்ணம் அறிவும் சுயமரியாதையும் உள்ள ஒருவனையே நான் சுதந்திரமான மனிதன் என்பேன். பிறர் ஏவலுக்குத் தகுந்தபடி தனது வாழ்வை அமைத்துக் கொள்ளாமல் எத்தகைய வாழ்வை நடத்த வேண்டும் என்று விரும்புகிறானோ அது பற்றி தன்னுடைய சொந்த தர்க்க நியாயங்களுக்கு உட்பட்ட முறையில் அவற்றின் மீது தன் வாழ்க்கை முறையை அமைத்துக் கொள்பவனையே நான் சுதந்திரமானவன் என்பேன். தனக்குதானே எஜமான் எவனோ அவனே சுதந்திர மனிதன்.

மேலே கூறியவற்றின் பின்னணியில் நீங்கள் சுதந்திரமானவர்தானா? உங்கள் நோக்கங்களை நீங்களே நிறைவேற்றிக் கொள்ளும் சுதந்திரம் உண்டா? உங்களுக்கு உரிமையில்லை என்பது மட்டுமல்ல

அடிமையை விடவும் கேவலமான நிலையில் நீங்கள் இருக்கிறீர்கள். உங்கள் அடிமைத்தனத்திற்கு ஈடு இணையேயில்லை.

இந்து மதத்தில் யாருக்குமே பேச்சு உரிமையை இழந்துவிடத் தயாராக இருக்க வேண்டும். வேதங்களின்படி நடக்க வேண்டும்; வேதங்கள் ஒரு நடத்தையை அனுமதிக்கவில்லை என்றால் ஸ்மிருதிகள் என்ன சொல்கின்றன என்று பார்க்க வேண்டும்; அவற்றிலும் தெளிவு ஏற்படாவிட்டால் மகான்கள் எடுத்துக் கொடுத்த பாதையைப் பின்பற்ற வேண்டும். இந்து மதத்தில் உணர்வு, தர்க்கம், சிந்தனை ஆகிய எதற்கும் இடம் கிடையாது; ஓர் இந்து வேதங்களுக்கோ, ஸ்மிருதிகளுக்கோ, மகான்களுக்கோ; அடிமையாக இருக்க வேண்டும். தன்னுடைய சொந்தத் தர்க்கத்தை அவன் பயன்படுத்தக் கூடாது. இந்து மதத்தின் அங்கமாக இருக்கும்வரை உங்களுக்குச் சிந்தனை உரிமையே கிடையாது.

இந்துமதம் உங்களை மட்டுமே சிந்தனை அடிமைத்தனத்தில் தள்ளி விடவில்லை. பிற வகுப்பினரைக் கூட அப்படித்தான் சிந்தனைச் சுதந்திரம் அற்றவர்களாக ஆக்கி வைத்திருக்கிறது என்று சிலர் வாதம் செய்வது உண்மைதான். எல்லா இந்துக்களுமே சிந்தனை அடிமைத் தனத்தில்தான் ஆழ்ந்து போய்க் கிடக்கின்றனர். இதை வைத்து எல்லோர் துன்பங்களும் ஒரே மாதிரியானவை என்று முடிவு செய்ய முடியாது. இந்தச் சிந்தனை அடிமைத்தனம் ஜாதி இந்துக்களைப் பொருத்தவரை அவர்களுக்கு உலகாய்த மகிழ்ச்சிக்கு இடையூறாக இருந்ததில்லை. வேதங்கள், ஸ்மிருதிகள், மகான்கள் என்னும் மூன்று அதிகாரிகளுக்கு எல்லா ஜாதி இந்துக்களும் அடிமைகளே. ஆனாலும் இந்துச் சமூக அமைப்பில் அவர்களுக்கு ஓர் உயர்ந்த பீடம் அளிக்கப்பட்டுள்ளது. பிறர் மீது அவர்கள் ஆளுமை செய்ய முடியும். உயர் ஜாதிகளின் நலன் மற்றும் முன்னேற்றத்திற்காக ஜாதி இந்துக் களே உற்பத்தி செய்து கொண்ட மதம்தான் இந்துமதம். அவர்கள் மதம் என்று அழைக்கும் ஓர் அமைப்பில் உங்களுக்கு ஓர் அடிமைப் பாத்திரத்தைத்தான் கொடுத்திருக்கிறார்கள். அடிமை எண்ணத்தி லிருந்து நீங்கள் தப்பித்து விடாமல், இருக்க எல்லா விதமான முன்னேற்பாடுகளையும் மத அமைப்பிலேயே செய்து வைத்திருக் கிறார்கள்.

எனவே இந்தச் சிந்தனை அடிமைத்தனத்தை உதறிவிட்டு வெளியே வருவது மிகமிக அவசியமாகிறது. இப்படி இந்தச் சிறையை உடைத்து கொண்டு வெளியே வரும் அவசியம் பிற இந்துக்களுக்கு இல்லை. இப்படித்தான் இந்துமதம் உங்கள் முன்னேற்றத்தை இரண்டு விதத்தில் சிதைத்துவிட்டது. உங்கள் சிந்தனைச் சுதந்திரத்தைப் பறித்து உங்களை அடிமையாக்கிவிட்டது; புற உலகிலும் உங்களுக்கு அடிமை நிலையே வழங்கப்படுகிறது. எனவே விடுதலை தேவை என்றால் நீங்கள் மதம் மாறுவதைத்தவிர வேறு வழியில்லை என்றார்.

மேலும், தீண்டத்தகாதோரும் ஜாதியை கடைபிடிக்கிறார்களே என்ற கேள்விக்கு பதிலளித்து அம்பேத்கர் பேசுகையில் இவ்வாறு கூறினார்:

"தீண்டாமை ஒழிப்பு இயக்கத்தின் மீது ஒரு விமர்சனம் வைக்கப் பட்டுள்ளது. தீண்டத்தகாதோர் மத்தியிலும் பல உட்பிரிவுகள் அல்லது ஜாதிகள் இருக்கின்றன; அவற்றைச் சேர்ந்தவர்கள் தத்தம் விவகாரங்களில் ஜாதியத்தைக் கடைபிடிக்கிறார்கள். ஆக அவர்களும் ஒரு வகையில் தீண்டாமையை கடைபிடிக்கிறார்கள் என்பது விமர்சனம்.

சான்றாக மகர்களும் மாங்குகளும் ஒரே இடத்தில் ஒன்றாக அமர்ந்து உண்ணுவதில்லை. இந்த இரண்டு ஜாதிகளும் மலம் அள்ளுவோரைத் தொடுவதில்லை. இப்படி இருக்கும்போது உயர் ஜாதிகள் தீண்டாமையை அனுசரிக்கக் கூடாது என்று எப்படி எதிர்பார்க்க முடியும் என்னும் கேள்வி அடிக்கடி கேட்கப்படும் கேள்வி. முதலில் உங்களுக்குள் இருக்கும் ஜாதி அமைப்பை உடையுங்கள். பிறகு நால்வர்ண ஜாதி அமைப்பினால் ஏற்படும் குறைகளைத் தீர்த்துக் கொள்ள எங்களிடம் வாருங்கள் என்கிறார்கள். இந்த விமர்சனத்தில் உண்மை இருப்பதை ஏற்றுக் கொள்ளத்தான் வேண்டும்.

அதேசமயம் ஒட்டுமொத்தமான தீண்டாமைக்கு இது சமாதானமாக அமைய முடியாது. தீண்டத்தகாதவர்களுக்கும் ஜாதிகள் உண்டு. அவர்களிடையே ஜாதியும் உண்டு, தீண்டாமையும் உண்டு. அமைப்பு அடிப்படையில் நிகழும் இந்தக் குற்றங்களுக்கு அவர்கள்

பொறுப்பல்ல. ஜாதியும் தீண்டாமையும் அவர்களால் அவர்களிடம் தோன்றியவை அல்ல. உயர்ஜாதி இந்துக்களிடமிருந்து தோன்றியவை. இவற்றை நடைமுறையில் கொண்டு வந்தவர்கள் ஜாதி இந்துக்கள். எனவே, இந்த ஜாதியத் தீண்டாமை என்னும் மரபுக்கும் பொறுப்பு அவர்களே, தீண்டத்தகாதவர்கள் அல்ல. எனவே தீண்டத்தகாதவர்களிடையே நிலவும் இந்தக் கொடுமையான உள் ஜாதியத்திற்கு அதைக் கற்பித்தவர்களே பொறுப்பேற்க வேண்டுமே தவிர கற்றுக் கொண்டவர்கள் அல்ல. முன்னே கூறிய விமர்சனத்திற்கு இப்படி ஒரு பதில் உண்டு. மேலோட்டமாகப் பார்க்கும்போது இந்த பதில் சரியானதுதான் என்று தோன்றுகிறது. ஆனால் இந்த பதில் எனக்கு திருப்திகரமாக இல்லை. ஜாதியும் தீண்டாமையும் நமக்குள் வேர் பிடித்ததற்கு நாம் காரணமில்லை. என்றாலும்கூட இத்தகைய விஷ வேர்களை நாம் கண்டிக்காமல் இருப்பதும் தொடர்ந்து அனுசரித்து வருவதும் சரியில்லை. ஜாதி, தீண்டாமை இரண்டையும் வேரறுப்பதில் நமக்கும் பங்குண்டு; பொறுப்புண்டு. இந்தப் பொறுப்பை நாம் எல்லோரும் உணர்த்தியிருக்கிறோம் என்பதில் எனக்கு மகிழ்ச்சி.

மகர்களிடையே ஜாதியத்துக்காக எந்தத் தலைவரும் வாதாடுவதில்லை. இந்த விஷயத்தில் மகர் சமூகத்துப் படித்த அறிவாளிகளின் விமர்சனத்தை ஒப்பிட்டுப் பார்க்க வேண்டும். மகர் சமூகத்துப் படித்த வர்க்கம் ஜாதி ஒழிப்பில் முனைப்புக் காட்டுவது அப்போது தான் தெரியவரும். இந்தப் படித்த மகர்கள் மட்டும்தான் ஜாதி ஒழிப்பில் ஆர்வம் காட்டுகின்றார்கள் என்று சொல்ல முடியாது. படித்த மகர்கள் மட்டுமல்ல, படிக்காத மகர்களும் ஜாதி ஒழிப்பில் முன்னணியில் நிற்கிறார்கள். இதையும், நாம் நிருபிக்க முடியும். இன்றைய தினம் மகர்-மாங்க் ஜாதிகள் ஒன்றாக அமர்ந்து உண்ணுவதை எந்த மகரும் எதிர்ப்பதில்லை. இதில் எனக்கு முழுத்திருப்தி. மகர்கள் ஜாதி ஒழிப்பில் ஒரு குறிப்பிட்ட எல்லையைக் கடந்து விட்டார்கள். அதற்காக அவர்களுக்கு மனமார்ந்த பாராட்டுகள்.

ஜாதியையும் தீண்டாமையையும் எத்தகைய முயற்சிகள் மூலம் அழித்து ஒழிப்பதில் வெற்றிபெற முடியும் என்று நீங்கள் எண்ணிப்

பார்ப்பது உண்டா? வெறும் சேர்ந்துண்ணல் அல்லது இங்கொன்றும் அங்கொன்றுமாக கலப்புத் திருமணங்கள் மூலம் மட்டுமே ஜாதியத்தை ஒழித்துவிட முடியாது. ஜாதியம் என்னும் நோயின் மூல வேர்கள் இந்து மதப் போதனைகள்தான். ஜாதி என்பது ஒரு மனநிலை; அது ஒரு மன நோய். நாம் வாழும் இந்து மதத்தில் நாம் ஜாதியத்தைக் கடைப்பிடிக்கிறோம்; தீண்டாமையை அனுசரிக் கிறோம். ஏன் இந்துமதம் நம்மை அப்படிச் செய்ய வைக்கிறது? ஒரு கசப்பான பொருளை இனிப்பாக மாற்ற முடியும். உப்புக் கரிப்பதை யும் மாற்ற முடியும். ஆனால் நஞ்சை அமிர்தமாக மாற்ற முடியாது. இந்து மதத்தில் இருந்து கொண்டே ஜாதிகளை ஒழிப்பேன் என்பது நஞ்சை அமிர்தமாக்குவது போலத்தான்.

சுருக்கமாகச் சொன்னால் ஒரு மனிதனை இன்னொருவன் இழிவாக நடத்த வேண்டும என்று கற்பிக்கும் மதத்தில் நாம் இருக்கும்வரை ஜாதி அடிப்படை யிலான பிரிவினை உணர்ச்சி, பாரபட்ச உணர்வு நம் இதயத்திலிருந்து அறவே அகற்றப்பட முடியாது. தீண்டத்தகாதவர்களிடையே ஜாதியமும் தீண்டாமை யும் ஒழிக்கப்பட வேண்டுமானால் மதமாற்றம் ஒன்றுதான் மாற்று மருந்து.''

பெயர் மாற்றமும் மதமாற்றமும் நமக்குத் தேவை என்பதை வலியுறுத்தி அம்பேத்கர் பேசுகையில் இவ்வாறு கூறினார்:

''மதமாற்றத்திற்கு ஆதரவான வாதங்களை நான் இதுவரையில் உங்கள்முன் வைத்தேன். இது உங்கள் சிந்தனையைத் தூண்டும் என்று நம்புகிறேன். இந்த விவாதம் ஆழமானது என்று கருது வோருக்கும் இதே சிந்தனை நாட்டத்தை இன்னும் எளிய மொழி யில் விவரிக்க விரும்புகிறேன். மத மாற்றத்தில் அப்படியென்ன புதுமை இருக்கிறது? ஜாதி இந்துக்களோடு நீங்கள் கொள்ளும் சமூக உறவுகள் எத்தகையவை? இந்துக்களிடமிருந்து முஸ்லீம்களும் கிறிஸ்தவர்களும் எப்படிப் பிரிந்து வாழ்கிறார்களோ, அப்படித்தான் நீங்களும் பிரிந்து வாழ்கிறீர்கள். முஸ்லீம்களோடும் கிறிஸ்தவர் களோடும் சேர்ந்துண்ணல், கலப்பு மணம் புரிதல் ஆகியவற்றை இந்துக்கள் வைத்துக் கொள்வதில்லை. உங்களோடும் அப்படித்

தான். நீங்களும் இந்துக்களும் இரண்டு தனித்தனிப் பிரிவுகளாகவே வாழ்கிறீர்கள்.

எனவே மதமாற்றத்தால் ஒரு சமூகம் இரண்டாகப் பிரிந்து விட்டது என்று எவரும் சொல்லப் போவதில்லை. இன்று எப்படி இருக்கிறீர்களோ, அதேபோலத்தான் மத மாற்றத்திற்குப் பின்பும் இருக்கப் போகிறீர்கள். இந்த மதமாற்றத்தால் எந்தப் புதுமையும் ஏற்பட்டுவிட போவதில்லை. அப்படியிருக்கும்போது மதமாற்றம் என்றாலே சிலர் அஞ்சுவதை என்னால் புரிந்து கொள்ள முடிவதில்லை.

மத மாற்றத்தின் முக்கியவத்துவம் உங்களுக்குப் புரியாமல் இருக்கலாம். பெயர் மாற்றத்தின் முக்கியத்துவம் நிச்சயம் புரிந்திருக்கும். யாரேனும் ஒருவரை நீங்கள் யார் என்னவென்று கேட்டால் அரிஜன் என்கிறீர்கள். மகர் என்று யாருமே சொல்வதில்லை. சூழல்களின் அவசியத்தால்தான் நாம் பெயர் மாற்றம் செய்து கொள்கிறோம். பெயர் மாற்றத்திற்கான காரணம் மிக மிக எளிமையானது.

ஒருவன் தீண்டத்தக்கவனா, இல்லையா என்பது அவனுடைய ஜாதி மூலம் தெரிய வருகிறது. ஜாதி தெரியாவிட்டால் அது தெரியப் போவதில்லை. தீண்டத்தகாதவன் என்று தெரியாதபட்சத்தில் அவன் மீது வெறுப்புத் தோன்றப் போவதில்லை. இன்னின்ன ஜாதிகளைச் சேர்ந்தவர்கள் என்பது தெரியாமல் பயணம் செய்கிறபோது ஜாதி இந்துக்களும் தீண்டத்தகாதவர்களோடு நட்போடுதான் பழகுவார்கள். ஜாதி தெரிந்துவிட்டால் அந்த நட்பு மாறிவிடும். முதலில் அவர்கள் வெற்றிலை, பாக்கு, பீடி, சிகரெட், பழங்கள் ஆகிய வற்றைப் பரிமாறிக் கொண்டிருப்பார்கள். தாம் பேசிக் கொண்டிருக்கும் மனிதன் தீண்டத்தகாதவன் என்று தெரிந்து விட்டால் அந்தக் கணமே ஜாதி இந்துவின் மனதில் வெறுப்பு உற்பத்தியாகத் தொடங்குகிறது. முதலில் அவனுக்குக் கோபம் வரும். தொடக்கத்தில் தோன்றிய தற்காலிக நட்பு இறுதியில் வசைச் சொற்களிலும் கை கலப்பிலும் முடியும். நிச்சயம் உங்களுக்கு இத்தகைய அனுபவங்கள் நேர்ந்திருக்கும். ஏன் நேர்ந்தது என்னும் உண்மையும் தெரிந்திருக்கும்.

உங்கள் ஜாதியைக் குறிக்கும் பெயர்கள்கூட அசுத்தமானவை என்று கருதப்படுகின்றன. அவற்றை உச்சரிக்கும்போதே ஜாதி இந்துக்களுக்கு வாந்தி வருவது போன்ற ஒரு வேதனை. இதனால் பிறரை ஏமாற்ற மகர் என்று சொல்வதற்குப் பதிலாக சொக்கமேளா என்று சொல்லுகிறீர்கள். ஆனால் மக்கள் ஏமாறுவது இல்லை. சொக்கமேளா என்றாலும் சரி அரிஜன் என்றாலும் சரி நீங்கள் யாரென்று அவர்களுக்குத் தெரியும். ஆகவே பெயர் மாற்றம் அவசியமானது என்பதை உங்கள் பழக்கத்தின் மூலமாக நீங்கள் நிருபித்து விட்டீர்கள். பெயர் மாற்றத்திற்கான தேவையை நீங்கள் உணரும்போது மதமாற்றத்திற்கான தேவைக்கு எப்படித் தடை சொல்ல முடியும்? மதமாற்றம் பெயர் மாற்றம் போன்றதுதான். மதமாற்றத்தின்போதே பெயர் மாற்றமும் நடந்து விடுகிறது. அது உங்களுக்கு நன்மையாகவும் இருக்கிறது.

முஸ்லீம், கிறிஸ்துவர், புத்த மதத்தினர், சீக்கியர் என்பது மதமாற்றம் மட்டுமல்ல பெயர் மாற்றமும்கூட. இதுதான் உண்மையான பெயர் மாற்றம். நீங்கள் மேற்கொள்ளப்போகும் புதிய பெயரில் எந்தவித இழிவும் இருக்காது. இந்தப் பெயர் மாற்றம் ஒரு மகத்தான மாற்றம். புதிய பெயரின் மூலப் பெயர்களை யாரும் கண்டறியப் போவ தில்லை. சொக்கமேளா - அரிஜன் என்ற பெயர்மாற்றங்களில் அர்த்தமே இல்லை. உங்கள் பழைய பெயருக்குள்ள அதே இழிவு இந்தப் பெயர்களுக்கும் உண்டு. அதே வெறுப்பு இவற்றின் மீதும் காட்டப்படும். இந்துமதத்தில் இருக்கும்வரை இப்படிப் பெயர் மாறிக்கொண்டே இருக்க வேண்டியதுதான். நான் இந்து என்று சொல்லிக் கொள்வதில் எந்தக் கோணத்திலும் முழுமை இல்லை. இந்து என்று ஒருவர் இருப்பதாக எவருமே ஏற்பதேயில்லை. எனவே மகர் என்று உங்களை நீங்கள் அழைத்துக் கொள்வதில் எந்தப் பயனும் இல்லை. மகர் என்று உங்களை நீங்கள் அழைத்துக் கொள்வதால் எவரும் உங்களை நெருங்கப் போவதில்லை. இன்று ஒரு பெயரும் நாளை ஒரு பெயருமாக, கடிகாரத்தின் ஊசல் போல் வாழ்வதில் என்ன லாபம்! ஆகவே மதமாற்றத்தின் மூலம்உங்கள் பெயரையும் நிரந்தரமாக மாற்றிக் கொள்ளுங்கள்.

மதம் மாறுதலைப் பற்றி பல உயர்ஜாதி இந்துக்கள் வைத்த விமர்சனத்திற்கு அம்பேத்கர் பதிலளித்துப் பேசுகையில் இவ்வாறு கூறினார் :

"மதமாற்ற இயக்கம் தொடங்கியதிலிருந்தே பல எதிர்ப்புகள். அந்த எதிர்ப்புகளில் ஏதேனும் உண்மை இருக்கிறதா என்று பரிசோதிப் போம். மத அடிப்படையில் வாழ்வதாகப் பாசாங்கு செய்யும் சில இந்துக்கள் உங்களுக்கு உபதேசம் செய்கிறார்கள். மதம் என்பது பொழுதுபோக்கு அல்ல. உடை மாற்றுவதுபோல் மதத்தை மாற்ற முடியாது. நீங்கள் இந்து மதத்திலிருந்து விலகி வேறு மதத்திற்குப் போக இருக்கிறீர்கள். இந்து மதத்தில் நீடிக்காத உங்கள் முன்னோர்கள் எல்லோரும் முட்டாள்களா? என்றெல்லாம் அறிவாளிகள் என்று தம்மை நினைத்துக் கொள்ளும் சிலர் கேட்பார்கள். அவர்கள் கேள்வியில் எந்த அர்த்தமும் இல்லை.

முன்னோர்கள் மதம் என்பதற்காக அதிலேயே நீடிக்க வேண்டும் என்று நினைப்பது மடமை. அறிவாளிகள் அந்தச் செயல்பாட்டை ஏற்க மாட்டார்கள். முன்னோர் மதங்களிலிருந்து மாறக்கூடாது என்று வாதிடுவோர்கள் சரித்திரம் படித்தவர்கள் அல்ல; பழைய ஆரிய மதத்திற்கு வேத மதம் என்று பெயர். அதற்கு மூன்று குணாம்சங்கள் உண்டு. 1. மாட்டு இறைச்சி உண்ணுதல், 2.மது அருந்துதல், 3.கேளிக்கைகளில் ஈடுபடுதல். இம்மூன்றும் அன்றைய மரபுகள். இந்திய மக்கள் பல்லாயிரம் பேர் இப்படித்தான் வாழ்ந் தார்கள். சில பிராமணர்கள் இன்றும்கூட அந்த வாழ்க்கைக்குத் திரும்பிப் போக முடியாதா என்று கனவு காண்கிறார்கள்.

பழைய மதக்கொள்கைகளையே பின்பற்ற வேண்டும் என்றால் ஏன் இந்திய மக்கள் ஒரு காலத்தில் இந்து மதத்திலிருந்து புத்த மதத்திற்கு மாறினார்கள்? ஏன் ஜைன மதத்திற்கு மாறினார்கள்? நம் முன்னோர்கள் பழைய இந்து மதத்தில் இருந்தார்கள் என்பது உண்மைதான். ஆனால் அப்படி இருக்கவே விரும்பினார்கள் என்பதை என்னால் ஒப்புக் கொள்ள முடியாது. நால்வர்ண அமைப்பு நீண்ட காலம் இந்நாட்டில் நீடித்துள்ளது. இவ்வமைப்பில் பிராமணர்கள் மட்டுமே கல்வி கற்க முடியும். சத்திரியர்கள்

மட்டுமே போரிட முடியும். வைசியர்கள் மட்டுமே பொருளீட்ட முடியும், சூத்திரர்கள் மட்டுமே ஏவல் செய்ய முடியும். இதுதான் அன்றைய விதி. சூத்திரர்களுக்குக் கல்வியில்லை, சொத்தில்லை, போர்க்கருவிகளும் இல்லை. இப்படி உங்கள் முன்னோர்கள் வறுமையிலும் பாதுகாப்பற்ற சுழலிலும் வளரும்படி கட்டாயப் படுத்தப்படவில்லை. இவற்றைத் தன்னிச்சையாக ஏற்றுக் கொண்டு வாழ்ந்தார்கள் என்று எந்த புத்தியுள்ள மனிதனும் சொல்ல மாட்டான். அதே சமயம் உங்கள் முன்னோர்களால் இந்த மதத்தை எதிர்த்துக் கிளர்ச்சி செய்யவும் முடியவில்லை. அப்படி முடிந்திருந் தால் அவர்கள் மதத்தைத் தன்னிச்சையாக ஏற்றுக் கொண்டவர்கள் என்பதை நாம் நம்ப முடியும்; அன்றிருந்த சூழலை ஆராயும்போது கட்டாயத்தின் பெயரிலேயே நமது முன்னோர்கள் இந்துக்களாக இருந்தார்கள் என்பது தெரிகிறது.

அவர்கள் கட்டாயத்தின் காரணமாக அடிமைகளாக வாழ்ந் தார்கள். அவர்களைக் குற்றம் சொல்வதில் பயனில்லை. அவர்கள் அனுதாபத்திற்குரியவர்கள். இன்றைய தலைமுறை மீது எந்த விதமான அடிமைத் தனத்தையும் புகுத்த முடியாது. இவர்களுக்கு எல்லா சுதந்திரங்களும் உள்ளன. இந்தச் சுதந்திரச்சூழலிலும் கூட தங்களை தாங்களே விடுவித்துக் கொள்ளாவிட்டால் இவர்களை என்னவென்று சொல்வது? கேவலமானவர்கள், அடிமைகள், சார்ந்து வாழவே பிறந்தவர்கள் என்றுதான் இவர்களைக் குறித்து வருந்த வேண்டும்.

முன்னோர் வழியாக வந்தது என்பதற்காக இந்து மதத்தில் விடாப் பிடியாக நீடிப்பது மடையர்களுக்குதான் பொருத்தமாக இருக்கும். எந்த அறிவாளியும் அப்படியொரு வாதத்தை முன்வைக்க மாட்டான். இந்த வாதம் விலங்குகளுக்குப் பொருந்தும். மனிதர்களுக்கு அல்ல. மனிதர்களுக்கும் விலங்குகளுக்கும் என்ன வித்தியாசம்? மனிதன் முன்னேறுவான், விலங்கால் முன்னேற முடியாது. மாற்றம் இல்லாமல் நமது முன்னேற்றம் சாத்தியமில்லை. மதமாற்றம் என்பது ஒருவகை மாற்றம்தான், மதமாற்றம் இல்லாமல் முன்னேற்றம் இல்லை யென்றால் மதமாற்றமும் மிக மிக அவசியமாகிறது. முன்னேறும் மனிதனுக்கு முன்னோர் மதம் என்பது ஒரு தடைக்கல்லே அல்ல.

மதமாற்றத்திற்கு எதிராக இன்னொரு வாதமும் உண்டு. மதமாற்றம் என்பது ஒரு தப்பித்தல் மார்க்கம் என்பதுதான் அது. இன்று சில இந்துக்கள், இந்து மதத்தைச் சீர்திருத்துவது தகாத வாதம் என்று கிளம்பியிருக்கிறார்கள். இச்சீர்த்திருத்தத்தினால் தீண்டாமை யும், ஜாதியும் ஒழிந்துவிடும் என்று அவர்கள் அறைகூவுகிறார்கள். எனவே இந்தக் கட்டத்தில் மதமாற்றம் சரியில்லை என்கிறார்கள்.

இந்த சமூகச் சீர்திருத்தவாதிகளிடம் எப்படிப்பட்ட கருத்துகள் நிலவி னாலும் சரி, எனக்கு அவர்களை நினைத்தால் கசப்பு உணர்ச்சிதான் ஏற்படுகிறது. அவர்களோடு எனக்கு அனுபவங்கள் உண்டு. அவற்றின் அடிப்படையில் இந்த அரைகுறை அறிவாளிகள் மீது எனக்கு வெறுப்புதான் மேலிடுகிறது. இப்படிப்பட்டவர்கள் தங்கள் ஜாதி யிலேயே வாழ்ந்து தங்கள் ஜாதிக்குள்ளேயே திருமணம் செய்து, தங்கள் ஜாதியிலேயே செத்தும் போகிறவர்கள். பொய் முழக்கங் களைச் சொல்லி மக்களை முட்டாள் ஆக்குகிறார்கள். தீண்டத்தகாத வர்கள் எங்களை நம்ப மறுத்ததினால் தங்கள் எதிர் ஜாதிகளை மீறிக் காட்டுகிறோம் என்று இவர்கள் பொய்முழக்கம் செய்கிறார்கள். இவர்களது முழக்கங்களைக் கேட்கும்போது நீக்ரோக்கள் விடுதலைக்காக அமெரிக்க வெள்ளையர்கள் செய்த முயற்சிகள் நினைவுக்கு வருகிறது. பல ஆண்டுகளுக்கு முன்பு அமெரிக்க நீக்ரோக்கள் இந்தியத் தீண்டத்தகாதோர் போலவேதான் வாழ்ந் தார்கள். வித்தியாசம் என்னவென்றால் நீக்ரோவின் அடிமைத்தனம் அங்கே சட்டத்தால் விதிக்கப்பட்டது. இங்கோ அது மதத்தால் உருவானது.

சில அமெரிக்க சீர்திருத்தவாதிகள் நீக்ரோ. அடிமைத்தனத்தை ஒழிக்க முயற்சி செய்தார்கள். அவர்களோடு இந்துச் சமூக சீர்திருத்த வாதிகளை ஒப்பிட முடியுமா? வெள்ளை அமெரிக்க சீர்திருத்த வாதிகள் தமது சொந்த பந்தங்களுடன் சேர்ந்து கொண்டு நீக்ரோ விடுதலைக்காகப் போர் புரிந்தார்கள். அடிமை முறையை ஆதரித்த காரணத்தால் தங்கள் இனத்தைச் சார்ந்த வெள்ளையர்களையே ஆயிரக்கணக்கில் கொன்று குவித்தார்கள். ரத்தத்தைச் சிந்தித் தியாகம் புரிந்தார்கள். வரலாற்றுப் பக்கங்களில் இந்த நிகழ்வினைப் படிக்கும்போது அவர்களையும் இந்திய சீர்திருத்தவாதிகளையும்

எந்த விதத்திலும் ஒப்பிட முடியாது என்பது புரியும். இவர்கள் எங்கே? இவர்கள் எங்கே?

இந்துச் சீர்திருத்தவாதிகளை - அதாவது தீண்டத்தகாதவர்களின் மீட்பவர்களைப் பார்த்து ஒரு கேள்வி கேட்க வேண்டும். வெள்ளையர்கள் அடிமைத்தனத்தை ஒழிக்க அமெரிக்காவில் தங்கள் சொந்தச் சகோதரர்களை எதிர்த்தே போரிட்டார்களே, அதே போல் இங்கே உங்கள் இந்துச் சகோதரர்களுடன் ஓர் உள்நாட்டுப் போர் நடத்த நீங்கள் தயாரா? தயார் இல்லை என்றால் சீர்திருத்தம் என்று வாய் கிழியப் பேசுவதில் என்ன பயன்? தீண்டத் தகாதவர் பிரச்சனைக்காகப் போராடிய இந்துக்கள் மகாத்மா காந்தியைத்தான் மகத்தான தலைவராகக் கொண்டிருக்கிறார்கள். எந்த அளவு மகாத்மா போக முடியும்? பிரிட்டிஷ் அரசாங்கத்தை எதிர்த்து அகிம்சைப் போரைத் தலைமை தாங்கி நடத்தும் அவர், தீண்டத் தகாதோரை நசுக்கும் ஜாதி இந்துக்களின் உணர்வைக் காயப்படுத்து வதற்குக் கூடத் தயாரில்லையே. அவர்களுக்கு எதிராக ஓர் அறப்போர் நடத்தவும் தயாரில்லையே. சட்டரீதியான நடவடிக்கை எடுக்கக்கூட அவர் முன்வரவில்லையே. எனவே இத்தகைய சீர்திருத்தவாதிகளால் எந்தப் பயனும் கிட்டப்போவதில்லை.

தீண்டதகாதோருக்கு அறிவுரை கூறும் இந்துக்களுக்கு பதிலளித்து அம்பேத்கர் பேசுகையில் இவ்வாறு கூறினார்:

"தீண்டத்தகாதோர் நடத்தும் பொதுக் கூட்டங்களில் சில இந்துக்கள் பங்கேற்று ஜாதி இந்துக்களைக் கடுமையாகக் கண்டிக்கிறார்கள். சிலர் தீண்டத்தகாதோருக்கு அந்த மேடையில் இருந்தபடியே அறிவுரை சொல்கிறார்கள். சகோதரர்களே, தூய்மையாக வாழுங்கள். கல்வி கற்றுக் கொள்ளுங்கள். நீங்கள் உங்களையே சார்ந்திருங்கள் என்றெல்லாம் பேசுகிறார்கள். உண்மையில் ஜாதி இந்துக்களே இந்த அவலநிலைக்குப் பொறுப்பேற்க வேண்டும். அவர்களே தவறு செய்தவர்கள். தவறு செய்த ஜாதி இந்துக்களை ஒன்றாகத் திரட்டி அவர்களைத் தண்டிக்க யாரும் தயாரில்லை. சிலர் இந்துக்களோடு சேர்ந்து கொண்டு இந்து மதத்தில் இருந்தபடியே உங்கள் போராட்டத்தைத் தொடருங்கள் என்று உபதேசம் செய்கிறார்கள்.

அவர்களுக்கு வரலாற்றிலிருந்து சில எடுத்துக்காட்டுகள் காண்பிக்க விரும்புகிறேன். சென்ற உலகப்போரின்போது ஓர் அமெரிக்கச் சிப்பாய்க்கும் ஆங்கிலச் சிப்பாய்க்கும் நடந்த உரையாடலை நான் படித்திருக்கிறேன். இந்த நேரத்தில் அந்த உரையாடல் மிகப் பொருத்தமாகத் தெரிகிறது. போர் எவ்வளவு நாள் நீடிக்கும் என்று அவர்கள் பேசிக் கொண்டிருந்தார்கள்.

அமெரிக்கன் கேட்ட கேள்விக்கு ஆங்கிலேயன் மிகவும் பெருமையாக பதில் சொன்னான்: 'கடைசி பிரஞ்சுக்காரன் கொல்லப்படும் வரை நாம் போரிடுவோம்.' அதே போல்தான் தீண்டத்தகாதோர் விடுதலைக்காக இறுதி மூச்சு வரை போராடு வோம் என்று இந்து சமூகச் சீர்திருத்தவாதிகள் பேசுகிறார்கள். அதாவது, கடைசி தீண்டத்தகாதவன் இறக்கும்வரை போராடப் போகிறார்கள். அவர்களுடைய பிரகடனத்தை இப்படித்தான் நான் பொருள் கொள்கிறேன். பிறரை அழிப்பதற்காகவே ஒரு போர் என்றால் அந்தப் போரில் நாம் வெற்றி பெறவே முடியாது. போரில் நாமே சாகப் போகிறோம் என்றால் தவறான இடத்தில் இருந்துக் கொண்டு அப்படிப் போராடுவதில் பயன் என்ன? இந்து சமூகத்தைச் சீர்திருத்துவது நமது நோக்கமல்ல. அந்த வேலை நம்முடைய வேலையுமல்ல. நமது நோக்கம் நமது விடுதலை மட்டுமே. மற்றவை நமக்குத் தொடர்பில்லாதவை.

மதமாற்றத்தின் மூலம் விடுதலை பெற முடியும் என்னும்போது இந்து சமூகத்தைத் திருத்தும் பொறுப்பு நமக்கு ஏன்? நமது சக்தி, நமது சொத்து முதலியவற்றை அந்த மேடையில் நாம் ஏன் தியாகம் செய்ய வேண்டும்? நமது மைய நோக்கம் இந்து சீர்திருத்தம் என்று தவறாகப் புரிந்து கொள்ளக் கூடாது. நமது நோக்கம் தீண்டத்தகாதோரின் சமூக விடுதலை. மதமாற்றமல்லாமல் வேறு வழிகளில் இதனை வென்று எடுக்க முடியாது. தீண்டத்தகாதோருக்கு சமத்துவம் தேவை. இதுவும் நமது இயக்கத்தின் நோக்கம்தான். இந்தச் சமத்துவத்தை இந்து மதத்தில் நீடிப்பதன் மூலம்தான் பெற முடியும் என்பதில்லை."

"எனக்குத் தெரிந்தவரை சமத்துவத்தை இரண்டு வழிகளில் அடைய முடியும்.

ஒரு வழி, இந்துவாக இருந்து கொண்டே அதை வென்றெடுப்பது. இரண்டு மதமாற்றம்.

இந்துவாக இருந்து கொண்டே சமத்துவம் பெற வேண்டுமானால், நாம் சுத்தமானவர்களாக ஆனால் மட்டும் போதாது. சேர்ந்துண்ணல், கலப்பு மணம் ஆகியவையும் நடைபெற வேண்டும். இதன் பொருள், நால்வர்ணம் ஒழிக்கப்பட வேண்டும். பிராமண மதத்தை வேரோடு சாய்க்க வேண்டும். இது நடக்கக் கூடிய காரியமா? நடக்க முடியாது என்னும்போது இந்து மதத்தில் இருந்துக் கொண்டே சமத்துவத்தை எதிர்பார்க்க முடியுமா? உங்கள் முயற்சிகளில் நீங்கள் வெற்றி பெற முடியுமா?

இதைவிட, மதமாற்றப் பாதை சுலபமானது. இந்தச் சமூகம் முஸ்லீம்களைச் சமமாக நடத்துகிறது. கிறிஸ்தவர்களையும் அப்படியே நடத்துகிறது. சமூக சமத்துவம் மதமாற்றத்தின் மூலம் சுலபமாகப் பெறப்படும்.

இந்தச் சுலபமான வழியை ஏற்பதற்கு என்ன தயக்கம்? மதமாற்றத்தால் இருசாராருக்கும் மகிழ்ச்சியே ஏற்படும். நீங்கள் இந்துவாக இருக்கும்வரை, அசுத்தம் செய்கிறீர்கள் என்னும் குற்றச்சாட்டிலிருந்து மீள்வதற்காகப் போராட வேண்டியிருக்கும். குடிநீர், உணவு, கலப்பு மணம் ஆகியவற்றிற்காகவும் போராட வேண்டியிருக்கும். இந்த மோதல் நீடிக்கும்வரை நீங்களும் ஜாதி இந்துக்களும் ஒருவருக்கொருவர் பரம்பரைப் பகைவர்களாகவே இருப்பீர்கள்.

மதம் மாறினால் இந்த மோதல்களுக்கான அடிப்படை வேர்கள் அடியோடு மறைந்து போகும். அவர்கள் கோயில்களுக்குள் நீங்கள் நுழைய வேண்டிய தேவையும் இல்லை. அதற்காகப் போராட வேண்டிய அவசியமும் இல்லை. சேர்ந்துண்ணல், கலப்பு மணம் ஆகிய சமூக உரிமைகளுக்காகப் போராட வேண்டிய கட்டாயமும் இல்லை. இந்த மோதல்கள் நின்று விடும் போது உங்களுக்கிடையில்

அன்பும் நட்பும் உருவாகும். இந்துக்களுக்குள் இன்று நிலவும் உறவுகளையும் கிறிஸ்தவர்கள் முஸ்லீம்கள் ஆகியவர்களோடு இந்துக்களின் உறவுகளையும் ஒப்பிட்டுப் பாருங்கள். உங்களைப் போலவே கிறிஸ்தவர்கள், முஸ்லீம்கள் ஆகியவர்களோடு இந்துக்களின் உறவுகளையும் ஒப்பிட்டுப் பாருங்கள்.

உங்களைப் போலவே கிறிஸ்தவர்களையும், முஸ்லீம்களையும் இந்துக்கள் தமது கோயில்களுக்குள் அனுமதிப்பதில்லை. அவர்களிடையே சேர்ந்துண்ணல், கலப்பு மணம், ஆகியவையும் இல்லை. இருந்தபோதும் அந்த இரு மதத்தாருக்கும் இந்துக்களுக்கும் இடையே நேசமும் அன்பும் இருக்கத்தான் செய்கின்றன. இந்த வேறுபாட்டிற்குக் காரணம் என்ன? நீங்கள் இந்து மதத்தில் இருக்கும்வரை உங்கள் சமூக, மத உரிமைகளுக்காக இந்து சமூகத்துடன் போராட வேண்டியிருக்கிறது. இந்து மதத்திலிருந்து வெளியேறி விட்ட காரணத்தால் முஸ்லீம்களுக்கும், கிறிஸ்தவர்களுக்கும் இந்தப் போராட்டத்தின் அவசியமும் போய்விட்டது. இந்துச் சமூகத்தில் எந்தச் சமூக உரிமையும் அவர்களுக்கும் இல்லைதான். அதாவது சேர்ந்துண்ணல், கலப்பு மணம் போன்றவை; அதற்காக இந்துக்கள் அவர்களைத் தாழ்வாகவும் நடத்துவதில்லை. எனவே மதமாற்றத்தின் மூலம் சமத்துவம் வென்றெடுக்கப்படும் எனலாம். இந்துக்களுக்கும், தீண்டத்தகாதோருக்கும் இடையிலான நட்பும் நேசமும் பாதுகாக்கப்படும். அப்படி இருக்கும்போது இந்த எளிய, மகிழ்ச்சிகரமான வழியின் மூலம் சமத்துவம் பெறுவதில் நீங்கள் ஏன் தயக்கம் காட்ட வேண்டும்? பிரச்சனையை இந்தக் கோணத்தில் அணுகுங்கள். மதமாற்றமே விடுதலைப் பாதைக்கான சரியான வழி. அதுவே இறுதியில் சமத்துவத்தை நமக்கு ஈட்டித் தருவது. சமத்துவம் என்பது தப்பி ஓடும் பாதை ஆகாது. கோழையின் பாதையும் ஆகாது. மாறாக அது அறிவாளிகளின் மார்க்கம்.

மதமாற்றத்திற்கெதிராக இன்னொரு வாதமும் வைக்கப்பட்டிருக்கிறது. ஜாதி அமைப்பில் விரக்தி அடைந்துபோய், மதமாற்றம் செய்து கொள்வது வீண் முயற்சி என்று சில இந்துக்கள் சொல்கிறார்கள். நீங்கள் எங்கே சென்றாலும் அங்கேயும் ஜாதி பயம் இருக்கிறது என்பது அவர்களுடைய வாதம். இஸ்லாமிலும், கிறிஸ்தவத்திலும் ஜாதியம் இருக்கிறது என்கிறார்கள்.

துர்பாக்கியவசமாக இந்நாட்டில் மற்ற மதங்களிலும் ஜாதி அமைப்பு ஊடுருவி விட்டது உண்மைதான். இந்த மாபெரும் பாவத்தை அணு அணுவாக வளர்த்தவர்கள் இந்துக்களே. ஜாதியம் முதன்முதலில் இந்து மதத்தில்தான் தோன்றியது. பிறகு பிற மதங்களையும் தொற்றியது. இஸ்லாமிலும் கிறிஸ்தவத்திலும் ஜாதிகள் இருப்பது உண்மையானாலும் அவற்றை இந்து மத ஜாதியத்தோடு ஒப்பிடுவது சரியில்லை. இரண்டுக்கும் பெருத்த வேறுபாடு உண்டு. கிறிஸ்தவத்திலோ, இஸ்லாமிலோ அவர்களது சமூக அமைப்பின் தலையான அம்சமாக ஜாதியம் இருக்கிறது என்று எவரும் வாதிட முடியாது.

நீங்கள் யார் என்று ஒரு முஸ்லீமை கேட்டால் நான் ஒரு முஸ்லீம் என்று பதில் வரும். அதே கேள்விக்கு நான் ஒரு கிறித்துவன் என்று கிறித்துவத்தில் பதில் வரும். அவர்களுக்கு அதுவே போதும். அதற்குள் எந்த ஜாதி என்று யாரும் கேட்பதில்லை. அதே கேள்வி இந்துவைக் கேட்டால் இந்து என்னும் பதிலுடன் எவரும் திருப்தி அடைந்து விடுவதில்லை. எந்த ஜாதியென்று அடுத்த கேள்வி கிளம்பும். இதற்குப் பதில் சொல்லாமல் ஒருவனுடைய சமூகத் தகுதியைத் தெரிந்து கொள்ளவோ தெரிவிக்கவோ முடியாது. இதிலிருந்து தெரிவது என்னவென்றால் இந்து மதத்தில் ஜாதியத் திற்கு அதிகபட்ச முக்கியத்துவம் உண்டு. மற்ற இரு மதங்களிலும் அப்படியில்லை. இன்னொரு வேறுபாடும் உண்டு. இந்துக்கள் அனுசரிக்கும் ஜாதி அமைப்பு முறை இந்து மதத்தின் அடிப்படை யாக உள்ளது. பிற மதங்களில் அப்படி இல்லை. ஜாதி அமைப்பை நான் கைவிடப் போகிறேன் என்று ஓர் இந்து அறிவிக்க முடியாது. அவனுடைய மதம் அதை ஏற்றுக் கொள்ளாது. ஆனால் இஸ்லாமிலும், கிறித்துவத்திலும் ஜாதி ஒழிப்பு இயக்கங்களை ஏற்படுத்தி னால் மதம் அதற்குத் தடை சொல்லாது. இந்துக்கள் தமது மதத்தை ஒழித்தால் ஒழிய ஜாதியை ஒழிக்க முடியாது. ஜாதியை ஒழிக்க இஸ்லாமிலும், கிறித்துவத்திலும் மதஒழிப்பு தேவையில்லை. மாறாக அந்த மதங்கள் அத்தகைய இயக்கங்களைப் பெருமளவுக்கு ஆதரிக்கும். ஆகவே வாதத்திற்காகக் கூட இப்படியெல்லாம் ஜாதிகள் எல்லா இடத்திலும், எல்லா மதத்திலும் இருக்கின்றன என்றும் இந்துவாக இருப்பதே

சிறந்தது என்றும் சொல்ல முடியாது. ஜாதி அமைப்பு முறை பயனற்றது என்று சொல்லும்போது அந்த அமைப்புக்குப் பலம் இல்லாத இன்னொரு சமூகத்தை ஏற்பதுதான் சரியான பாதை. அந்த இன்னொரு அமைப்பில் மிக எளிய முறையில் ஜாதிகளை ஒழித்து விடலாம் என்னும்போது அதுவே சரியான பாதை.

மதமாற்றத்தால் என்ன நடந்துவிடப் போகிறது என்று சில இந்துக்கள் கேட்கிறார்கள். அதைவிட உங்கள் நிதிநிலையையும் கல்வி தகுதியையும் வளர்த்துக் கொள்ளுங்கள் என்கிறார்கள். இந்த அறிவுரையால் நம்மில் சிலர் குழப்பம் அடையலாம். திகைத்து நிற்கலாம்; ஆகவே அந்த வாதத்தை இங்கு விவாதத்திற்கு எடுத்துக் கொள்ள வேண்டியது அவசியம் என்று கருதுகிறேன். ஒன்று உங்கள் நிதிநிலைமையையும் கல்விச் சூழலையும் யார் முன்னேற்றம் அடைய செய்யப் போகிறார்கள்? அவற்றை நீங்களே வளர்த்துக் கொள்ள வேண்டுமா? அல்லது இந்த வாதத்தை வைப்பவர்கள் உங்களிடம் அந்தத் தகுதிகளை வளர்க்கப் போகிறார்களா? உங்களுக்கு உபதேசிப்பவர்கள் உதட்டளவில் அல்லாமல் வேறு எந்த உருப்படியான காரியத்தையும் செய்யப் போவதில்லை. அவர்கள் பக்கம் இருந்து எந்த முயற்சியும் இந்தத் திசையை நோக்கி நடைபெறபோவதில்லை. மாறாக ஒவ்வொரு இந்துவும் தமது சொந்த ஜாதியின் பொருளாதார நிலைமையை வளர்த்துக் கொள்வ திலேயே குறியாக இருக்கிறான். அவனுடைய பார்வை, சொந்த ஜாதிப் பார்வையாகக் குறுகிப் போயிருக்கிறது. பிராமணப் பெண் களுக்கு மகப்பேறு விடுதிகள், பிராமண மாணவர்களுக்கு உபகாரச் சம்பளங்கள், பிராமண ஜாதியைச் சேர்ந்த வேலை யில்லாதோருக்கு வேலைகள் இவற்றை நிறுவுவதிலேயே பிராமணர்கள் ஈடுபட்டிருக் கிறார்கள். பிராமண ஜாதிகளில் ஒன்றான 'சரஸ்வதத்' பிராமணர்கள் இதையே செய்து கொண்டிருக்கிறார்கள். காயஸ்தர்களும், மராட்டியர்களும் இதே வேலையில் இருக்கிறார்கள். ஆக அவனவன் தன்னுடைய ஜாதிகளுக்காக இருக்கிறான். புரவலரே இல்லாத ஜாதிகள் கடவுளின் கருணைக்காகக் காத்திருக்கின்றன. நீங்கள் நீங்களாகத்தான் எழுந்திருக்க வேண்டும். உங்களுக்கு உதவ யாரும் முன்வரப்போவதில்லை. இன்றைய சமூகத்தின் நிலை இதுதான்.

இந்தச் சூழலில் அவர்களுடைய அறிவுரையைக் கேட்பதால் பயன் என்ன? உங்களைத் திசை திருப்பி உங்களுடைய நேரத்தை வீணடிப்பதே அவர்களின் நோக்கம். உங்களை நீங்கள் முன்னேற்றிக் கொள்ள வேண்டுமானால் இத்தகைய வதந்திகளை நம்பாதீர்கள். இந்த வதந்திக்காரர்கள் உங்களுக்கு உபதேசம் செய்ய எந்த உரிமையும் இல்லை. இதுபோதும் என்றாலும் நான் இத்துடன் நிறுத்துவதாக இல்லை. மேலும் சில பதில்கள் சொல்லவே விரும்புகிறேன்.

மதமாற்றத்தால் மட்டுமே என்ன நேர்ந்துவிடப் போகிறது என்று அறிவில்லாமல் கேட்கும் கேள்வி எனக்கு வியப்பூட்டுகிறது. இந்தியாவில் இருந்து சீக்கியர்களாகவும் முஸ்லீம்களாகவும் கிறிஸ்தவர்களாகவும் உள்ளவர்களில் பெரும்பான்மையினர் முன்னாள் இந்துக்களே. அதிலும் பெரும்பான்மை சூத்திரர்களும் தீண்டத்தகாதவர்களும்தான்.

இந்து மதத்தை விட்டு நீங்கி சீக்கியத்திற்கும், கிறிஸ்தவத்திற்கும் போனவர்கள் எந்த முன்னேற்றமும் அடையவில்லை என்றா இவர்கள் சொல்ல வருகிறார்கள். மதமாற்றம் அப்படி மாறியவர்களுடைய சூழலில் முன்னேற்றத்தைக் கொண்டு வந்திருக்கும் போது தீண்டத்தகாதோருக்கு மட்டும் அப்படிப்பட்ட முன்னேற்றம் ஏற்படப் போவதில்லை என்பதா இவர்களுடைய கருத்து? அவர்களே சிந்திக்கட்டும்.

மதமாற்றத்தால் ஒன்றுமே நேரப் போவதில்லை என்பதில் இன்னொரு பொருள், மதம் என்பதே அர்த்தமற்றது என்பதாகும். மதமே அர்த்தமற்றதாகப் போகும்போது இந்து மதத்தில் தீண்டத்தகாதவர் நீடிக்க வேண்டும் என்று ஏன் வாதிட வேண்டும். எனக்குப் புரியவில்லை. அவர்கள் கருத்துப்படி மதத்தில் எந்த உள்ளார்ந்த பொருளும் இல்லை என்றால், விலகப் போகிற மதம் குறித்தும் சேரப் போகிற மதம் குறித்தும் அவர்கள் ஏன் வீணாக வாதிட வேண்டும்? மதமாற்றத்தால் என்ன நேர்ந்துவிடப் போகிறது என்பவர்கள் இன்னொரு கேள்வியையும் சந்திக்க வேண்டும். சுய ஆட்சியால் என்ன நேர்ந்து விடப் போகிறது? சுய ஆட்சி கிடைத்தால் நிதி மற்றும் கல்வி முன்னேற்றம் கிட்டும் என்று தீண்டத்தகாதோரைப் போலவே

இந்திய மக்கள் எல்லோருமே நினைக்கிறார்கள். ஆக, சுயாட்சியால் நாடு முழுமைக்கும் பலன் உண்டு என்னும்போது மதமாற்றத்தால் நிச்சயம் தீண்டத்தகாதோர்க்குப் பலன் உண்டு. இந்தப் பிரச்சனை பற்றி ஆழ்ந்து சிந்திப்போர் இந்தியாவுக்கு சுய ஆட்சி அவசியம் என்பது போல் தீண்டத்தகாதோருக்கு மதமாற்றமும் அவசியம் என்பதை ஏற்றுக் கொள்வார்கள். மதமாற்றம், சுயாட்சி இரண்டின் இறுதி நோக்கமும் ஒன்றுதான். அவற்றில் எள்ளளவும் வேறுபாடு இல்லை, விடுதலை என்பதே இரண்டுக்கும் இலக்கு. மனித குலத்தின் மறுவாழ்வுக்கு விடுதலை அவசியம் என்றால் முழுச் சுதந்திரத்தை பெற்றுத் தரவல்ல மதமாற்றம் தீண்டத்தகாதோருக்கு அவசியமற்றதாக இருக்க முடியாது'' என்றார்.

முன்னேற்றமா? மதமாற்றமா? எது முதலில் என்பதை அம்பேத்கர் விளக்குகையில்...

''பொருளாதார முன்னேற்றமா? மதமாற்றமா? எதை முதலில் தொடங்குவது என்று ஆராய்வது அவசியமாகிறது. பொருளாதார முன்னேற்றம்தான் முதலில் என்பதை நான் ஏற்பதில்லை. இப்படிப் பட்ட கேள்வியே வறட்டுத்தனமானது. அரசின் முன்னேற்றமா சமூக முன்னேற்றமா என்று கேட்பதைப் போன்றதுதான் இது. ஒரு சமுதாயத்தின் முன்னேற்றம் அல்லது வளர்ச்சிக்கே பல வழிகள் கையாளப்படுகின்றன. இந்த வழிகள் ஒவ்வொன்றுக்கும் ஒவ்வொரு முக்கியத்துவம் உண்டு. இவற்றின் முன்னுரிமை முக்கியத்துவத்தை கண்டுபிடிப்பதற்கான அளவுகோல் எதுவும் இல்லை. அப்படித்தான் கண்டுபிடிக்க வேண்டும் என்று வலியுறுத்துவோருக்கு என் பதிலே, மதமாற்றமே பொருளாதார முன்னேற்றத்தை விட முதலில் மேற் கொள்ள வேண்டிய நடவடிக்கை என்பதுதான். தீண்டத்தகாதோர் என்னும் களங்கத்தை சுமந்து கொண்டு எப்படி நீங்கள் பொருளா தார முன்னேற்றத்தை அடைய முடியும்? நீங்கள் ஒரு கடை வைக்கிறீர்கள். கடையின் சொந்தக்காரரர் ஒரு தீண்டத்தகாதவர் என்பது பிறருக்குத் தெரிகிறது. அப்படியிருக்கும்போது ஒரு தீண்டத் தகாதவன் கடையின் பொருள் வாங்க யாராவது முன்வருவார்களா? ஒருவன் வேலைக்கு விண்ணப்பம் போடுகிறான். அந்த விண்ணப்பக் காரன் தீண்டத்தகாதவன் என்று தெரிகிறது. அந்த விண்ணப்பதார

னுக்கு வேலை கிடைக்காது. ஒரு நிலம் விற்பனைக்கு வருகிறது. உங்களில் ஒருவர் அதை வாங்க முன்வர வேண்டும். வாங்குபவர் தீண்டத்தகாதவர் என்று தெரிந்தால் விற்பவர் விற்க முன்வர மாட்டார். பொருளாதார முன்னேற்றத்திற்கு நீங்கள் எந்த முயற்சி எடுத்தாலும் சரி, தீண்டாமை காரணமாக அந்த முயற்சி தோல்வியைத்தான் சந்திக்கும். தீண்டாமை, முன்னேற்ற பாதைக்கு ஒரு நிரந்திரமான தடைக்கல். அதை அகற்றினால் ஒழிய உங்கள் பாதை எளிதாக இருக்காது. மதமாற்றமல்லாமல் வேறு வந்த வழியிலும் அந்தத் தடைக்கல்லை அகற்ற முடியாது.

உங்களில் சில இளைஞர்கள் கல்வி கற்க முயல்கிறார்கள்; எல்லா இடங்களிலும் அதற்காக நிதி கேட்க நிற்கிறார்கள். பணத்தேவை காரணமாக அவர்கள் தீண்டத்தகாதோராக நீடிக்கிறார்கள். அப்படி நீடிப்பதன் மூலம் சிறிது முன்னேற்றமும் காண்கிறார்கள். இந்த இளைஞர்களை நான் கேட்கிறேன், படிப்பு முடிந்து தகுதியான வேலை உங்களுக்கு கிடைக்காவிட்டால் அந்தக் கல்வியை வைத்துக் கொண்டு என்ன செய்வீர்கள்? நம்மில் பெரும்பான்மை படித்த மக்கள் இன்று வேலை இல்லாமல் நிற்கிறார்கள்; என்னைப் பொருத்தவரை இந்த வேலையின்மைக்குத் தீண்டாமை மட்டுமே காரணமாகும்.

தீண்டாமை காரணமாக உங்கள் தகுதிகளை யாரும் மதிப்பதில்லை. உங்கள் திறமைகளுக்கு எந்த வாய்ப்பும் கிடைப்பதில்லை. தீண்டாமை காரணமாக ராணுவத்தில் இருந்து கூட நீங்கள் வேலை நீக்கம் செய்யப்படுகிறீர்கள். காவல் துறையிலும் உங்களுக்கு வேலை கிடைப்பதில்லை. ஏன்? ஒரு பியூன் வேலைகூட உங்களால் பெற முடியவில்லை. தீண்டத்தகாதவர் என்பதாலேயே உங்களுக்குப் பதவி உயர்வும் கிடைப்பதில்லை. தீண்டாமை என்பது ஒரு சாபம். அதன் காரணமாக நீங்கள் பழிக்கப்படுகிறீர்கள். உங்கள் தகுதிகள் குப்பையில் வீசப்பட்டு விடுகின்றன. இந்தச் சூழலில் இதற்கு மேலும் எந்தத் தகுதிகளை நீங்கள் வளர்த்துக் கொள்ளப் போகிறீர்கள்? அப்படியே வளர்த்துக் கொண்டாலும் அதனால் என்ன பயன்? கல்வித் தகுதிகளால் உங்கள் தகுதிகள் மதிக்கப்பட வேண்டும் என்று உண்மையாகவே நீங்கள் விரும்பினால் உங்கள் கல்வி உங்களுக்குப்

பயன்பட வேண்டும். செல்வாதார முன்னேற்றத்திற்கான உதவிகள் உங்களுக்காகத் திறக்கப்பட வேண்டும். தீண்டாமை விலங்குகளை நீங்கள் தகர்த்தெறிய வேண்டும்" என்றார்.

அம்பேத்கர் மதமாற்றம் குறித்த ஐயப்பாடுகளை விளக்கிப் பேசுகையில், "மதமாற்றத்தின் விமர்சகர்கள் முன்வைத்த வாதங் களை நாம் இதுவரை அலசிக் கொண்டிருந்தோம். மதமாற்றத்தின் அனுதாபிகளும் சில ஐயங்களைக் கிளப்புகிறார்கள். அவற்றுக்கு விளக்கம் சொல்வது முக்கியம். ஒன்று, கிராம ஊழியரின் பரம்பரை உரிமைகளின் கதி என்னவாகும் என்று சில மகர்கள் கவலைப்படு கிறார்கள். நீங்கள் மதம் மாறினால் கிராம ஊழியர் என்னும் தகுதியில் நீங்கள் செய்யும் ஊழியங்களை இழந்து விடுவீர்கள் என்று மகர்கள் ஜாதி இந்துக்களால் அச்சுறுத்தப்படுகிறார்கள். கிராம ஊழியர் முறை நீக்கப்படுவது பற்றி எனக்குக் கொஞ்சம்கூடக் கவலையில்லை என்பதை நீங்கள் அறிவீர்கள். கடந்த 10 ஆண்டு களாக, இந்தக் கிராம ஊழியத்தால் மகர்கள் எத்தனை சோகமான தலைவிதியைச் சுமக்க வேண்டியிருக்கிறது என்று நான் வாதாடியிருக் கிறேன். அந்த ஊழியம் ஒழிக்கப்பட்டால் விடுதலைப் பாதை உங்களுக்காகத் திறந்து விடப்படுகிறது என்று பொருள். கிராம ஊழிய உரிமை தேவை என்று உங்களில் சிலர் நினைக்கலாம். மதமாற்றத்தால் அதற்கொன்றும் கேடு வந்துவிடாது என்று நான் உறுதி சொல்கிறேன்.

கிராம ஊழியம் பற்றிய 1850-ஆம் ஆண்டுச் சட்டத்தை எடுத்துக் கொள்வோம். அது என்ன சொல்கிறது? மதமாற்றத்தில் சொத்து வாரிசு உரிமை பாதிக்கப்படுவதில்லை என்றுதான் சட்டம் சொல் கிறது. இந்தச் சட்ட விளக்கம் போதாது என்று கருதுபவர்கள், நகர் மாவட்டத்தின் சூழல்களை அலசிப் பார்க்கலாம். அந்த மாவட்டத்தில் மகர் வகுப்பைச் சேர்ந்த பலர் கிறிஸ்தவர் மதத்தில் சேர்ந்துவிட்டார்கள். ஒரே குடும்பத்தில் சிலர் கிறிஸ்தவர்கள், சிலர் மகர்கள் என்னும் நிலையுண்டு. இப்படி கிறிஸ்துவ மதத்திற்கு மாறியவர்களுக்கும் கிராம ஊழிய உரிமை மறுக்கப்படவில்லை. நகர் மாவட்ட மகர்கள் இந்த உண்மையை உறுதி செய்வார்கள். எனவே, மதமாற்றத்தால் ஊழிய உரிமை பறிபோகுமென்று எவரும் அஞ்சத் தேவையில்லை.

இரண்டாவது சந்தேகம் அரசியல் உரிமை பற்றி. நாம் மதம் மாறினால் நம்முடைய பாதுகாப்பு அரண்கள் என்னாகும் என்று சிலர் அஞ்சுகிறார்கள். தீண்டத்தகாதோருக்கு எத்தகைய அரசியல் அரண்கள் கிடைத்துள்ளன என்பது எனக்குத் தெரியாமல் இல்லை. இந்த உரிமைகளைப் பெறுவதற்காக என்னைப் போல் இன்னல் அனுபவித்தவரும் முயற்சி எடுத்தவரும் எவரும் இல்லை. இருப்பினும் வெறும் அரசியல் உரிமைகள் மீதே சார்ந்திருப்பது சரியில்லை; என்றும் நிரந்தரமானவை என்னும் முத்திரை குத்தப்பட்டும் இந்த அரசியல் அரண்கள் நம் கைக்கு வரவில்லை. அவை ஒரு காலத்தில் மறைந்துதான் போகும். பிரிட்டிஷ் அரசு அளித்த வகுப்புவாரி ஆணைப்படி நமக்கு வழங்கப்பட்ட அரசியல் அரண்களின் ஆயுள் 20 வருடம்தான். புனா ஒப்பந்தத்தில் அப்படி எந்தக் கால எல்லையும் வரையறுக்கப்படவில்லை. ஆனாலும் அவை நிரந்தரமானவை என்று எவரும் சொல்ல முடியாது. இந்த அரண்கள் நீக்கப்பட்டால் என்ன நேரும் என்பதை இவற்றையே சார்ந்திருப் போர் சிந்திக்க வேண்டும். நமது அரசியல் உரிமைகள் பறிபோகும் காலத்தில் நமது சமூக பலத்தையே நாம் சார்ந்திருக்க வேண்டும். முன்பே சொன்னது போல் இந்தச் சமூக பலம் நம்மிடம் மிகவும் குறைவு. மதமாற்றத்தின் மூலம் அல்லாமல் இந்த பலத்தை நாம் வென்றெடுக்க முடியாது. நிகழ்காலத்தைப் பற்றிக் கொண்டு, கால காலத்திற்கும் நமக்கு நன்மை விளைவிப்பவற்றைத் தற்காலிக நன்மைக்காக விட்டுக் கொடுக்கும் மார்க்கம் உங்களை இன்னல்களுக்கே இட்டுச் செல்லும். இந்தச் சூழலில் எது நிலையான நன்மை தரும் என்று சிந்திக்க வேண்டும். மதமாற்றம் நிலையான இன்பத்தைப் பெற்றுத் தரும்.

மதம் மாறினால் அரசியல் உரிமைகள் மாறிப்போகும் என்றாலும் நாம் தயங்கக் கூடாது. மதமாற்றத்தால் அரசியல் அரண்களுக்கு பெரிதாக தீமை ஒன்றும் நேர்ந்துவிடாது. மதமாற்றத்தால் அரசியல் அரண்கள் குலைந்துவிடும் என்னும் வாதத்தை என்னால் புரிந்து கொள்ள முடியவில்லை. நீங்கள் எங்கே சென்றாலும் உங்கள் அரசியல் உரிமைகளும் அரண்களும் உங்களைத் தொடரும் என்பதில் சந்தேகமேயில்லை. நீங்கள் முஸ்லீம்களாக மாறினால்

முஸ்லீம்களுக்கு உள்ள அரசியல் உரிமைகள் உங்களுக்குக் கிடைக்கும். அப்படியே கிறிஸ்துவர்களாக மாறினால் கிறிஸ்தவர்களின் அரசியல் உரிமைகள் கிடைக்கும். சீக்கியர்களாக மாறினாலும் அப்படித்தான். அரசியல் உரிமைகள் மக்கள் தொகை அடிப்படையிலானது. எந்தச் சமுதாயத்தில் மக்கள் தொகை அதிகரிக்கிறதோ அதன் அரசியல் அரண்களும் அதற்கேற்ப அதிகரிக்கும். நாம் இந்துச் சமுதாயத்தை விட்டு நீங்கினால், நமக்கு ஒதுக்கப்பட்ட 15 இடங்கள் இந்துக்களுக்குத் திரும்பப் போய்விடும் என்று தவறாக புரிந்து கொள்ள வேண்டாம்.

நாம் முஸ்லீம்களாக மாறினால் முஸ்லீம்களுக்கு ஒதுக்கப்பட்ட இடங்களின் அளவு மேலும் 15 அதிகரிக்கும்; கிறிஸ்தவர்களாக மாறினாலும் அதே அளவு அதிகரிக்கும். சுருங்கச் சொன்னால் நாம் எங்கே சென்றாலும் நமது அரசியல் உரிமைகள் நம்மைத் தொடரும். எனவே யாரும் அஞ்சத் தேவையில்லை.

மாறாக, நாம் இந்துக்களாகவே இருக்கிறோம். மதம் மாறவில்லை என்றால் நமது உரிமைகள் பாதுகாப்பாகவா இருக்கப் போகின்றன? தீண்டாமைத் தடைச்சட்டம் ஒன்றைக் கொண்டு வந்து தீண்டாமையைக் கடைபிடிப்போரைத் தண்டிப்பதையும் நடைமுறையாக்குகிறார்கள் என்று வைத்துக் கொள்வோம். நாங்கள் அதைத் தடுத்துவிட்டோம். இந்தச் சட்டத்தின்முன் நீங்கள் எல்லாம் தீண்டத்தகாதோர் அல்லர் என்று உங்களிடம் சொல்வதாக வைத்துக் கொள்வோம். அதன் உள்ளர்த்தம் என்ன? மற்ற பின் தங்கிய ஜாதிகள் போலவே நீங்களும் ஏழைகள். நீங்களும் பின்தங்கியவர்கள். மற்ற பின்தங்கிய ஜாதிகளுக்கு எந்த அரசியல் அரசாணையும் நாங்கள் உருவாக்கித் தரவில்லை. உங்களுக்கு மட்டும் அவற்றின் தேவை யென்ன என்று உங்களை இந்துக்கள் கேட்கக்கூடும். அதற்கு நீங்கள் எப்படிப் பதிலளிப்பீர்கள்? இந்தக் கேள்விகளுக்குக் கிறிஸ்தவர் களும் முஸ்லீம்களும் எளிதாகப் பதில் சொல்லி விடுவார்கள். 'எங்களுக்கு அரசாங்கம் அரசியல் அரண் தந்திருப்பதற்குக் காரணம் நாங்கள் ஏழைகள், கல்வியறிவு இல்லாதவர்கள், பின்தங்கியவர்கள்- என்பதால்; எங்கள் மதம் வேறு, எங்கள் சமுதாயம் வேறு' என்று அவர்கள் பதில் சொல்வார்கள்.

அதன் உள்ளர்த்தம் என்ன? எங்கள் மதம் வேறாக இருக்கும்வரை எங்களுக்குரிய அரசியல் உரிமைகளை நீங்கள் தந்தாக வேண்டும் என்பதுதான் அதன் அர்த்தம்.

ஆகவே இந்து மதத்தில், குறைந்தபட்சம் இந்துச் சமூகத்தில் வாழ்பவர்கள் உங்கள் சமூகம் வேறு. அரசியல் அரண்களுக்கான உரிமைகளுக்கு நீங்கள் பாத்தியதை உள்ளவர்கள் என்னும் நிலைப் பாட்டை நீங்கள் எடுக்க முடியாது.

என்றைக்கு நீங்கள் விடுதலையாகிறீர்களோ, மதமாற்றத்தின் வாயிலாக இந்து சமுதாயத்தின் அடிமைகள் என்னும் நிலையிலிருந்து சுதந்திரம் அடைகிறீர்களோ, அந்த நாளில் மேலே சொன்ன நிலைப் பாட்டை நீங்கள் எடுக்க முடியும். அத்தகைய சுதந்திர நிலைப்பாட்டை எடுத்து அரசியல் அரண்களை, அரசியல் கோரிக்கைகளைக் கோராமல் போனால் உங்கள் அரசியல் உரிமைகளுக்குப் பாது காப்பு இல்லை. எனவே மதமாற்றம் என்பது அரசியல் அரண்களை பலப்படுத்திக் கொள்வதற்கான ஒரு பாதை; ஒரு போதும் அது அரசியல் அரண் தடை ஆகாது என்று புரியும்.

இந்து மதத்தில் நீடித்தால் உங்கள் அரசியல் அரண்களை நீங்கள் இழந்து விடுகிறீர்கள். அந்த அரண்கள் தேவையென்றால் நீங்கள் மதம் மாறுங்கள். மதமாற்றத்தால் நிரந்தரமாக அரசியல் அரண்கள் உங்களுக்குக் கிடைக்கும்.

என்னைப் பொருத்தவரை, நான் முடிவெடுத்து விட்டேன். நான் மதம் மாறப்போவது நிச்சயம். அதன் நோக்கம், உலக ஆதாய லாபங்கள் என்ன? தீண்டத்தகாதவராக இருந்து கொண்டே எல்லாவற்றையும் நான் அடைகிறேன். என் மதமாற்றத்திற்கான நோக்கம் முழுக்க முழுக்க ஆன்மிகமானது. இந்து மதம் என்னுடைய வர்க்கத்திற்கு ஒத்து வரவில்லை. என்னுடைய சுய மரியாதைக்கு ஏற்றதாக இல்லை. உங்களைப் பொருத்தவரை மதமாற்றத்தால் ஆன்மிகப் பயனும் உண்டு. லௌகிகக் பயனும் உண்டு. லௌகிகப் பயன்களுக்காக மதமாற்றம் என்றாலே சிலர் கேலி செய்யலாம். சிலர் சிரிக்கலாம். அப்படிக் கேலி செய்பவர்களும் சிரிப்பவரும் முட்டாள்கள். இறப்புக்குப் பிறகு என்ன நடக்கப் போகிறது,

ஆன்மாவுக்கு என்ன விளையப் போகிறது, என்ன விளையாமலா போகும் என்பன போன்ற போதனைகள் பணக்காரர் களுக்கு வேண்டுமனால் பயன் அளிக்கலாம்; அத்தகைய மதத்தைப் பற்றி அவர்கள் ஓய்வாக உட்கார்ந்து சிந்திக்கலாம்; அல்லது களிப்பில் மூழ்கலாம். வாழ்நாளிலேயே எல்லா இன்பங்களும் நுகர்பவர்கள் அப்படிப்பட்ட மதம்தான் உண்மையான மதம் என்று நினைப்பது இயல்பானது. மரணத்திற்குப் பிறகும் மகிழ்ச்சிகள் உண்டு என்று போதிக்கும் மதம் அவர்களுக்கு உவப்பாகத்தான் இருககும். ஆனால் நீங்கள் அந்த மதத்தில் இருப்பதனால் மண்ணுக்கு கேடாய் மதிக்கப்படுகிறீர்கள். உணவு, உடை போன்ற அடிப்படைத் தேவைகள் கூட மறுக்கப்படுகிறீர்கள். மனிதர்களாகவே நீங்கள் நடத்தப்படுவதில்லை. இந்நிலையில் இருக்கும் நீங்கள் மதத்தை உலகியல் பார்வையோடு அணுகாமல் உங்கள் கண்களை மூடிக் கொண்டு வானத்தையா பார்த்துக் கொண்டு இருக்க முடியும்? பணக்காரர்களுக்கும் சோம்பேறிகளுக்கும் உரிய வேதாந்தத்தால் ஏழைகளாகிய உங்களுக்கு என்ன பயன்?

மதம் என்பது மனிதனுக்காகவே; மனிதன் மதத்திற்காக அல்ல.

மதம் மனிதனுக்காக மனிதனால் ஏற்கப்பட வேண்டுமானால் மதம் மாறுங்கள்.

அமைப்பு ரீதியாகத் திரள வேண்டுமானால் மதம் மாறுங்கள்,

வலிமை பெற வேண்டுமானால் மதம் மாறுங்கள்.

சமத்துவம் கிடைக்க வேண்டுமானால் மதம் மாறுங்கள்.

விடுதலையடைய வேண்டுமானால் மதம் மாறுங்கள்.

உங்கள் குடும்ப வாழ்க்கை மகிழ்ச்சிகரமான இருக்க வேண்டு மானால் மதம் மாறுங்கள்.

உங்களை மனிதர்களாகவே நடத்தாத அந்த மதத்தில் ஏன் இன்னும் இருக்க வேண்டும்?

உங்களைக் கல்வி கற்க அனுமதிக்காத மதத்தில் நீங்கள் ஏன் இருக்க வேண்டும்?

உங்களுக்குத் தண்ணீரை மறுக்கும் மதத்தில் ஏன் இருக்க வேண்டும்?

உங்களைக் கோயிலுக்குள் நுழைய அனுமதி மறுக்கும் மதத்தில் ஏன் இருக்க வேண்டும்?

உங்களுக்கு வேலை வாய்ப்பை வழங்க மறுக்கும் ஒவ்வொரு சட்டத்திலும் உங்களை அவமதிக்கும் மதத்தில் ஏன் இருக்க வேண்டும்?

மனிதனுக்கு மனிதன் நேர் வழியிலான தொடர்புகள் கொள் வதைத் தடுக்கும் மதம் மதமேயல்ல. அது அடக்குமுறையின் வடிவம். மனித உயிருக்குக்கூட கௌரவம் தராத மதம் மதமே அல்ல. அது ஒரு மனநோய்; விலங்குகள் தொடுவதை அனுமதிக்கும் மதம், மனிதன் தொடுவதை அனுமதிக்க மறுத்தால் அது மதம் அல்ல அது கேலிக் கூத்து. ஒரு வகுப்புக்குக் கல்வியுரிமை மறுத்து, அதற்குச் சொத்துரிமை மறுத்து, ஆயுதம் வைத்திருக்கும் உரிமை மறுத்து நிற்கும் ஒரு மதம் மதமே அல்ல. அது மனித உயிர்களின் வாழ்வை ஏளனத் திற்கு இடமாக்கும் ஒரு கொடுமை. கல்வியறிவு இல்லாத வர்கள், செல்வாதாரம் இல்லாதவர்கள் அப்படியே நீடிக்க வேண்டும் என்று கட்டாயப்படுத்தும் மதம், மதமேயல்ல; அது ஒரு தண்டனை.

என் அறிவுக்கு எட்டியவரை மதமாற்றத்தால் நேரக்கூடிய எல்லாச் சிக்கல் களையும் அலசி விட்டேன். விளக்கி விட்டேன்; இந்த ஆராய்ச்சி மிகவும் நீண்டதாக இருக்கலாம். இத்தகைய விளக்கமான ஆராய்ச்சி தேவையென்று நான் முதலிலேயே முடிவு செய்து விட்டேன். மதமாற்றத்தின் எதிரிகள் என்னென்ன வாதங்கள் வைப்பார்களோ அவற்றிற்குப் பதில் அளிக்க வேண்டியது என் கடமை. என் கருத்துப்படி மதமாற்றப் பிரகடனத்தின் முக்கியத்து வத்தை உணராமல் யாரும் மதம் மாறக் கூடாது. அதனால்தான் எல்லாவித ஐயங்களுக்கும் தீர்வாக அமையும் இந்தப் பிரச்சனையை இத்தனை விரிவாக அலசினேன்.

என் கருத்துகளை நீங்கள் எவ்வளவு தூரம் ஏற்பீர்கள் என்று எனக்குத் தெரியாது. ஆனால் அவற்றை ஆழ்ந்து சிந்திப்பீர்கள் என்னும் நம்பிக்கை எனக்கு உண்டு. பொது மக்களைத் திருப்தி செய்வதன் மூலம் அவர்களது செல்வாக்கைப் பெறுவது ஒரு சாதாரண

மனிதனுக்கு நன்மை தரலாம். ஒரு தலைவன் அந்த வழியைப் பின்பற்ற முடியாது. மக்களுக்கு எது நல்லது, எது கெட்டது என்பதை அறிந்து அச்சப்படாமல் ஆதரவைப் பற்றிக் கவலைப் படாமல் அதைச் சொல்பவனே தலைவன் என்பது என் கருத்து.. நீங்கள் விரும்பாவிட்டாலும் சரி. உங்களுக்கு நல்லது எதுவோ அதைச் சொல்வதே என் கடமை. நான் என் கடமையைச் செய்தாக வேண்டும். இதோ இப்போது அதைச் செய்து விடுகிறேன். முடிவு உங்கள் கையில்! உங்கள் பொறுப்பை நீங்கள்தான் சுமக்க வேண்டும். இந்த மதமாற்றத்தை நான் இரண்டு பகுதிகளாகப் பிரித்துக் கொண் டேன்.

இந்து மதத்தை விட்டு வெளியேறுவதா, இல்லை நீடிப்பதா என்பது அதன் முதல் பகுதி; இந்து மதத்தைக் கைவிட வேண்டு மானால் எந்த மதத்தைத் தேர்ந்தெடுப்பீர்கள் அல்லது ஒரு புதிய மதத்தை உருவாக்குவீர்களா என்பது இரண்டாம் பகுதி; இன்று முதல் பகுதி பற்றி முடிவு செய்தாக வேண்டும். அதை முடிவு செய்யாமல் இரண்டாம் பகுதிக்குப் போக முடியாது. அப்படிப் போவது வீண் முயற்சி. எனவே நீங்கள் முதல் பகுதியை முடிவு செய்ய வேண்டும். இன்னொரு வாய்ப்பை இந்த விஷயத்தில் என்னால் உங்களுக்கு வழங்க முடியாது. உங்கள் முடிவைப் பொருத்து எனது எதிர்காலத்திட்டத்தை நான் தீட்டுவதாக இருக்கிறேன். மத மாற்றத்திற்கு எதிராக நீங்கள் முடிவு செய்தால் இந்தப் பிரச்சனைக்கு நிரந்தரமாக விடை கொடுத்துவிடுவேன். அதற்குப் பிறகு நான் என்ன செய்ய வேண்டுமோ? அதை செய்து கொள்வேன். மதமாற்றத்திற்கு ஆதரவாக முடிவு செய்தால், அந்த மதமாற்றம் அமைப்பு ரீதியாக, பெருந்திரளாக இருக்கும் என்று நீங்கள் உறுதியளிக்க வேண்டும். மதமாற்றத்திற்கு ஆதரவாக முடிவு செய்திருந்தால் தங்களின் விருப்பத்திற்கு ஏற்றபடி சேரப்போகிற மதத்தை நிர்ணயம் செய்து கொள்ளும் முயற்சிகளுக்கு குறுக்கீடு செய்ய மாட்டேன். இந்த விஷயத்தில் நீங்கள் எல்லோரும் என்னுடன் ஈடுபட வேண்டும்.

எந்த மதத்தை நான் ஏற்பதாக இருந்தாலும் அதற்கான முயற்சிகளில் விசுவாசமாக ஈடுபடுவேன். அந்த மதத்தில் மக்களின் நன்மைக்காக உழைக்கவும் நான் தயாராக இருக்கிறேன். நான் சொல்கிறேன்

என்பதற்காக உணர்ச்சிவசப்பட்டு என்னை நீங்கள் பின்பற்றிவிடக் கூடாது. உங்கள் அறிவுக்கு அது ஏற்றது என்றால் மட்டுமே நீங்கள் சம்மதம் சொல்லலாம்; என்னோடு நீங்கள் ஒன்றுபடாவிட்டாலும் நான் அதற்காக வருந்தப் போவதில்லை. இத்துடன் பொறுப்பு தீர்ந்தது என்றுதான் நினைப்பேன்.

நீங்கள் இங்கு எடுக்கும் முடிவு உங்கள் எதிர்காலத் தலை முறைக்கு நல்ல பாதையைத் திறந்துவிடும். விடுதலை பெறுவது என்று நீங்கள் முடிவு எடுத்தால் உங்கள் வருங்காலச் சந்ததிகளும் விடுதலை பெறும். அடிமையாக இருக்க முடிவு எடுத்தால், உங்கள் எதிர்காலப் பரம்பரையும் அடிமை தனத்திலேயே மூழ்கிக் கிடக்கும். எனவே உங்கள் பொறுப்புத்தான் மிக மிகச் சிக்கலானது. மிக மிக கடினமானது.

கடைசியாக அம்பேத்கர் நிறைவுரையில், உங்களுக்கு நீங்களே விளக்காக இருங்கள் என்று பேசினார்.

ஒருமைப்பாட்டின் மீது அசைக்க முடியாத நம்பிக்கை

13

நமக்கு அடிப்படை உரிமைகள் பல இருக்கலாம். அவற்றை எப்படி பாதுகாப்பது? அரசுக்கோ அரசு சார்ந்த நிறுவனங்களுக்கோ அவை செய்ய வேண்டிய காரியங்களை எழுத்து மூலம் செய்யச் சொல்லி உத்தரவு பிறப்பிக்கும் உரிமை நீதிமன்றங்களுக்கு இருக்கிறது.

நமக்கு நன்றாகத் தெரிந்த ரிட் மனுக்களின் மீது நீதிமன்றங்கள் நாள்தோறும் ஆணை பிறப்பிக்கும் உரிமையை நமது அரசியல் அமைப்புச் சட்டத்துக்குள் கொண்டு வர வேண்டும் என்று வாதிட்ட வர்களில் முதன்மையானவர் அம்பேத்கர்!

நீதிமன்றங்களுக்கு தரப்பட்ட இந்த

உரிமையே, இந்தியர்கள் இன்று சுதந்திரமாக இயங்கிக் கொண்டி ருப்பதற்கு அடிப்படைக் காரணம் என்று பல அரசியல் சட்ட வல்லுநர்கள் கருதுகிறார்கள். ஆனால் அம்பேத்கர் அடிப்படை உரிமைகளுக்கு வரையறை இருக்கக் கூடாது என்று கருதவில்லை. அரசு நெருக்கடிக் காலங்களில் இந்த உரிமைகளைத் தற்காலிகமாகத் திரும்பப் பெறலாம் என்ற சட்டத்தையும் அவர்தான் முன்னின்று கொண்டு வந்தார். இதே போன்று நாடு நலனுக்காக மக்களைக் கட்டாயப்பணி செய்யுமாறு ஆணை பிறப்பிக்கும் உரிமையை அரசுக்கு அளிக்கவும் அவர் முன் வந்தார்.

ஆயுதம் வைத்திருப்பது குறித்து அம்பேத்கர் கூறியது :

"ஒரு மாநிலம் மறு மாநிலத்துக்கு எதிராக மக்களை ஆயுதம் திரட்டச் செய்தால் என்ன செய்வது? நாடு முழுவதும் இதுபற்றி ஒரே சட்டம் இருக்க வேண்டும்"

அமெரிக்காவில் சில மாநிலங்களில் இருப்பதைப் போன்று இந்தியா விலும் ஆயுதம் வைத்துக் கொள்ளும் சட்டம் இருந்திருந்தால் வன்முறை எந்த அளவுக்கு வளர்ந்திருக்கும் என்பதை விளக்க வேண்டியதில்லை.

இந்தியா ஒரு வலுவான நாடாக உருப்பெற வேண்டுமானால் அதிலிருந்து பிரிந்து போகும் உரிமையை மாநிலங்களுக்கு அளிக்கக் கூடாது என்பதில் அம்பேத்கர் உறுதியாக இருந்தார்.

இந்த கூட்டமைப்பு மாநிலங்களெல்லாம் சேர்ந்து கூட்டமைப்பு அமைக்க வேண்டும் என்று ஒப்புதல் அளித்ததால் ஏற்பட்டதல்ல. எனவே மாநிலங்களுக்கு பிரிந்து போகும் உரிமை கிடையாது என்று தனது உரையில் அவர் தெளிவாகக் குறிப்பிட்டார்.

ஒருமைப்பாட்டின் மீது அவருக்கு இருந்த அசைக்க முடியாத நம்பிக்கையை, மற்றொரு சமயத்தில் 'தேவைப்பட்டால் இந்தியா ஒற்றையாட்சி அரசாகக் கூட மாறலாம்' என்று அவர் குறிப்பிட்டதி லிருந்து அறியலாம்.

மற்றொரு தருணத்தில் முஸ்லீம் உறுப்பினர் ஒருவர் விகிதாச்சார முறைப்படி பிரதிநிதித்துவம் வேண்டும். இல்லையென்றால் நடை

பெறப்போவது பெரும்பான்மையரின் அடக்குமுறை என்று வாதிட்டபோது அம்பேத்கர் அது அரசை பலவீனப்படுத்திடும் என்றார்.

இந்தியாவுக்குத் தேவை சட்டம் ஒழுங்கை அமல்படுத்தும் ஒரு நிலையான அரசு என்று அவர் சொன்ன போது உறுப்பினர்கள் ஆரவாரத்துடன் உடன்பட்டனர். ஆனால் சிறுபான்மையினரின் உரிமையைக் காப்பதில் அவர் உறுதியாக இருந்தார்.

சிறுபான்மையினரின் உரிமையைப் பறிப்பது என்பது ஜனநாயகத்தி லிருந்து சர்வாதிகாரத்தை நோக்கிச் செல்லும் அழிவுப்பாதை என்று கருதிய அம்பேத்கர், அரசியல் சட்டத்தில் சிறுபான்மையினரின் உரிமைகளைச் சொல்லும் உறுப்புகளுக்கு முழு ஆதரவு அளித்தார்.

வலுவான மத்திய ஆட்சியை நம்பியதால் அவர் மாநிலங்களின் அதிகாரங்களைக் குறைக்க நினைத்தார் என்று பொருள் கொள்ளக் கூடாது. மத்திய அரசு, மாநில அரசு விவகாரங்களில் தலையிடுவது, 'மோசமான ஆக்கிரமிப்பு' என்று அம்பேத்கர் குறிப்பிடவும் தயங்க வில்லை.

நாடாளுமன்றம் துவங்குவதற்கு முன் குடியரசுத் தலைவர் உரை நிகழ்த்த வேண்டும் என்று பரிந்துரை செய்ததே அம்பேத்கர் தான். அதுவே பின்னால் அரசியல் சட்டமாக மலர்ந்தது.

குடியரசுத் தலைவருக்கு அளவற்ற அதிகாரங்களைத் தர அம்பேத்கர் விரும்பவில்லை. பிரதமர் மற்றும் அமைச்சர்களின் அறிவுரைகளை குடியரசுத் தலைவர் ஏற்றுக்கொள்ள மறுத்தால் அவரைப் பதவியி லிருந்து நீக்கும் அதிகாரம் நாடாளுமன்றத்துக்கு இருக்கிறது என்பதில் ஐயம் இல்லை என்று சொல்லியிருக்கிறார் அம்பேத்கர்.

எனவே மக்களில் தேர்ந்தெடுக்கப்பட்டவர்கள்தான் இந்த நாட்டை உண்மையாக ஆள்பவர்கள் என்ற கொள்கையில் உறுதியாக இருந்தார் அம்பேத்கர்.

இந்திய அரசியல் சட்டம் மிகவும் இறுக்கமானது. விரிவாக எழுதப் பட்டதால் மாற்றங்கள் செய்யக்கூடிய சாத்தியங்களை வெகுவாக

குறைத்து விடுகிறது என்ற குற்றச்சாட்டை ஜென்னிங்ஸ் போன்ற அரசியல் சட்டவல்லுநர்கள் முன் வைத்திருக்கிறார்கள்.

'ஆனால் விரிவாக எழுதபடாவிட்டால் அதை மிக எளிதாக அரசினால் உள்ளறுப்பு செய்ய முடியும்' என்று அம்பேத்கர் கூறினார். அரசியல் சட்டத்தை திருத்துவதையும் எளிதாக்க அவர் விரும்ப வில்லை.

அம்பேத்கரின் உருவாக்கத்தில் இந்திய அரசியலமைப்புச் சட்டம்

14

புரட்சியாளர் அம்பேத்கர் எனும் தனி ஒரு மனிதப் போராளியால் உருவாக்கப்பட்டது இந்திய அரசியலமைப்புச் சட்டம்.

இந்தியாவிற்கான அரசியலமைப்பு உருவான வரலாற்றுப் பின்னணி ஒவ்வொரு இந்தியனும் அறிய வேண்டிய தலையாய கடமையாகும்.

அரசியலமைப்புச் சட்டத்தை உருவாக்க அரும்பாடுபட்ட அம்பேத்கர் அவர்களின் உழைப்பு மகத்தானது.

இந்தியத் துணைக் கண்டத்தின் பெரும்பாலான பகுதிகள் 1858 முதல் 1947 வரை ஆங்கிலேயர்களின் காலனி ஆட்சியின் கீழ் இருந்தது. இந்திய விடுதலைப் போராட்டம் தொடங்கிய

திலிருந்து லார்ட் பிரன்வுட்டின் சவாலுக்கு எதிராக 1928 இல் நேருவின் அறிக்கை இருந்து அரசியல் நிர்ணய சபை வேண்டும் என்ற கோரிக்கை எழுந்தது. எம்.என்.ராய் அவர்கள் தான் அதற்கான கருத்தினை முன் வைத்தார்.

இந்தியர்களுக்கு அரசமைப்பு எழுதும் ஆற்றல் இல்லை. வெளியிடப்பட்டது. இதில் பிரிட்டிஷ் மேலாதிக்கத்துக்கு உட்பட்ட சுயாட்சி கேட்கப்பட்டது. நேதாஜி உள்ளிட்டோர் குழு விடுதலை கோரினார்கள். 1929 இல் முழு விடுதலை தீர்மானம் கொண்டு வரலாம் என்றார் காந்தி.

அமைச்சரவை தூதுக்குழு அறிவுரைப்படி 1946ஆம் ஆண்டு சூலை மாதம் அரசியல் நிர்ணய சபைக்கான தேர்தல் நடைபெற்றது. டிசம்பர் மாதம் சபை கூடியது. தலைவராக இராசேந்திர பிரசாத் தேர்ந்தெடுக்கப்பட்டார்.

1947 ஆகஸ்ட் 15 பிரிட்டிஷ் இந்தியாவானது இந்தியா, பாகிஸ்தான் என்ற இரண்டு நாடுகளாகப் பிரிக்கப்பட்டது. சுதந்திர இந்தியாவிற்கான அரசியலமைப்பை மட்டும் உருவாக்கும் பணியை அரசியல் நிர்ணய சபை செய்தது.

இந்திய அரசியலமைப்பின் முகப்புரையில், இறையாண்மை உடைய ஜனநாயக சமத்துவ சுதந்திரக் குடியரசு என்றும் இந்திய ஒன்றியம் என்றும் பெயரிடப்பட்டுள்ளது.

இந்திய அரசியலமைப்பு 22 பகுதிகள், 12 அட்டவணைகளும், 395 பிரிவுகளுமாக பிரிக்கப்பட்டுள்ளன. இந்திய அரசமைப்பின் தனிச் சிறப்புகளில் அடிப்படை உரிமைகளும் அடங்கும். மாறிவரும் சமூக அரசியல் சூழலுக்கேற்ப 98 முறைகள் 2013 வரை இந்திய அரசியலமைப்பு திருத்தப்பட்டுள்ளது.

இந்திய அரசமைப்புச் சட்டம் உருவாக்கப்படும்போது பல்வேறு நாடுகளின் அரசமைப்பு சட்டங்களின் கூறுகள் எடுத்துக் கொள்ளப் பட்டன. இதனால் இந்திய அரசமைப்பு சட்டத்தை கடன்களின் பொதி என்பர்.

1947 ஆகஸ்ட் 29 இல் அரசியல் நிர்ணய சபை நிறைவேற்றிய தீர்மானத்தின் அடிப்படையில் இந்திய அரசியலமைப்புச் சட்டத்தை எழுத புரட்சியாளர் அம்பேத்கர் தலைமையில் அவர் உட்பட ஏழு பேர் கொண்ட அரசியலமைப்புச் சட்ட வரைவுக்குழு உருவாக்கப் பட்டது.

திரு.கோபால்சாமி ஐயங்கார், திரு.அல்லாடி கிருஷ்ணமூர்த்தி, திரு.கே.எம். முன்ஷி, திரு. சையது முகமது சாதுல்லா, திரு. மாதவராவ், திரு.டி.பி.கைதான் ஆகியோர் உறுப்பினர்களாக இக்குழுவில் இடம் பெற்றனர்.

இதில் ஒருவர் வெளிநாடு சென்று விட்டார். ஒருவர் இறந்து போயுள்ளார். பிறர் அம்பேத்கருக்கு முறையான ஒத்துழைப்பு அளிக்கவில்லை என்று கூறப்படுகிறது.

அம்பேத்கர் என்ற அந்த ஒற்றை மனிதர் தன் உடல், பொருள், ஆவி அத்தனையையும் அர்ப்பணித்து ஆறு மாதத்தில் உருவாக்கப்பட்ட அரசியலமைப்புச் சட்டம். இந்த 6 மாதத்தில் அமெரிக்கா, அன்றைய சோவியத் யூனியன், கனடா, இங்கிலாந்து, ஜெர்மனி, ஆஸ்திரேலியா, அயர்லாந்து, தென் அமெரிக்கா ஆகிய 11 நாடுகளின் அரசியமைப்பு சட்டத்தை முழுமையாக வரிக்கு வரி படித்து உள்வாங்கி மனதில் அதை அசைப் போட்டு சிந்தித்து நமது இந்திய நாட்டிற்கு பொருத்தமான தேவையான சட்டப் பிரிவுகளை உள்ளடக்கிய இந்திய அரசியலமைப்பு சட்டத்தை எழுதியுள்ளார்.

அம்பேத்கர் தலைமையிலான குழு தனது வரைவு அறிக்கையை 1948 பிப்ரவரி 21 இல் ஒப்படைத்தது. 1949 நவம்பர் 26 இல் அரசியல் நிர்ணய சபை மூலம் அரசமைப்புச் சட்டம் ஏற்றுக் கொள்ளப் பட்டது. இந்நாள் சட்ட தினமாக உள்ளது.

ஜனவரி 26, 1930 இல் லாகூரில் நடைபெற்ற இந்திய தேசிய காங்கிரஸ் மாநாட்டில் இந்தியாவிற்கு சுதந்திரம் பெற்றே தீருவது என்ற தீர்மானம் முதன்முதலாக நிறைவேற்றப்பட்டது. இதன் நினைவாக ஜனவரி 26 ஆம் தேதி இந்தியக் குடியரசு நாளாக ஏற்பது என்றும் அரசியல் நிர்ணய சபை முடிவு செய்யப்பட்டது.

அரசியலமைப்புக் குழுவில் இடம் பெற்றவர்கள் யார் யார்?

அம்பேத்கர் தலைமையிலான அரசியலமைப்பு வரைவுக்குழுவில் மொத்தம் எட்டு பேர் இடம் பெற்றிருந்தனர். இதில் இடம் பெற்ற ஒவ்வொருவரும் சட்ட ரீதியான பின்புலம் கொண்டவர்கள். மும்பை நீதிமன்றத்தில் சட்டம் பயில்வதற்காக 500 கிடைக்காமல் சிரமப்பட்டு பின்னர் சிலரின் உதவியால் படிப்பை முடித்தவர் அம்பேத்கர். அவர்தான் அரசியலமைப்பு வரைவுக் குழுவின் தலைவர்.

1. டாக்டர் அம்பேத்கர்
2. அல்லாடி கிருஷ்ண சாமி ஐயர்
3. கே.எம். முன்ஷி
4. கோவிந்த் பல்லாப் பண்ட்
5. தேவி பிரசாத் கேத்தான்
6. சர் சையது முகமது சாதுல்லா
7. கோபாலசுவாமி அய்யங்கார்
8. பி.எல். மிட்டர்.

அரசியலமைப்பு சட்டபுத்தகம் குறித்து சில சுவாரஸ்யமான தகவல்கள் உள்ளன. நம்முடைய அரசியலமைப்பு சட்டத்தை பிரேம் பெகாரி ரெய் ஜாடா என்பவர் எழுதினார். இதற்கு அவர் சுமார் 6 மாதங்கள் எடுத்துக் கொண்டார். இதற்கு அவர் சுமார் 254 வகையான விதவிதமான பேனா நிப்புகளை அவர் பயன்படுத்தினார்.

அரசியலமைப்பின் எழுத்துப் பூர்வமான பிரதி இந்திய ஆய்வுக் கூடத்திற்கு அனுப்பி வைக்கப்பட்டது. அங்கு அது பல்வேறு பிரதிகள் எடுக்கப்பட்டது. இன்றும் சில கையெழுத்துப் பிரதிகள் சந்தையில் கிடைக்கின்றன. நம்முடைய அரசியலமைப்பு சட்ட புத்தகம் மிகவும் அழகான ஆவணம். அதோடு மிகவும் அழகாக வடிவமைக்கப்பட்ட ஒன்று.

அதில் மொஹஞ்சதாரோ முதல் வேத காலம் வரையிலான வரலாற்றை பிரதிபலிக்கும் சித்திரங்கள் வரையப்பட்டிருந்தன. மௌரியா மற்றும் குப்தர் கால சித்திரங்களும் இடம் பெற்றுள்ளன.

முன்பக்கங்கள் ஒன்றில் நடராஜரின் சிற்ப வடிவ ஓவியமும் இடம் பெற்றிருந்தது. அதே போல் காந்தி தண்டி யாத்திரை சென்றதை குறிக்கும் படமும் இருந்தது. முஸ்லீம் காலம் முதல் பிரிட்டிஷ் ஆட்சி வரையில் திப்பு சுல்தான், ராணிலக்ஷ்மி பாய் மற்றும் அக்பர் படங்கள் இடம் பெற்றிருந்தன.

இறுதியாக சுதந்திரத்திற்காக படை அமைத்து போராடிய நேதாஜி சுபாஷ் சந்திரபோஸும் இடம் பெற்றுள்ளார்.

அரசியலமைப்புச் சட்டப் புத்தகத்தின் முகப்பில் முதல் குடியரசுத் தலைவர் ராஜேந்திர பிரசாத் மற்றும் முதல் பிரதமர் ஜவஹர்லால் நேருவின் கையெழுத்தும் இடம் பெற்றிருந்தது.

●

சாமானியனுக்கு அதிகாரம், அனைவருக்கும் சமமான நீதி என்ற உன்னதக் கொள்கை வழி உழைத்த அறிவு பேராசான் சட்டத்தின் கலங்கரை விளக்கம் டாக்டர் பாபா சாகேப் அம்பேத்கரின் உழைப்பால் கிடைத்தது தான் இந்திய அரசியலமைப்புச் சட்டம்.

சுதந்திர இந்தியாவில் அண்ணல் அம்பேத்கர் இந்திய தேசத்தின் மீது ஒரு அழியாத தோற்றத்தை ஏற்படுத்தியுள்ளார்.

அவர் உயர் கல்வி கற்றவர். தேர்ந்த அரசியல்வாதி. நீதித்துறை நிபுணர். சிறந்த பொருளாதார நிபுணர். கோடிக்கணக்கான நலிந்த மற்றும் தாழ்த்தப்பட்ட வர்க்கங்களுக்கு அதிகாரமளிப்பதற்காக போராடினார்.

நாட்டின் இறையாண்மை, ஒருமைப்பாடு மற்றும் அனைவருக்கு மான சமவாய்ப்புகளை உருவாக்குவது குறித்து அவர் எப்போதும் நினைத்தார்.

அண்ணல் அம்பேத்கரது தலைமையின் கீழ் உருவாக்கப்பட்ட உயர்ந்த அரசியலமைப்பு ஏழு தசஸ்தங்களுக்கும் மேலாக நம்மை

வழி நடத்துகிறது. தீண்டாமைக்கு எதிரான ஒரு சிறந்த போராளி யான அவர் நாட்டின் மூலைமுடுக்குகளில் உள்ள அனைவருக்கும் பிரகாசமான வெளிச்சமாக இருந்து வருகிறார்.

மண்ணை விட்டு அவர் உயிரும் உடலும் மறைந்தாலும் இப்போதும் ஒரு கையில் புத்தகமும் முன்னோக்கி சுட்டிக்காட்டும் ஆள்காட்டி விரலும் கொண்ட ஒரு உயர்ந்த சிலையாக நிற்கிறார்.

இந்திய அரசியலமைப்பின் எழுத்துக்கு தேர்ந்தெடுக்கப்பட்ட அரசியலமைப்பு சபை பல்வேறு சிக்கல்களை கருத்தில் கொண்டு 22 குழுக்களையும், 7 துணைக் குழுக்களையும் அமைத்திருந்த காலகட்டம் அது.

இவற்றில் மிக முக்கியமானது ஆகஸ்ட் 29, 1947ல் அமைக்கப்பட்ட வரைவுக்குழு. வெவ்வேறு புவியியல் நிலைமைகள், இனங்கள் மற்றும் மதங்களுடன் மாறுபடும் ஒரு நாட்டிற்கு சிறந்த திசையை அமைப்பது குறித்து அம்பேத்கருக்கு தெளிவு இருப்பதாக காந்தியே நம்பினார்.

அரசியலமைப்பு சபையில் காங்கிரசுக்கு பெரும்பான்மை இருந்த போதிலும் அனைத்து உறுப்பினர்களும் ஏகமனதாக அவரது பெயரை முன்மொழிந்தனர். அவர் ஏற்கனவே சட்ட அமைச்சராக இருந்தார்.

அரசியலமைப்பு சபை 11 முறை கூடியது. ஒவ்வொரு வரைவையும் தயாரிப்பதன் ஒரு பகுதியாக அம்பேத்கர் 60க்கும் மேற்பட்ட நாடுகளின் அரசியலமைப்புகளைப் படித்தார்.

இரண்டு ஆண்டுகள் மற்றும் 11 மாதங்கள் மற்றும் 18 நாட்கள் நீண்ட மற்றும் அறிவார்ந்த தேடலுக்குப் பின்னர் வரைவுக்குழு இந்தி மற்றும் ஆங்கிலத்தில் இரண்டு பிரதிகள் தயாரித்தது. இதற்குப் பின்னால் அம்பேத்கரின் அயராத உழைப்பு இருந்தது.

இந்தியாவிற்கு இறையாண்மையைக் கொண்டு வருவதற்கான அவரது முயற்சி மறக்க முடியாதது. எந்த ஒரு சிறப்பு சலுகைகளும் இல்லாமல் அனைவருக்கும் ஒற்றை குடியுரிமை மற்றும் அனைவருக்கும் சமமான நீதியுடன் ஒரு நீதி அமைப்பு அமைக்கப் பட்டது.

அரசியலமைப்பின் பார்வையில் அனைவரும் சமம் என்று அவர் வலியுறுத்தினார்.

மேலும் ஒரு மனிதனுக்கு ஒரு வாக்கு கொள்கையை வலியுறுத்தினார். கீழே விழுந்து கிடந்த எஸ்சி மற்றும் எஸ்டிக்கனை மேம்படுத்துவதற்கும் அவர்களுக்கு சமமான வாய்ப்புகளை வழங்க போராடி சாதித்தார்.

பழங்குடியினர் பட்டியலின மக்கள் மற்றும் இதர பிற்படுத்தப் பட்டோர் ஆகியோருக்கு 10 ஆண்டுகள் இடஒதுக்கீடு வழங்க அவர் முன் மொழிந்தார். அனைவருக்கும் அடிப்படை உரிமை நீதி மன்றங்கள் வாயிலாக சாமானியனுக்கும் அரசியலமைப்பில் அதிகாரம் என 32 வது சட்டப் பிரிவை இணைத்தார்.

அண்ணல் காந்தியடிகளின் பரிந்துரைகளையும் அவர் ஏற்றுக் கொண்டார். தீண்டாமையை கடுமையாக எதிர்த்தார். அதனைத் தடுக்க சட்டங்களைக் கொண்டு வந்தார்.

●

அரசியலமைப்பு சபை :

பிரிக்கப்படாத இந்தியாவின் முதல் அரசியலமைப்பு சபைக் கூட்டம் டிசம்பர்-9, 1946 ஆம் ஆண்டு நடைபெற்றது. இதனுடைய தலைவராக சச்சிதானந்த சின்ஹா செயல்பட்டார். அவர் மறைவுக்குப் பின்னர் டாக்டர் இராஜேந்திர பிரசாத் தலைவராகச் செயல்பட்டார். இந்திய அரசியலமைப்பு, அரசியலமைப்புப் பேரவையால் (1946-49) உருவாக்கப்பட்டது. இந்திய அரசியலமைப்பு பேரவையின் தலைவராக டாக்டர் இராஜேந்திர பிரசாத் அவர்கள் செயல்பட்டார். டாக்டர் பி.ஆர். அம்பேத்கர் அவர்கள் வரைவுக் குழுவின் தலைவராகப் பொறுப்பேற்றிருந்தார். இந்திய அரசிய லமைப்பு, அரசியலமைப்புப் பேரவை உறுப்பினர்களின் கூட்டுப் படையாகும். இந்திய அரசியலமைப்பு எழுதுவதற்கு எடுத்துக் கொள்ளப்பட்ட கால அவகாசம் இரண்டு வருடங்கள், பதினொரு மாதம், பதினெட்டு நாட்கள். இந்திய அரசியலமைப்பு எழுதப்பட்டு பின்னர் பல்வேறு வாத பிரதிவாதங்களுக்கு உட்படுத்தப்பட்டு,

முழுமையாக ஏற்றுக்கொள்ளப்பட்ட நாள் நவம்பர் 26,1949, ஆனால் இந்திய அரசியலமைப்புச் சட்டம் நடைமுறைக்கு வந்தது ஜனவரி 26,1950.

இந்திய அரசியலமைப்பின் சிறப்புக் கூறுகள் :

1. எழுதப்பட்ட அரசியலமைப்பு : இந்திய அரசியலமைப்பு எழுதப்பட்ட ஒன்று. இந்திய அரசியலமைப்பு மிக விரிவாக எழுதப்பட்ட ஆவணமாகும். பிரிட்டன், அயர்லாந்து, கனடா மற்றும் ஆஸ்திரேலியா போன்ற நாடுகளின் அரசியலமைப்புகளே இந்திய அரசியலமைப்புக்கு மூலாதாரமாக இருந்தன. இந்தியாவின் தேவையையும். சூழ்நிலையும் மனதில் கொண்டு அரசியலமைப்பை வகுத்தவர்கள் மற்ற நாடுகளின் அரசியலமைப்புகளின் கருத்துகளை யும் எடுத்துக் கொண்டனர்.

2. மிக நீண்ட அரசியலமைப்பு முறை :

இந்திய அரசியலமைப்பு வரையப்பட்ட போது இருந்த சரத்துகள் மற்றும் பட்டியல்களின் எண்ணிக்கை : 395 சொத்துகள், 8 பட்டியல்கள், தற்போது இந்திய அரசியலமைப்பில் உள்ள சரத்துகள் மற்றும் பட்டியல்களின் எண்ணிக்கை 444 சரத்துகள், 12 பட்டியல்கள். இவ்வாறு மிக நீண்ட ஒன்றாக இந்திய அரசியலமைப்பு விளங்கு கிறது.

3. நெகிழும் மற்றும் நெகிழா இயல்புகொண்ட அரசியலமைப்பு :

இங்கிலாந்து நாட்டின் அரசியலமைப்பு மிகவும் நெகிழும் தன்மை கொண்டது, அமெரிக்கா நாட்டின் அரசியலமைப்பு எளிதில் திருத்த இயலாத அளவிற்கு நெகிழா அமைப்பாக அமைந்துள்ளது. இந்திய அரசியலமைப்பு சில பிரிவுகள் எளிய முறையில் திருத்தப்படலாம் என்றும், சில வகைகள் அவ்வளவு எளிதாகத் திருத்தம் செய்யப்பட இயலாது என்றும் அறியலாம். ஆகவே இந்திய அரசியலமைப்பு நெகிழும் இயல்பும், நெகிழா இயல்பும் கொண்டுள்ளது.

4. கூட்டாட்சி முறையும் ஒற்றையாட்சி முறையும் :

நமது இந்திய அரசியலமைப்பு கூட்டாட்சி முறையும் ஒற்றையாட்சி முறையும் ஒன்றாகக் கொண்டுள்ள ஓர் அரசியலமைப்பாக

விளங்குகிறது. சாதாரணமான சமயங்களில் கூட்டாட்சி முறையைப் போன்ற அமைப்பை இந்தியாவில் காணலாம். மத்திய அரசாங்கத்திற்கும், மாநில அரசாங்கத்திற்கும் அதிகாரங்கள் தனித்தனியே வரையறுக்கப்பட்டுள்ளன. இந்த அதிகாரிகள் மத்திய பட்டியல், மாநில பட்டியல், பொதுப்பட்டியல் என்ற மூன்று பட்டியல்களில் வைக்கப்பட்டுள்ளன. நெருக்கடி காலச் சமயங்களில் மாநில அதிகாரங்களை மத்திய அரசே, ஏற்றுக் கொள்ளும் வகையில் ஒற்றை யாட்சிக் கூறுகள் உள்ளன. வலுவான மத்திய அரசு ஒரே குடியுரிமை, ராஜ்ய சபையில் மாநிலங்களுக்குச் சமமற்ற பிரதிநிதித்துவம் போன்ற கூறுகள் ஒற்றையாட்சியை நினைவுப்படுத்தும்.

5. மதசார்பற்ற அரசு :

நமது அரசியலமைப்பு மதச் சார்பற்ற அரசை நிறுவியுள்ளது. அரசு மதத் தலையீட்டிலிருந்து விடுபட்டது. எந்தக் குறிப்பிட்ட மதத்தையும் சாராதது. குடி மக்கள் அனைவருக்கும் சுதந்திரமான தெய்வ நம்பிக்கை, வழிபாட்டுச் சுதந்திரம் அளிக்கப்படுகிறது. இவ்வகையில் இந்தியா ஒரு மதச்சார்பற்ற அரசாக விளங்குகிறது.

6. நாடாளுமன்ற மக்களாட்சி :

இந்திய அரசியலமைப்பு ஒரு நாடாளுமன்றம் சார்ந்த அரசாங்க முறையை - வழங்குகிறது. அது நாடாளுமன்றத்திற்குப் பொறுப்புடைய அரசாங்கம் என்றும் அழைக்கப்படுகிறது.

நாடாளுமன்ற அரசாங்க முறையில் செயலாட்சிக்குழு சட்ட மன்றத்திற்கு பொறுப்புடையதாகும். இந்திய செயலாட்சிக்குழு இரு பிரிவுகளைக் கொண்டது. ஒன்று பெயரளவிலானது. மற்றொரு உண்மை தன்மை உடையது. செயலாட்சித் தலைவர் இந்திய குடியரசுத் தலைவராவார். அவர் வாக்காளர் குழாம் மூலமாக ஐந்தாண்டுகளுக்குப் பதவி வகிப்பதற்குத் தேர்ந்தெடுக்கப் படுகிறார். உண்மையான செயலாட்சிக்குழு என்பது பிரதம அமைச்சரையும் மற்றும் அவரது ஏனைய அமைச்சர்களையும் கொண்டதாகும். நாடாளுமன்ற அரசாங்க முறையில் அமைச்சரவை உறுப்பினர்கள் தனிப்பொறுப்பும், கூட்டுப் பொறுப்பும் உடையவர்கள். இந்திய அரசியலமைப்பு இரு அவை கொண்ட நாடாளுமன்றத்தை

ஏற்படுத்தியுள்ளது. ஒன்று மக்கள் அவை. மற்றொன்று மாநிலங்கள் அவை. மக்கள் அவை உறுப்பினர்கள் வயது வந்தோர் வாக்குரிமை என்ற அடிப்படையில் மக்களால் நேரடியாகத் தேர்ந்தெடுக்கப் படுகின்றார். மாநிலங்கள் அவை மாநிலச் சட்டமன்றங்களால் தேர்ந்தெடுக்கப்பட்ட உறுப்பினர்களைக் கொண்டது.

7. அடிப்படை உரிமைகள் :

இந்திய அரசியலமைப்பின் மூன்றாம் பகுதியில் அடிப்படை உரிமைகள் இடம் பெற்றுள்ளன (அங்கங்கள் 12 முதல் 35 வரை). இவை தனி மனித முழு வளர்ச்சிக்குச் சூழ்நிலைகளை வகுத்துக் கொடுப்பதோடு, உண்மையான மக்களாட்சியை அனுபவிப்பதற்கும் உதவிபுரிகின்றன. இந்த உரிமைகள் சட்டத்தின் முன் எல்லா குடிமக்களுக்கும் சமத்துவத்தை வழங்குகின்றன. அடிப்படை உரிமைகள் தனிமனித நலனுக்கும், பொது நலனுக்கும் இடையே சமநிலையை ஏற்படுத்துகின்றன.

8. அரசுக் கொள்கையினை நெறிப்படுத்தும் கோட்பாடுகள் :

இந்திய அரசியலமைப்பின் நான்காம் பகுதியில் அரசுக் கொள்கை யினை நெறிப்படுத்தும் கோட்பாடுகள் இடம் பெற்றிருக்கின்றன (அங்கங்கள் 36 முதல் 51 வரை). நாட்டை ஆட்சி செய்வதற்கு இவை அடித்தளமாக இருக்கின்றன. அரசுக் கொள்கையினை நெறிப் படுத்தும் கோட்பாடுகள் அரசுக்கு வழிகாட்டியாக இருப்பதோடு மட்டுமல்லாமல் சட்டங்கள் இயற்றப்படும் போதும், அடிப்படை களாக ஏற்றுக் கொள்ளப்படுகின்றன. நமது நாட்டில் பொது நல அரசு அமைப்பதற்கும் இவைகளே வழிகாட்டி வருகின்றன.

9. நீதிப் புனராய்வு :

நமது அரசியலமைப்பு, சுதந்திரமான நீதித்துறையை வழங்குகிறது. இந்திய உச்சநீதிமன்றமும், உயர்நீதிமன்றங்களும் சட்டங்களை நீதிப் புனராய்வு செய்யும் அதிகாரம் பெற்றுள்ளன. ஒரு சட்டம் அரசியல மைப்புக்கு உட்பட்டது அல்லது புறம்பானது என்று தீர்ப்பு வழங்கத்தக்க அதிகாரத்திற்கே நீதிப் புனராய்வு என்று பெயர். அரசியலமைப்பின் காவலனாக நீதித்துறை விளங்குகிறது. இந்திய

குடிமக்களின் உரிமைகளையும் சுதந்திரங்களையும் நீதித்துறை இதன் மூலம் பாதுகாக்கிறது.

10. வயது வந்தோர் வாக்குரிமை :

இந்திய அரசியலமைப்பு வயது வந்தோர் அனைவருக்கும் வாக்குரிமை வழங்க உறுதியளிக்கிறது. பதினெட்டு வயது நிரம்பிய ஒவ்வொரு குடிமகனும், சாதி, மதம், நிறம், பாலினப் பாகுபாடு இன்றி தேர்தலில் பங்கு பெற உரிமை பெற்றுள்ளார். இப்படி பல்வேறு சிறப்புக் கூறுகளை உள்ளடக்கியது இந்திய அரசியலமைப்பு.

அரசியல் அமைப்பு சட்டத்திருத்தங்கள்

இந்திய அரசியலமைப்புச் சட்டம் ஜனவரி 26, 1950 ஆண்டு முதல் நடைமுறைக்கு வந்தது. முதல் அரசியலமைப்புச் சட்டத்திருத்தம் 1951ஆம் ஆண்டில் கொண்டுவரப்பட்டது. காலத்தின் தேவைக் கேற்ப அவ்வப்போது சட்டங்களைத் திருத்த வேண்டிய கட்டாயம் ஆட்சியாளருக்கு ஏற்படுகிறது. இந்திய அரசியலமைப்பு கூட்டாட்சி முறை என்ற தத்துவத்தை அடிப்படையாகக் கொண்டது. நமது இந்திய அரசியலமைப்பு முற்றிலும் நெகிழா அரசியலமைப்பு என்று கூற இயலாது. அதே சமயம் முற்றிலும் நெகிழும் அரசியலமைப்பு என்றும் கூற இயலாது. இங்கிலாந்து நாட்டில் அரசியலமைப்புச் சட்டத்தை திருத்துவது மிகவும் எளிமையானது. ஆனால் அமெரிக்கா நாட்டில் அரசியலமைப்புச் சட்டத்தைத் திருத்துவது எளிமையான செயல் அன்று. இந்திய அரசியலமைப்பில் இந்த இரண்டு வகையான முறைகளுமே காண முடிகிறது.

அரசியலமைப்பு சட்டம் என்பது அரசியலமைப்பில் அடங்கியுள்ள வகையங்களைக் குறிக்கும், சட்டமன்றத்தில் இயற்றப்படும் சட்டங்கள் சாதாரண சட்டங்கள் எனப்படும். அரசியலமைப்புச் மன்ற சட்டம் சாதாரண சட்டத்தினின்றும் வேறுபட்டது. இந்திய அரசியலமைப்பின் விதிமுறைகளில் திருத்தம் கொண்டு வருவதற்குச் சில சிறப்பு வழிவகைகள் வரையறுக்கப்படுகின்றன.

அரசியலமைப்பின் சில வகையங்கள் நாடளுமன்றத்தில் சாதாரணப் பெரும்பான்மையின் மூலம் திருத்தப்படலாம். மாநிலங்களில்

சட்டமன்ற மேலவைகளை ஏற்படுத்துவது அல்லது நீக்குவது, மாநிலங்களின் பெயர்களை மாற்றுவது மாநிலங்களின் எல்லையை மாற்றுவது, குடியுரிமை தொடர்பான விதிமுறைகளை மாற்றுவது ஆகிய திருத்த நடவடிக்கைகளுக்கு நாடாளுமன்றி சாதாரணப் பெரும்பான்மை வாக்களிப்பு போதுமானது. அரசியலமைப்பின் வேறு சில வகையங்களைத் திருத்த நாடாளுமன்றத்தில் ஒவ்வொரு அவையிலும் மூன்றில் இரண்டு பங்கு பெரும்பான்மை வாக்களிப்பு தேவைப்படும். அடிப்படை உரிமைகள், அரசுக் கொள்கையினை நெறிப்படுத்தும் கோட்பாடுகள் ஆகிய அம்சங்களை இம்முறையைப் பின்பற்றி திருத்தலாம். மூன்றில் இரண்டு பங்கு பெரும்பான்மையும், மாநில சட்டமன்றங்களின் ஏற்புடைமையும், அரசியலமைப்பின் சில வகையங்கள் நாடாளுமன்றத்தின் ஒவ்வொரு அவையிலும் மூன்றில் இரண்டு பங்கு பெரும்பான்மை ஆதரவு பெறுவதோடு 1 இந்திய நாட்டின் பாதி மாநிலங்களின் சட்டமன்றங்களால் ஏற்புடைமை அளிக்கப்பட வேண்டும். இம்முறை இந்தியக் குடியரசுத் தலைவர் தொடர்பாகவும், மத்திய மாநில அதிகாரங்கள் தொடர்பாகவும் கொண்டு வரப்படும் திருத்தங்களுக்காகப் பின்பற்றப்படுகிறது. இதன் வாயிலாக இந்திய அரசியலமைப்பின் சில வகையங்கள் எளிய முறையில் திருத்தப்படலாம் என்றும். சில வகையங்கள் அவ்வளவு எளிதாகத் திருத்தம் செய்யப்பட இயலாது என்றும் அறியலாம். ஆகவே நம்முடைய அரசியலமைப்பு நெகிழும் இயல்பும், நெகிழா இயல்பும் கொண்டுள்ளது என்றும் அறிகிறோம். இதுவரை இந்திய அரசியலமைப்பில் கொண்டு வரப்பட்டுள்ள சட்டத் திருத்தங்கள் பற்றி விளக்கமாகக் காணலாம்.

இந்திய அரசியலமைப்பு முகவுரை :

இந்திய ஜனநாயகத்திற்கு அடிப்படையான பண்புகளை விளக்கும் பகுதியாக முகவுரை (Preamble) அமைகிறது. அமெரிக்க நாட்டின் அரசியலமைப்பைப் பார்த்து அங்கிருந்தே அரசியலமைப்பிற்கு முகவுரை எனும் கொள்கையை இந்திய அரசியலமைப்பு வல்லுநர்கள் எடுத்துக் கொண்டனர். இருப்பினும் இந்திய அரசியலமைப்பிற்கு முகப்புரை வழங்கிய பெருமை ஜவஹர்லால் நேரு அவர்களையே சேரும். இந்திய அரசியலமைப்பின் நோக்கங்

களை முகப்புரையே விளக்குகின்றது. 'இந்திய அரசியலமைப்பின் திறவுக்கோல்', 'இந்திய அரசியலமைப்பின் இதயம்' என்று போற்றப் படுவது முகவுரை தான்.

"இந்திய மக்களாகிய நாம் இந்திய நாட்டினை இறைமையும். சமதர்மமும், சமயச் சார்பின்மையும், மக்களாட்சி முறையும் அமைந்ததொரு குடியரசாக நிறுவவும், அதன் குடிமக்கள் அனை வருக்கும், சமுதாய, பொருளாதார அரசியல் நீதி, எண்ணம், அதன் வெளிப்பாடு, கோட்பாடு, சமய நம்பிக்கை, வழிபாடு இவற்றில் சுதந்திரம், சமுதாயப் படிநிலை, வாய்ப்புகளில் சமத்துவம் நவ ஆகியவற்றை எய்திடச் செய்யவும், மக்கள் அனைவரிடையேயும் தனிமனிதனின் மாண்பு, நாட்டு மக்களின் ஒற்றுமை, சத் ஒருமைப்பாடு இவற்றை உறுதிப்படுத்தவும், சகோதரத்துவத்தை வளர்க்கவும், உள்ளார்ந்த உறுதியுடையவராய், நம்முடைய அரசியலமைப்புப் பேரவையில் 1949, நவம்பர் 26 ஆம் நாளாகிய இன்று, இந்த அரசியலமைப்பினை ஏற்று, இயற்றி நமக்கு நாமே வழங்கிக் கொள்கிறோம்" என்பதே இந்திய அரசியலமைப்பு முகவுரையில் உள்ள வாசகங்கள் ஆகும்.

இந்திய அரசியலமைப்பின் முகவரை இதுவரை ஒரே ஒரு முறை மட்டுமே திருத்தப்பட்டுள்ளது.

இந்திய அரசும் அதன் பரப்பு எல்லைகளும் :

இந்திய அரசியலமைப்பின் பகுதி-1 இந்திய அரசும் அதன் எல்லை களும் பற்றி விளக்குகிறது. தற்போதைய கணக்குப்படி இந்தியாவில் உள்ள மாநிலங்களின் மொத்த எண்ணிக்கை 28 ஆகும். மத்திய ஆட்சிப் பகுதியான யூனியன் பிரதேசங்களின் எண்ணிக்கை மொத்தம் 07 ஆகும். இந்திய அரசியலமைப்பின் பகுதி ஒன்றில் உள்ள பிரிவுகள் நான்காகும். அவை,

1. இந்திய மாநிலங்களையும் அதன் எல்லைகளையும் விவரிக்கும் சட்டப்பிரிவு ஆகும்.
2. புதிய மாநிலங்களை உருவாக்கும் பாராளுமன்ற உரிமைகளை விவரிப்பது சட்டப்பிரிவு -2 ஆகும்.

3. புதிய மாநிலத்தை உருவாக்குவது. பழைய மாநிலங்களைச் சுருக்குவது, எல்லைகளை மாற்றுவது இவற்றை விவரிப்பது சட்டப்பிரிவு - 3 ஆகும்.

4. புதிய மாநிலங்களை உருவாக்கத் தேவையான சட்ட வழிமுறை களைப் பற்றிப் பேசுவது சட்டப்பிரிவு - 4 ஆகும்.

இந்தியாவில் மொழிவாரி மாநிலமாக முதன்முதலாக அமைக்கப் பட்ட மாநிலம் ஆந்திரப்பிரதேசமாகும். இது, 1953 ஆம் ஆண்டு உருவாக்கப்பட்டது.

இந்தியாவின் 22 வது மாநிலம் சிக்கிம்

இந்தியாவின் 23 வது மாநிலம் மிசோரம்

இந்தியாவின் 24 வது மாநிலம் அருணாச்சலப் பிரதேசம்

இந்தியாவின் 25 வது மாநிலம் கோவா

இந்தியாவின் 26 வது மாநிலம் சத்தீஷ்கர்

இந்தியாவின் 27 வது மாநிலம் உத்திராஞ்சல்

இந்தியாவின் 28 வது மாநிலம் ஜார்கண்ட்

இந்திய அரசியலமைப்பில் 84வது சட்டத்திருத்தம் 2000 ஆண்டு செய்யப் பட்டது. இச்சட்டத் திருத்தத்தின் மூலமாகவே சத்தீஷ்கர், உத்திராஞ்சல், ஜார்கண்ட் ஆகிய மூன்று மாநிலங்கள் புதிதாக உருவாக்கப்பட்டன. இப்புதிய மாநிலங்களைப் பற்றி சற்று விளக்க மாக அறிந்து கொள்ளலாம்.

இந்தியாவின் மூன்று புதிய மாநிலங்கள் :

நவம்பர் 2000-ல் இந்தியாவைப் பொறுத்த வரையில் மூன்று புதிய மாநிலங்களை உருவாக்கிய பெருமையைப் பெற்றுள்ளது. சத்தீஷ்கர், உத்தராஞ்சல், ஜார்கண்ட் எனும் மூன்று புதிய மாநிலங் களுடன் இந்தியாவின் மொத்த மாநிலங்களின் எண்ணிக்கை 28 ஆகியது.

இந்தியாவின் 26 வது மாநிலம்-சத்தீஸ்கர் மாநிலம் : நவம்பர் 1, 2000 அதிகாலையில் உருவான சத்தீஸ்கர் மாநிலம் இந்தியாவின் 26 வது மாநிலமாகும், மத்தியப் பிரதேச மாநிலத்தைப் பிரித்து உருவாக்கப்

பட்டுள்ள அம்மாநிலத்தின் தலைநகர் ரெய்ப்பூர் ஆகும். 1,36,034 சதுர கிலோ மீட்டர் பரப்பளவும், 2.79 கோடி மக்கள் தொகையும் கொண்டது இப்புதிய மாநிலம். இம்மாநிலத்தில் 16 மாவட்டங்கள் உள்ளன.

இந்தியாவின் 27வது மாநிலம் - உத்திராஞ்சல் மாநிலம் : இந்தியாவின் 27 வது மாநிலம் என்ற பெருமையைப் பெறுவது உத்திராஞ்சல் மாநிலமாகும். நவம்பர் 9, 2000 அன்று உதயமான இம்மாநிலத்தில் 13 மாவட்டங்கள் உள்ளன. பல ஆண்டுகளாக உத்திரப்பிரதேச மாநிலத்தைப் பிரித்து உத்திராஞ்சல் என்ற புதிய மாநிலம் அமைக்கப்பட வேண்டுமென்ற, அப்பகுதி மக்களின் கனவு இப்போது தான் நனவாகி உள்ளது.

இம்மாநிலத்தின் பரப்பளவு 53483 சதுர கிலோ மீட்டர்கள். மக்கள் தொகை 84,79,562 ஆகும் இப்புதிய மாநிலத்தின் தலைநகர் டெஹ்ராடூன். ஐ.ஏ.எஸ். போன்ற சிவில் சர்வீஸ் பணிகளுக்குப் பயிற்சி அளிக்கும் லால்பகதூர் சாஸ்திரி நிர்வாகக் கழகமும், வன ஆராய்ச்சி நிறுவனமும் டெஹ்ராடூனில் அமைந்துள்ளது குறிப்பிடத் தக்கது.

இந்தியாவின் 28 வது மாநிலம் - ஜார்கண்ட் மாநிலம் : இந்தியாவின் 28 வது மாநிலம் ஜார்கண்ட். நவம்பர் 15, 2000 அன்று இம்மாநிலம் உதயமானது. இம்மாநிலத்தின் தலைநகர் ராஞ்சி. பீகார் மாநிலத்தை இரண்டாகப் பிரித்து இப்புதிய மாநிலம் அமைக்கப்பட்டிருக்கிறது. ஜார்கண்ட் முக்தி மோர்ச்சா என்ற அமைப்பு புதிய மாநிலம் அமைக்கப்படுவதற்காக கடந்த 50 ஆண்டுகளாகப் போராடி வந்தது. பழங்குடி மக்கள் மிகுதியாக வாழும் இப்பகுதி மக்களின் கனவு ஜார்கண்ட் மாநிலம் தற்போது தான் நனவாகி உள்ளது. பிர்ஸா முண்டா என்ற பழங்குடி தலைவர் ஜார்கண்ட் மாநிலம் உதயமாக அரும்பாடுபட்டவர். அவரது பிறந்த நாளான நவம்பர் 15 அன்று இப்புதிய மாநிலம் உருவாக்கப்பட்டிருப்பது குறிப்பிடத்தக்கது. 79,714 சதுர கிலோ மீட்டர் கொண்ட இம்மாநில மக்கள் தொகை 2,69,09,428. மொத்தம் 18 மாவட்டங்கள் இம்மாநிலத்தில் உள்ளன.

அடிப்படை உரிமைகள் :

இந்திய அரசியலமைப்பு, தொடக்கத்தில் ஏழு அடிப்படை உரிமைகளைக் கொண்டிருந்தது. 1978 இல் 44-வது அரசியலமைப்புச் சட்டத்திருத்தத்தின்படி சொத்துரிமையானது அடிப்படை உரிமையிலிருந்து நீக்கம் செய்யப்பட்டதால், தற்போது ஆறு அடிப்படை உரிமைகள்தான் உள்ளன. அவை பின்வருமாறு :

1. சமத்துவ உரிமை (Right to Equailty)

2. சுதந்திரத்திற்கான உரிமை (Right to Freedom)

3. சுரண்டலைத் தடுப்பதற்கான உரிமை (Right against Exploitation)

4. சமயச் சுதந்திரத்திற்கான உரிமை (Right to Freedom of Religion)

5. பண்பாடு மற்றும் கல்வி பற்றிய உரிமைகள் (Cultural and Educational Right)

அரசியலமைப்புத் தீர்வு வழிகளுக்கான உரிமை :

1. சமத்துவ உரிமை (அரசியலமைப்புப் பிரிவு 14-18) :

அ. சட்டத்தின் முன் யாவரும் சமம்.

ஆ. சமயம், இனம், சாதி, பாலினம் அல்லது பிறப்பிடம் காரணமாக வேற்றுமை காட்டுதலுக்குத் தடை.

இ. பொது வேலைவாய்ப்பு தொடர்பாகச் சமத்துவமான வாய்ப்பு.

ஈ. தீண்டாமை ஒழிப்பு.

உ. விருது, பட்டங்கள் ஒழிப்பு.

2. சுதந்திரத்திற்கான உரிமை (அரசியலமைப்புப் பிரிவு 19-22):

பேச்சுச் சுதந்திரம் முதலியவை பற்றிய சில உரிமைகளுக்குப் பாதுகாப்பு (குடிமக்கள் அனைவருக்கும்).

அ. பேசுவதற்கும் தங்களது எண்ணங்களை வெளியிடுவதற்கும்.

ஆ. அமைதியாக, ஆயுதங்களின்றிக் கூடுவதற்கு உரிமை.

இ. சங்கங்கள் அல்லது குழுக்களை அமைக்க உரிமை.

ஈ. நாடு முழுவதும் தடையின்றிச் சென்று வருவதற்கு உரிமை.

உ. நாட்டில் எப்பகுதியிலும் குடியிருப்பதற்கும், நிலையாகத் தங்குவதற்கும் உரிமை.

ஊ.தொழில் புரிவதற்கும், வணிகத்தில் ஈடுபடுவதற்கும் உரிமை.

3. சுரண்டலைத் தடுப்பதற்கான உரிமை (அரசியலமைப்புப் பிரிவு 23-24):

மனிதரை வணிகப் பொருளாக்குதல், வலுக்கட்டாயமாக வேலை சுமத்துதல், பதினான்கு வயதுக்குக் குறைந்த சிறுவர்களை தொழிற்சாலை அல்லது சுரங்க வேலையில் அமர்த்துதல், மேலும் பிற அபாயகரமான வேலையில் ஈடுபடுத்துதலும் தடைசெய்யப் பட்டுள்ளன.

4. சமயச் சுதந்திரத்திற்கான உரிமை (அரசியலமைப்புப் பிரிவு 25-28) :

இந்திய அரசியலமைப்பு எச்சமயங்களையும் பின்பற்ற எல்லோ ருக்கும் சுதந்திரம் அளிக்கிறது. எல்லா மக்களுக்கும் தங்கள் மன சாட்சியின்படி நடக்க தங்களுக்கு விருப்பமான சமயக் கோட்பாடு களை நம்புவதற்கும், பின் பற்றுவதற்கும் உரிமைகள் கொடுக்கப் பட்டுள்ளன. ஆனால் சமயச் சுதந்திரத்திற்கான உரிமை. பொது ஒழுங்கமைதி, ஒழுக்க நெறி, நல வாழ்வு ஆகியவற்றிற்கு உட்பட்டது.

5. பண்பாடு மற்றும் கல்வி பற்றிய உரிமைகள்
(அரசியலமைப்புப் பிரிவு 29-30) :

சிறுபான்மையினர் தமக்கெனத் தனிமொழி, எழுத்து வடிவம், அல்லது பண்பாடு ஆகியவற்றைப் பேணிகாக்கும் உரிமை உடைய வர்கள். சமயம் அல்லது மொழிச் சிறுபான்மையினருக்குத் தங்கள் விருப்பப்படி கல்வி நிலையங்களை ஏற்படுத்திச் கொள்ளவும், நிர்வகிக்கவும் உரிமைகள் அளிக்கப்பட்டுள்ளன. அவற்றிற்கு நிதி உதவி அளிக்க எந்தவித வேற்றுமைகளும் அரசாங்கம் காட்ட முடியாது.

6. அரசியலமைப்பு தீர்வு வழிகளுக்கான உரிமை (அரசியலமைப்புப் பிரிவு 32) :

நீதிப் பேராணைகள் மூலம் குடிமக்கள் தங்களது குறைகளை நீதி மன்றத்தில் முறையிட்டுத் தீர்த்துக் கொள்ள உரிமையுடையவர்கள்.

நீதிமன்றங்கள் மூலமாக இக்குறை தீர்க்கும் செயல் நடைபெறுவதற்கு இது உதவும்.

ஐந்து வகையான நீதிப் பேராணைகள் :

அ. ஆட்கொணர் நீதிப்பேராணை

ஆ. கட்டளை நீதிப்பேராணை

இ. தடை நீதிப்பேராணை

ஈ. உரிமை வினா நீதிப்பேராணை

உ. தடைமாற்று நீதிப்பேராணை

ஆட்கொணர் நீதிப்பேராணை : தவறாக ஒருவர் காவலில் வைக்கப்பட்டால், அவருக்கு நீதி வழங்கும் நீதிமன்றம் காவலில் வைத்த அதிகாரிக்கோ அல்லது அரசாங்கத்திற்கோ ஆணை வழங்கி, காவலில் வைக்கப்பட்டவரை நீதிமன்றத்தின்முன் கொண்டுவரச் செய்வதாகும். காவலில் வைக்கப்பட்டது சரியென நியாயப்படுத்த வேண்டியது காவல் துறையின் கடமை. இல்லையேல் அவரை விடுதலை செய்ய வேண்டும்.

கட்டளை நீதிப்பேராணை : செய்யத்தவறிய ஒரு குறிப்பிட்ட செயலை உடனடியாக செய்யக்கோரி நீதிமன்றம் ஆணை பிறப்பிப்பதாகும் இவ்வாணை பிறப்பிக்கப்பட்டதும் குறிப்பிட்ட அலுவலர் அச்செயலை உடனடியாகச் செய்ய வேண்டியவராகிறார்.

தடை நீதிப்பேராணை : நீதிமன்றம் ஓர் அதிகாரிக்கு ஆணை பிறப்பித்து அவரது எல்லைக்குட்படாத ஒரு செயலைச் செய்யாதிருக்குமாறு ஆணை பிறப்பிப்பதாகும்.

உரிமை வினா பேராணை : பாதிக்கப்பட்ட ஒரு நபரின் நியாயமான கோரிக்கையின் அடிப்படையில், அரசாங்கத்தின் அலுவலர் ஒருவரை அவர் எந்த அடிப்படையில் குறிப்பிட்ட பதவியை வகிக்கிறார் என்பதைத் தெளிவுபடுத்தக் கோரும் நீதி மன்றத்தின் உத்தரவாகும்.

தடை மாற்று நீதிப்பேராணை : நீதிமன்றம் தனது கீழ்ப்பட்ட ஒரு அதிகாரிக்கோ அல்லது நீதிமன்றத்துக்கோ ஆணை பிறப்பித்து, குறிப்பிட்ட நீதிமன்றச் செயல்முறையையும் ஆவணங்களையும் தனக்கோ அல்லது உரிய அதிகாரிக்கோ மாற்றச் செய்து நியாயமான பரிசீலனைக்கு அனுப்பச் செய்வதாகும்.

டாக்டர் அம்பேத்கர் அடிப்படை உரிமையை 'மனிதனின் இருதயமும் உயர்சக்தியும் ஆகும்" என்ற குறிப்பிடுகிறார்.

மேற்கூறிய அடிப்படை உரிமைகள் வரம்பற்ற தன்மையுடையவை யன்று, அனைத்து உரிமைகளையும் முழுமையான உரிமைகள் என்று கூற இயலாது. நெருக்கடி கால அறிவிப்பின் மூலம் குடியரசுத் தலைவர் தற்காலிகமாக நிறுத்தி வைக்க முடியும். இருப்பினும் இந்த அடிப்படை உரிமைகளுக்கு சிறந்த அரசியலமைப்பில் அதிக முக்கியத்துவம் அளிக்கப்பட்டுள்ளது.

அடிப்படைக் கடமைகள்

இந்திய அரசியலமைப்பு உருவாக்கப்பட்டபோது, மக்களின் அடிப்படைக் கடமைகள் பற்றிய குறிப்புக்கள் எதுவும் சேர்க்கப்பட வில்லை. அடிப்படைக் கடமைகள் என்ற பகுதி 1976 ஆம் ஆண்டில் தான் இந்திய அரசியலமைப்பில் சேர்க்கப்பட்டது. 42வது சட்டத்திருத்தம் மூலம் பகுதி IV-A (அங்கம் 51 A) இல் அடிப்படைக் கடமைகள் சேர்க்கப்பட்டன. கீழ்க்கண்ட பத்தும் இந்தியக் குடி மக்களின் அடிப்படைக் கடமைகள் ஆகும். இரஷ்யாவின் அரசியலமைப்பிலிருந்து இவை பெறப்பட்டன என்பது குறிப்பிடத் தகுந்ததாகும்.

1. அரசியலமைப்பிற்குக் கீழ்ப்படிந்து அதன் குறிக்கோள்கள், அமைப்புகள், தேசியக்கொடி, நாட்டுப்பண் இவற்றை மதித்து நடத்தல்

2. நமது நாட்டு விடுதலைப் போராட்டத்திற்கு உணர்வூட்டிய உயர்ந்த குறிக்கோள்களைப் பேணிப் பின்பற்றுதல்

3. இந்தியாவின் இறையாண்மை, ஒற்றுமை, ஒருமைப்பாடு ஆகிய வற்றைப் பேணிப் பாதுகாத்தல்

4. நாட்டின் பாதுகாப்பிற்கும் தேசிய நலன்களுக்கும் முன்னுரிமை அளித்தல்

5. சமயம், மொழி மற்றும் வட்டாரம் அல்லது வகுப்பு வேறுபாடுகளைக் கடந்து, இந்திய மக்கள் அனைவரிடையேயும் நல்லிணக்கத்தையும், சகோதரத்துவத்தையும் பேணி வளர்த்தல். மகளிர் தம் மாண்பிற்கு இழுக்காகும் பழக்கங்களை விட்டொழித்தல்.

6. இந்தியாவின் பண்பாட்டுப் பெருமைகளைப் பேணிப் பாதுகாத்தல்

7. சுற்றுப்புறச்சூழலைக் காத்தல், ஏரிகள், குளங்கள், ஆறுகளை சுற்றுச் சூழல் மாசுபடாது பாதுகாத்தல். வனம், வனவிலங்குகள், பறவைகள் உயிரினங்களைப் பாதுகாத்தல். உயிரினங்கள் மீது இரக்கங்காட்டுதல்.

8. அறிவியல் மனப்பான்மை, மனிதநேயம், ஆய்ந்து தெளிந்து சீர்திருத்தும் ஆர்வம் ஆகியவற்றை வளர்த்தல்.

9. பொதுச் சொத்துக்களைப் பாதுகாத்தல், வன்முறையைத் தவிர்த்தல்

10. தனிமனிதனுடைய செயல், கூட்டுறவுச் செயல் ஆகியவற்றைச் சிறப்பான முறையில் முடிக்கும் வகையில் செயலாற்றும் திறன் தேவை. இதனால் நாடு எப்பொழுதும் ஆற்றலிலும், சாதனைகளிலும் மேம்பாடடைய இயலும்.

இந்திய நாடாளுமன்றம்

மாநிலங்கள் அவை (Rajya Sabha) : இந்திய நாடாளுமன்றம், இந்திய குடியரசுத் தலைவரையும். மாநிலங்கள் அவை, மக்கள் அவை எனப்படும் இரண்டு அவைகளையும் கொண்டுள்ளது. மாநிலங்கள் அவை 250க்கு மிகாத உறுப்பினர்களைக் கொண்டது. இதில் பன்னிருவரை (12) இலக்கியம், அறிவியல், கலை, மற்றும் சமூக சேவை இவற்றில் சிறந்த அறிவும் அல்லது அனுபவமும் கொண்டவர்களைக் கொண்டு 'குடியரசுத் தலைவர் உறுப்பினர்களாக நியமிப்பார்.

மீதமுள்ள 238 உறுப்பினர்கள் வெவ்வேறு மாநிலங்களி லிருந்தும், மத்திய ஆட்சிப் பகுதிகளிலிருந்தும் தேர்ந்தெடுக்கப்படு கிறார்கள். உறுப்பினர்கள் அந்தந்த மாநிலங்களின் மக்கள் தொகைக்கேற்ப தேர்ந்தெடுக்கப்படுவார்கள். மாநிலங்கள் அவைக் கான தேர்தல் மறைமுகமானது. மாநிலங்கள் சார்பாக உறுப்பினர்கள் மாநிலங்களின் தேர்ந்தெடுக்கப்பட்ட சட்டமன்ற பேரவை உறுப்பினர்களால் தேர்ந்தெடுக்கப்படுவார்கள். இவர்கள் விகிதாசாரப் பிரதிநிதித்துவ முறையைப் பின்பற்றி ஒற்றை மாற்று வாக்களிப்பு மூலம் தேர்ந்தெடுக்கப்படுவார்கள், யூனியன் பிரதேசங்கள் சார்பாக உறுப்பினர்கள், நாடாளுமன்றம் அவ்வப்போது விதிக்கும் விதிகளின்படி தேர்ந்தெடுக்கப்படுவார்கள், மாநிலங்கள் அவை எப்போதும் கலைப்பிற்கு உள்ளாவதில்லை. மூன்றில் ஒரு பங்கு உறுப்பினர்கள் இரண்டாண்டுகளுக்கு ஒரு முறை விலக காலியான இடங்களுக்கு மீண்டும் தேர்தல் நடைபெறும். இதன் உறுப்பினர்கள் ஆறு ஆண்டு காலம் பதவி வகிப்பார்கள்.

இந்தியத் துணைக் குடியரசுத் தலைவர் தன்னுடைய பதவியின் அடிப்படையில் மாநிலங்கள் அவையின் தலைவராகப் பொறுப்பேற் பார். மேலும் ஒரு துணைத்தலைவர், அவை உறுப்பினர்களால் தேர்ந்தெடுக்கப்படுவார். துணைக் குடியரசுத் தலைவர் இல்லாத காலங்களில் துணைத் தலைவர் மாநிலங்கள் அவைக்குத் தலைமை தாங்குவார்.

மக்கள் அவை (Lok Sabha) : மக்கள் அவை 552க்கு மிகாத உறுப்பினர் களைக் கொண்டது. 530 உறுப்பினர்கள் மாநிலங்களிலிருந்தும், 20 உறுப்பினர்கள் யூனியன் பிரதேசங்களிலிருந்தும் தேர்ந்தெடுக்கப்படு வார்கள். மற்றும் ஆங்கிலோ இந்திய சமூகத்தினருக்கு மக்கள் அவையில் போதுமான பிரதிநிதித்துவம் கிடைக்கப்படவில்லை என்று குடியரசுத் தலைவர் கருதுவாராயின், அவர் அச்சமூகத்தினரில் இருவரை நியமன உறுப்பினர்களாக நியமிப்பார். மாநிலங்களின் மக்கள் தொகைக்கு இணங்க உறுப்பினர்கள் கணக்கிடப்பட்டு தேர்ந்தெடுக்கப்படுவார்கள். இடையில் கலைக்கப்படவில்லை யெனில், மக்கள் அவையின் பதவிக்காலம் ஐந்து ஆண்டு காலம் ஆகும். இருப்பினும் நெருக்கடி நிலைமை பிரகடனப்படுத்தும் காலங்களில் மக்கள் அவையின் காலத்தை ஓர் ஆண்டுக்கு மேற்

படாமலும் நெருக்கடி நிலையை முடிவுக்கு கொண்டுவந்த பிறகு ஆறு மாதத்திற்கு மேற்படாமலும் சட்டத்தினால் நீட்டிக்கலாம். தற்போது மக்களவையில் 545 உறுப்பினர்கள் உள்ளனர்.

மக்கள் அவையின் தலைவர் (Speaker) நாடாளுமன்ற முதல் கூட்டத்தில் அவை உறுப்பினர்களால் தேர்ந்தெடுக்கப்படுவார். மற்றும் அவை ஒரு துணைத்தலைவரையும் (Deputy Speaker) தேர்ந்தெடுக்கும். தலைவர் இல்லாத காலங்களில் அவைத் தலைவராகப் பொறுப்பேற்று துணைத் தலைவர் அவையை நடத்திக் கொடுப்பார்.

நாடாளுமன்ற உறுப்பினராவதற்கான தகுதிகள் :

1. ஒருவர் இந்தியக் குடிமகனாக இருத்தல் வேண்டும்.
2. மாநிலங்கள் அவையின் உறுப்பினர்கள் முப்பது வயதுக்குக் குறையாமலும், மக்கள் அவை உறுப்பினர்கள் இருபத்தைந்து வயதுக்கு குறையாமலும் இருத்தல் வேண்டும்.
3. கூடுதல் தகுதிகள் அவ்வப்போது நாடாளுமன்றத்தினால் சட்டத்தின் மூலம் அறிவிக்கப்படும்
4. மக்கள் அவைக்குரிய உறுப்பினர் நாட்டின் எந்தத் தொகுதியிலிருந்தும் போட்டியிட்டு தேர்ந்தெடுக்கப்படலாம்.
5. மாநிலங்கள் அவையின், அங்கத்தினராவதற்கு ஒருவரது பெயர் எந்த மாநிலத்திலிருந்து தேர்ந்தெடுக்கப்படுகிறாரோ அந்த மாநிலத்தில் பதிவு செய்யப்பட்ட வாக்காளராக இருத்தல் வேண்டும்.

நாடாளுமன்றத்தின் பணிகள் :

நாடாளுமன்றம் பலதரப்பட்ட புணிகளைப் புரிந்து வருகிறது. சட்டம் இயற்றுதல், நிருவாக மேற்பார்வை, வரவு செலவு அறிக்கை நிறைவேற்றுதல், பொது மக்களின் குறைகளைப் போக்குதல், முன்னேற்றத் திட்டங்களை உருவாக்குதல், பன்னாட்டு உறவுகளைப் பராமரித்தல் போன்ற பணிகளை ஆற்றி வருகிறது.

அரசியலமைப்பின்படி அதிகாரப் பிரிவினை அடிப்படையில் சட்டங்கள் இயற்றுவதில் நாடாளுமன்றத்திற்கே அதிகாரங்கள்

வழங்கப்பட்டிருக்கும். அதன்படி நாடாளுமன்றம் சட்டம் இயற்றக் கூடும். குடியரசுத் தலைவர் மீதான குற்றச்சாட்டுகளை விசாரணை செய்வதற்கும், உச்ச நீதிமன்றத்தின் நீதிபதி களையும், உயர்நீதிமன்ற நீதிபதிகளையும் பதவி நீக்கம் செய்யவும், தலைமைத் தேர்தல் ஆணையரையும் மற்றும் இந்தியக் கணக்காய்வர், தலைமைத் தணிக்கையர் வரையறுக்கப்பட்ட வழிமுறைப்படி பதவி நீக்கம் செய்யவும் நாடாளுமன்றத்துக்கு அதிகாரம் வழங்கப்பட்டுள்ளது.

சட்டமியற்ற மசோதா நாடாளுமன்ற இரு அவைகளின் ஒப்பு தலைப் பெற வேண்டும். இருப்பினும், நிதி மசோதவைப் பொறுத்த வரை மக்கள் அவையின் ஒப்புதலே முடிவானது. நிதி மசோதாக்கள் மாநில அவையினால் 14 நாட்கள் மட்டுமே தாமதப்படுத்தப் படலாம். கொடுக்கப்படும் சட்டம் செய்யும் உரிமை நாடாளு மன்றப் புனராய்வுக்கும் கட்டுப்பாட்டிற்கும் உட்பட்டது. சட்டங்கள் இயற்றும் அதிகாரங்களோடு நாடாளுமன்றத்திற்கு அரசியலமைப்பு திருத்தம் கொண்டு வரும் அதிகாரமும் வழங்கப் பட்டுள்ளது.

நாடாளுமன்றக் கூட்டத் தொடர்கள் :

அரசியலமைப்பின்படி நாடாளுமன்றம் ஒரு ஆண்டில் குறைந்தது இரண்டு முறை கூட்டப்பட வேண்டும். இரண்டு கூட்டங்களுக்கும் இடையில் ஆறு மாதங்களுக்கு மிகாமல் இடைவெளி இருக்கும் வகையில் குடியரசுத் தலைவர் நாடாளுமன்றக் கூட்டத்தைக் கூட்ட ஆணையிடுவார். ஆனால் நடைமுறையில் நாடாளுமன்றம் ஆண்டிற்கு மூன்று முறை கூட்டப்படுகிறது. அந்த கூட்டத் தொடர்கள் பின்வருமாறு :

1. வரவு செலவு அறிக்கை கூட்டத் தொடர் -பொதுவாக ஆண்டுதோறும் பிப்ரவரி மாதத்தில் கூடும்
2. பருவக்காலக் கூட்டத்தொடர் பொதுவாக ஜூலை மாதத்தில் கூடும்.
3. குளிர்காலக் கூட்டத்தொடர் பொதுவாக நவம்பர் மாதத்தில் நடைபெறும்.

நான் ஒரு இந்துவாக இறக்க மாட்டேன்

15

தான் பேசப் போகும் பேச்சு அகில இந்தியாவையே ஒரு உலுக்கு உலுக்கும் என்று அம்பேத்கருக்கு அப்போது தெரிந்தே இருந்தது.

எதிரே பார்த்தார். கட்டுகடங்காத கூட்டம். 1935 அக்டோபர் 13 இயோலாவில் அந்த மாபெரும் மாநாடு நடைபெற்றுக் கொண்டிருந்தது.

அம்பேத்கர் தங்களுக்கு என்ன சொல்லப் போகிறார் என்று அந்த கூட்டமே உன்னிப்பாக கவனித்துக் கொண்டிருந்தது.

தீண்டாமை அடிமை விலங்கிலிருந்து தம்மை நம்பியிருக்கும் இந்த மக்களை கண்டிப்பாக விடுவித்தே தீர வேண்டும். அதற்குச் செய்ய வேண்டியது என்ன?

இது குறித்து பல நாள் ஆழ்ந்து யோசித்து வைத்திருந்த முடிவை தம் மக்களின் மனங்களில் விதைத்திட தீர்மானித்து விட்டார் அம்பேத்கர். எழுந்து பேச ஆரம்பித்தார்.

"நான் ஏதோ தீயவாய்ப்பால் ஒரு இந்துவாகப் பிறந்து விட்டேன். அதைத் தடுத்தல் என் கையில் இல்லை. அதனால் பல இன்னல்களையும், இழிவுகளையும் எதிர்கொள்ள நேர்ந்தது. ஆனால் நான் ஓர் இந்துவாக இறக்க மாட்டேன் என்பது மிக உறுதி.."

அம்பேத்கரின் இந்த அறிவிப்பு தாழ்த்தப்பட்டவர்களின் உள்ளக் குமுறலை வெளிப்படுத்தும் அறிவிப்பு, கூடியிருந்த பல்லாயிரக் கணக்கான மக்கள் விண்ணதிர கரவொலி எழுப்பி தங்களின் சம்மதத்தை தெரிவித் தார்கள்.

இந்த அறிவிப்பு நிச்சயமாக பார்ப்பனர் மற்றும் உயர்த்தப்பட்ட சாதி இந்துக்களின் மனங்களை உலுக்கும் என்று அம்பேத்கர் எதிர்பார்த்தார்.

ஆனால் அம்பேத்கரின் இந்த அறிவிப்பால் உயர்த்தப்பட்ட சாதி இந்துக்கள் மனம் மாறவில்லை. மாறாக பார்ப்பனர் பலர் மகிழ்ச்சியடையவே செய்தனர். சீர்திருத்த எண்ணம் கொண்ட சில இந்துக்கள் மட்டுமே கவலைப்பட்டனர்.

அம்பேத்கரின் இந்த அறிவிப்பை குறித்து அக்டோபர் 15 ஆம் தேதி காந்தி தனது கருத்தை வெளியிட்டார்.

அதை மறுத்து அம்பேத்கர் 'நாங்கள் எந்த சமயத்தில் (வேறு மதத்தில்) இணையப் போகிறோம் என்பது குறித்து முடிவு ஏதும் எடுக்கவில்லை. எந்தந்த வழிமுறைகளை கடைப்பிடிக்கப் போகிறோம் என்பதையும் முடிவு செய்யவில்லை. ஆனால் தீர்க்கமாக ஆலோசித்து உறுதியாக முடிவு செய்திருப்பது ஒன்றுதான். அதாவது இந்து சமயத்தினால் எங்களுக்கு நலன் ஏதும் கிடையாது என்பதே' என்று பதில் அளித்தார்.

இப்படி அம்பேத்கர் தீர்க்கமாக முடிவெடுத்ததற்கு காரணம் அவரது சிறு பருவத்தில் நிகழ்ந்த சம்பவங்களே.

ஒருமுறை ஆசிரியர் அம்பேத்கரை வடிவியல் கணிதத்தில் ஒரு விதியை கரும்பலகையில் நிரூபித்து எழுதிக் காட்டுமாறு அழைத் தார். உடனே மற்ற எல்லா மாணவர்களும் கூச்சல் போட்டு கரும்பலகை அருகே வைக்கப்பட்டிருந்த தங்கள் உணவுப் பாத்திரங்களை அகற்றி விட்டனர். அப்பொழுதுதான் அவை தீட்டாகாமல் இருக்கும் என்று அவர்கள் நம்பினார்கள்.

அதன் பிறகே அம்பேத்கர் கரும்பலகை அருகே சென்று அந்த விதிமுறையை நிரூபித்து காட்ட முடிந்தது.

குடியரசுத் தலைவருக்கு அளவற்ற அதிகாரங்களைத் தர அம்பேத்கர் விரும்பவில்லை. பிரதமர் மற்றும் அமைச்சர்களின் அறிவுரைகளை குடியரசுத் தலைவர் ஏற்றுக்கொள்ள மறுத்தால் அவரைப் பதவியி லிருந்து நீக்கும் அதிகாரம் நாடாளுமன்றத்துக்கு இருக்கிறது என்பதில் ஐயம் இல்லை என்று சொல்லியிருக்கிறார் அம்பேத்கர்.

எனவே மக்களில் தேர்ந்தெடுக்கப்பட்டவர்கள்தான் இந்த நாட்டை உண்மையாக ஆள்பவர்கள் என்ற கொள்கையில் உறுதியாக இருந்தார் அம்பேத்கர்.

இந்திய அரசியல் சட்டம் மிகவும் இறுக்கமானது. விரிவாக எழுதப் பட்டதால் மாற்றங்கள் செய்யக் கூடிய சாத்தியங்களை வெகுவாக குறைத்து விடுகிறது என்ற குற்றச்சாட்டை ஜென்னிங்ஸ் போன்ற அரசியல் சட்டவல்லுநர்கள் முன் வைத்திருக்கிறார்கள்.

'ஆனால் விரிவாக எழுதபடாவிட்டால் அதை மிக எளிதாக அரசினால் உள்ளறுப்பு செய்ய முடியும்' என்று அம்பேத்கர் கூறினார். அரசியல் சட்டத்தை திருத்துவதையும் எளிதாக்க அவர் விரும்ப வில்லை.

துறவிகளைப் போராளிகள் என அழைத்த போதகர் புத்தரைத் தவிர வேறு யாரும் இல்லை! வருணாசிரமத்துக்கு எதிராகக் காவி உடையில் கலகக்காரர்களை உருவாக்குவதே அவரது நோக்கமாக இருந்தது. இதைப் புரிந்து கொண்டுதான் பௌத்த பிக்குகளுக்குச் சமூக சேவையைப் புத்தர் வலியுறுத்தினார் என்று அம்பேத்கர் சரியாகக் கூறினார்.

இல்லறத்தாருக்கு தொண்டு புரியவே ஒரு பிக்கு இல்லறத்தைத் துறக்கிறார் என்று அழகாகச் சொன்னார். இது சுய விடுதலையில் அந்தச் சுயநலத்தில் மூழ்கிப் போயிருந்த பிக்கு ஜீவகா போன்றோருக்கு பிடிக்காமல் போனதில் ஆச்சர்யம் இல்லை.

ஓ பிக்குகளே நான் உலகத்துடன் சச்சரவிடுபவன் அல்ல. ஆனால் உலகம் என்னுடன் சச்சர விடுகிறது.

உயர்ந்த நன்னெறிகளுக்காக, உன்னத நன்முயற்சிகளுக்காக தெரிந்த நல்லறிவிற்காக நலம் போர் தொடுக்கிறோம் ஆகவே தான் நாம் போராளிகள் எனப்படுகிறோம். எங்கெல்லாம் நன்னெறி அபாயத்தில் உள்ளதோ அங்கெல்லாம், போராடுங்கள் வாயடைத்து நிற்காதீர்கள் என்று தன் சீடர் கோடிகளைப் பார்த்து போராாளி என்பதற்கான விளக்கத்தைக் கொடுத்தார் புத்தர்.

புத்தர் கூறிய அஹிம்சா தத்துவத்தை கொள்ளாமையாகவும், புலால் உண்ணாமையாலும் மிகவும் சுருக்கி விட்டார்கள் பிற்காலத்திய பவுத்தர்கள்.

ஆனால் புத்தரே மாமிச உணவு உண்டு வந்தார். அவர் கடைசியாகச் சாப்பிட்டது சூகரமத்துவம். இதன் அர்த்தம் இளம் பன்றிக்கறி என்று கூறப்படுகிறது. இந்த உண்மையை சொல்வதில் பிற்காலத்திய பௌத்தர்கள் மிகவும் கூச்சப்பட்டார்கள்.

மாமிச உணவு விசயத்தில் புத்தர் நீக்கு போக்காக இருந்த காரணத்தினால்தான் தனது மார்க்கத்தில் சூத்திரர்களையும், பஞ்ச மாசனையும் அவரால் ஈர்க்க முடிந்தது.

புத்தருடைய அடிப்படைக் கூற்று : எதையும் நீங்கள் சொல்ல விரும்பா வண்ணம் அனைத்தையும் நேசியுங்கள். அஹிம்சை கொள்கையை விவரிக்கின்ற உறுதியான உடன்பாட்டு வழி இது. இதிலிருந்து அஹிம்சைக் கொள்கை 'கொல்லாதே' எனக் கூறாமல், அனைத்தையும் நேசி எனக் கூறுவதாக தோன்றுகிறது.

கொல்ல விரும்புதலுக்கும் கொல்லு தலின் தேவைக்கும் இடையிலான வேறுபாட்டையே புத்தர் குறித்தார் என்பது மிகவும் தெளிவாகிறது.

புத்தரின் அஹிம்சா கோட்பாட்டின் அறத்தை அம்பேத்கர் நன்றாக உள்வாங்கி இருந்தார்.

பிராமணியம் தன்னில் சொல்லுதலில் விருப்பத்தைக் கொண்டுள்ளது. சமணம் தன்னில் எப்போதும் கொல்லாமையில் விருப்பத்தை கொண்டுள்ளது. புத்தரின் அஹிம்சை முற்றிலும் நடுநிலைப் பாதையை கொண்டதாய் உள்ளது என்பதாக அம்பேத்கர் இத்தத்துவத்தை உள் வாங்கி இருந்தார்.

இந்திய துணைக் கண்டத்தில் ஆன்மா மறுப்பை மிக வலுவாக எடுத்துச் சொன்னவர் புத்தர். அவர் ஆன்மா என்று ஒன்று இல்லை என்று மிகவும் உறுதியான வார்த்தைகளை கூறியிருக்கிறார்.

எனவேதான் ஆன்மா பற்றிய அவருடைய கோட்பாடு அநாத்மா? அதாவது ஆத்மா அற்றது என அழைக்கப்படுகிறது என மிகச் சரியாக கூறியிருக்கிறார் அம்பேத்கர்.

மரணத்திற்குப் பிறகும் உணர்வு இருக்குமேயானால் அது மரண மாகாது எனும் எளிய உண்மையை மிக வலிமையாகச் சொன்னார் புத்தர். அதே நேரத்தில் தொடரும் கர்மா மறுபிறப்பு எனும் சொல்லாடல்களும் அவரிடம் காணப்பட்டன.

விடுதலை, முக்தி எனும் சொல்லாடல்களை ஆன்ம விடுதலை, தனி மனித முக்தி எனும் அர்த்தத்திலேயே பயன்படுத்தியது பிராமணீயம். மதத்தின் நோக்கம் அதுவாகவே இருக்க முடியும் என்று சிறிதும் சந்தேகமின்றி சொல்லி வந்தது.

●

டாக்டர் அம்பேத்கர் ஒப்பற்ற ஒரு தேசீயத் தலைவர். 'தர்மம் தான் எல்லா பலத்துக்கும் ஆதாராமானது. இது நம் நாட்டின் சரித்திரம் வெளிப்படுத்திய உண்மை' என்று அரசியல் நிர்ணய சாலையில் ஒருமுறை பேசுகையில் குறிப்பிட்டார்.

இந்நாட்டில் எத்தனையோ நல்லவர்கள் நீதிமான்கள் ஆட்சி செய்திருக்கிறார்கள். ஆனாலும் கூட தீண்டாமைக் கொடுமை தொடரத் தான் செய்கிறது. இதற்குக் காரணம் என்ன என்று

அம்பேத்கர் யோசித்தார். ஆட்சி மாற்றத்தால் எவ்விதப் பயனும் விளைந்து விடப்போவதில்லை என்ற முடிவுக்கு அவர் வந்தார். அடிப்படையிலேயே மாறுதல் தேவை என்று அவர் கருதினார்.

அவருடைய வாழ்வும் இந்த சமூகம் சிறுவயதிலேயிருந்தே பழுத்த அனுபவங்களை ஏற்படுத்தியுள்ளது என்பது உண்மை. அம்பேத்கர் பிறந்தது மஹர் எனப்படும் குலத்தில். ஒருபுறம் வீட்டில் இருந்த வறுமை, மறுபுறம் அவனது குலத்தின் காரணமாக நடை பெற்ற ஒரு சில விரும்பத்தகாத சம்பவங்கள், சமுதாய ஏற்றத்தாழ்வு களை எதிர்த்துப் போராட வேண்டிய உணர்வு பீம் மனதில் சிறுவயதிலேயே முளைவிட்டது.

அவர்கள் தங்கியிருந்தது குடிசைப் பகுதியில் ஒரு வீட்டில். அதை வீடு என்று சொல்வதை விட ஒரு சிறிய அறை என்று சொல்வதே பொருத்தமாகும். சமையல், படுக்கை அனைத்தும் அந்த அறையில் தான், படிப்பு மண்ணெண்ணெய் விளக்கில்தான்.

பள்ளியிலோ நிலைமை இன்னும் மோசமாக இருந்தது. தீண்டத் தகாதவர்கள் என்று சொல்லப்பட்ட மாணவர்களை வகுப்பறை யின் வெளியே அமரச் செய்வது அந்நாளைய வழக்கம். வகுப்பறை வாசலில் கோணியை விரித்து அமர்ந்து பாடங்களைக் கவனிக்க வேண்டும்.

அம்பேத்கர் மனதில் இயற்கையாகவே ஞானப் பசி இருந்தது. எனவே இந்தக் கொடுமையான சூழ்நிலையிலும் அவர் நல்ல முறையில் கல்வி கற்றுத் தேர்ந்தார்.

கல்வியே ஒருவருக்கு மதிப்பையும் வளத்தையும் அளிக்கும் என்று உறுதியாக அம்பேத்கர் கொண்ட எண்ணமே, ஒன்பது பத்து, பனிரெண்டு இந்தியப் பட்டங்களை அவர் பெறக் காரணமாக இருந்தது.

மற்ற மனிதர்களிடமிருந்து மாறுபட்டு உயர்ந்த மனிதராக அம்பேத்கர் புகழ் பெறக் காரணம் இவரின் ஆக்க பூர்வமான அணுகு முறைதான். தன் பிரிவைச் சார்ந்த மக்கள் பிறப்பு அடிப்படையில் துன்புறுவதைக் கண்ட இவர் அதற்காக இன்னொரு பிரிவினரை

எதிர்ப்பதைக் காட்டிலும் தன்பிரிவு மக்கள் சமுதாய முன்னேற்றம் பெறுவதே தேவையான ஒன்று, அதற்கு கல்வியே அடிப்படை என்று கல்விச் சேவை செய்ய விளைந்ததே இவரின் ஆக்கபூர்வமான சிந்தனைக்கு உதாரணம்.

பாரதத்தின் ஆன்மா, உயிர்நாடி என்பது ஆன்மீகம் அல்லது தர்மம். இந்தக் கருத்தையே அம்பேத்கர் தன்னிடம் கேட்கப்பட்ட ஒரு கேள்விக்கு விடையளிக்கும் போது உறுதியாகத் தெளிவுபடுத்து கிறார்.

ஓயாத செயல் துடிப்பு, சமுதாய நலன்களுக்குத் தணியாத ஆர்வம், துன்பங்களைக் கண்டு துவளாமல் எதிர்நீச்சல் போடும் மன தைரியம் இவையே டாக்டர் அம்பேத்கரின் பண்பு நலன்கள்.

நாட்டின் சுதந்திரத்துக்குப் பின்னர் புத்த மதம் சம்பந்தப்பட்ட விசயங்களில் மிகுந்த ஆர்வம் காட்டினார். நாகபுரியில் 1956 ஆம் ஆண்டு அக்டோபர் 14 ஆம் தேதி அவர் புத்த மதத்தை தழுவினார். அவருடன் ஆயிரக்கணக்கானோர் புத்த மதத்தில் இணைந்தனர்.

தாழ்த்தப்பட்டவன் தீண்டத்தகாதவன் என்றெல்லாம் சொல்லி அவருக்கு இழைக்கப்பட்ட கொடுமைகள் கணக்கற்றவை. எனினும் அவர் தீண்டாமைப் பிரச்சனையை தேசியக் கண்ணோட்டத்துடன் அணுகினார். புத்த மதத்தில் இணைவதற்கு அவர் கூறிய காரணங்கள் இதைத் தெளிவாக்குகின்றன.

'மதம் மாறுவதால் நாட்டுக்கு ஒட்டு மொத்தமாக ஏற்படும் விளைவு கள் குறித்து எண்ணி பார்ப்பது அவசியம். இஸ்லாம் மதத்திற்கோ, கிறிஸ்தவ மதத்துக்கோ மாறினால், ஒடுக்கப்பட்ட மக்கள் தேசிய நீரோட்டத்திலிருந்து விலகி விடுவர்.'

அவர்கள் இஸ்லாம் மதத்துக்கு மாறினால் முஸ்லீம்களின் எண்ணிக்கை இரு மடங்காகி விடும். அவர்கள் கிறிஸ்தவர்களாகி னால் நமது நட்டில் கிறிஸ்தவர்களின் எண்ணிக்கை கூடிவிடும். அது இந்தியாவின் மீதான பிரிட்டனின் ஆதிக்கத்துக்கு வலுசேர்ப்பதாகி விடும்.

அதே சமயம் அவர்கள் சீக்கிய புத்த, ஜைன, ஹிந்து மதத்துக்கு மாறினால் அவர்கள் இந்த நாட்டின் தலைவிதிக்குப் பங்கம் விளைவிக்காதது மட்டுமல்ல, அதன் தலைவிதியையே நிர்ணயிக்க உதவுபவர்களாக ஆகி விடுவர். அவர்கள் தேசிய நீரோட்டத்தில் இருந்து விலகிச் செல்ல மாட்டார்கள். நாட்டின் அரசியல் முன்னேற்றத்துக்கும் பங்களிப்பவர்களாக இருப்பார்கள்.

1936 ஜூலை 24 இல் 'டைம்ஸ் ஆஃப் இந்தியா' பத்திரிகையில் எழுதியுள்ள கட்டுரையில் அம்பேத்கர் மேற்கண்டவாறு குறிப்பிட்டுள்ளார்.

அம்பேத்கர் ஏற்படுத்திய இந்திய அரசியல் சட்டத்தின் பிரிவு 25 இல் இதே கருத்தை தெளிவாக்கியுள்ளார். அதில் புத்த மதம், ஜைன மதம், சீக்கிய மதம், ஆகிய உட்பிரிவுகளை கொண்டதுதான் ஹிந்து மதம் என்று தெளிவாகக் கூறப்பட்டுள்ளது.

ஒரு தலித்தை சங்கராச்சாரியாராக்குங்கள்

16

அம்பேத்கரை மதம் மாறுவதிலிருந்து தடுக்க பம்பாய் இந்து மகா சபாவின் செயற்குழுவின் அவசரக் கூட்டம் நடந்தது. அந்தக் கூட்டத்தில் மதம் மாற வேண்டாம் என்று அவரைக் கேட்டுக் கொண்டு ஒரு தீர்மானம் இயற்றப்பட்டது.

மே.வா.கேல்கரின் தலைமையில் ஒரு தூதுக்குழு 24.10.1935 அன்று அம்பேத்கரைச் சந்தித்தது.

தீண்டத் தகாதவர்களுக்கு மதம் மாறு தலைத் தவிர வேறு வழியில்லை. அவர் களை மதம் மாறும்படி நான் அறிவுறுத் தியது அவர்களது நன்மையை கருத்தில் கொண்டுதான் என்றும், மதம் மாறுவ தால் நாட்டிற்கு எத்தகையத் தீங்கும்

ஏற்படாது என்றும் உறுதியளித்து அம்பேத்கர் கூறினார். எனது கடமை மூன்று இலக்குகளைக் கொண்டது.

முதலாவது நாடு, இரண்டாவது தீண்டத்தகாதோர் சமூகம். அதற்குப் பிறகுதான் இந்து சமூகம் என்றும், மதம் மாறும் தருணம் வரும்போது இந்து மதத் தலைவர்கள் அனைவருடனும் விவாதிப் பேன். நாங்கள் எந்த முடிவெடுத்தாலும் வீரரைப்போல கௌரவ மான முறையில் வெளிப்படையாக நடந்து கொள்வோம் என்று உறுதியளித்தார்.

மகாராஷ்டிரத்தில் மத சுத்திகரிப்பு இயக்கத்தின் தலைவரான விநாய மஹாராஜ் மசூர்கா, மதம் மாறிய ஆயிரக்கணக்கான இந்துக்களை சுத்திகரித்த அவர்களுக்கு மீண்டும் இந்து மதத்தில் தீட்சையளித்து வந்தார். நவம்பர் முதல் வாரம் அவர் தாமாகவே சென்று அம்பேத்கரை சந்தித்தார். இந்த சந்திப்பு மூன்று மணி நேரம் நடை பெற்றது.

அப்போது மசூர்கா சொன்னார் : இந்தியாவில் இந்துவே இல்லாது போனால் பிறகு இந்த நாட்டின் பெயர் இந்துஸ்தான் என்று இருக்க முடியாது.

அதற்கு அம்பேத்கர் பதிலளித்தார். உங்களைப் போல் எனக்கும் வருத்தமுண்டு. ஆனால், இதற்கான காரணங்களை நீக்குவதோ உங்கள் கையில் உள்ளது. இதற்கென நீங்கள் ஒரு ஐந்தாண்டுத் திட்டத்தை செயல்படுத்த வேண்டும் என்று கூறிய அம்பேத்கர் திட்டத்திற்கான வழிமுறையையும் சொன்னார்.

என் கருத்துப்படி இந்து மதத்தில் தற்போதுள்ள நான்கு வருண அமைப்பை ஒழித்துவிட்டு ஒரே வருண அமைப்பை நிலை நாட்ட வேண்டும். பிறப்பைக் கொண்டு சாதியை நிச்சயிக்கக் கூடாது என்று அறிவித்து ஒரு தீர்மானம் புனேயில் நடைபெற உள்ள இந்து மகா சபை மாநாட்டில் நிறைவேற்றுங்கள் பார்ப்போம் என்றார் அம்பேத்கர்.

மசூர்கர் இந்து சமூகத்தின் வருண அமைப்பை ஒழிப்பதை ஆதரிக்க வில்லை. அப்போது அம்பேத்கர் வேறொரு ஆலோசனை சொன்னார்.

அப்படியானால் நீங்கள் மிகவும் எளிதான அருமையான காரியம் ஒன்று செய்யலாம். மிகச்சிறிய விசயம்தான். செய்து காட்டுங்கள் பார்ப்போம். எங்களைச் சேர்ந்த கே.கே.ஸகட் என்பவரை ஓராண்டிற்கு சங்கராச்சாரியாரின் இருக்கையில் அமர்த்துங்கள். புனே நகரின் சித்பவான் என்ற தீவிரப் பிராமண வகுப்பினர் நூறு பேர் அவருக்கு பாத பூஜை செய்யட்டும்.

இவ்வளவு சிறிய விசயத்தை உங்களால் செய்து காட்ட முடியுமானால் சமத்துவத்தை நிலைநாட்ட முடியும் என்று உங்கள் உள்ளத்தில் நம்பிக்கை ஊற்றெடுப்பதன் அடையாளமென அச்செயலை நாங்கள் கருதுவோம். மேலும், மதம் மாறுதல் குறித்த எங்கள் முடிவை ஒத்தி வைப்போம்.

ஸகட் என்பவரின் பெயரை இவ்விசயத்தில் அம்பேத்கர் குறிப்பிட்டது ஏன் என்பதை தெளிவுப்படுத்தினார்.

அதாவது ஸகட் என்பவர் மாட்டே குருவின் முதன்மையான சீடர். மேலும் கேசரி கட்சி அவரைத் தீண்டத்தகாதவர்களின் ஒரே தலைவரென அறிவித்துள்ளது. ஆகவே, அம்பேத்கர் அவரை பெயரைக் குறிப்பிட்டார். மசூர்கர் அதனைக் கேட்டு விடை பெற்றுச் சென்றார்.

1936 மே மாதம் வார்தா வந்திருந்தபோது ஒடுக்கப்பட்ட வகுப்பு மக்களின் தலைவர்களான புருசோத்தம கார்படே, சங்கர்ராவ் சோனா வானே, கோமாயு தெம்பாரே ஆகியோர் டாக்டர் அம்பேத்கரை சந்தித்து சமய மாற்றம் குறித்து கலந்துரையாடினர்.

அவர்களிடம் அம்பேத்கர், நான் இதுவரை எவரிடமும் இஸ்லாத்திற்கோ, கிறிஸ்தவத்திற்கோ ஆதரவு தேடவில்லை. வேறு எவரேனும் தனது சொந்தப் பொறுப்பில் இஸ்லாத்திற்கோ அன்றி பிற சமய மொன்றுக்கோ ஆதரவு தேடுவாராயின் அவர் ஏமாற்றப் படுவது உறுதி என்பதையும் அதற்கு நான் பொறுப்பாக மாட்டேன் என்பதையும் தெரிவித்துக் கொள்கிறேன்.

சமய மாற்றம் குறித்து நான் அறிக்கை விடுத்தது மெய்தான். ஆனால், இதுவரை குறிப்பிட்ட எந்தவொரு சமயத்திலும் சேருமாறு நான்

எவருக்கும் கூறியதில்லை. அதுவரை நாமனைவரும் சமய மாற்றத்தின் தேவை குறித்து தொடர்ந்து பிரச்சாரம் செய்து வருவது அவசியம். அதே சமயம் எந்தவொரு குறிப்பிட்ட சமயத்திற்காகவும் பிரச்சாரம் செய்தலாகாது. நான் எப்போது அறிவிக்கின்றேனோ அப்போதுதான் நாம் ஏழு கோடி மக்களும் ஒட்டுமொத்தமாக சமய மாற்றம் செய்து கொள்ள வேண்டும்.

அம்பேத்கர் மதம் மாறுவது என்று முடிவெடுத்தாலும் எந்த மதத்தில் மாறுவது என்பதை உடனடியாக முடிவெடுத்து விட வில்லை. அவருடைய இயல்பே தீர ஆராய்வதுதான். எதையும் முழுமையாக தெரிந்து கொள்வதுதான் அவரது வழி. வேறு மதங் களுக்கு மாறினால் என்ன விளைவுகள் தீண்டப்படாதோருக்கு ஏற்படும் என்பதை நன்கு அறிந்தவர் அம்பேத்கர்.

சமய மாற்றத்தின் மூலம் தற்போதைய நரகத்திலிருந்து சமத்துவம் என்னும் சொர்க்கத்தை அடைந்துவிட முடியும் என்ற தவறான நம்பிக்கை கொள்ள வேண்டாமென்று மக்களுக்கு எச்சரிக்கை விடுத்தார்.

வேறு எந்தப் புதிய சமயத்திற்கு மாறினாலும் தமது விடுதலைக்காக வும் தமது சம உரிமைக்காகவும் தலித்துகள் தொடர்ந்து போராட வேண்டியிருக்கும் என்றும் அம்பேத்கர் கூறினார். மேலும், கிறிஸ்தவமோ, இஸ்லாமோ, சீக்கியமோ அன்றி பிற எந்த மதத்திற்கு நாம் மாறினாலும் நமது நலன்களைப் பெற நாம் தொடர்ந்து போராடியே தீர வேண்டும் எனும் உண்மையை நாமனைவரும் நன்கறிவோம்.

இஸ்லாத்தல் சேருவதன் மூலம் நாமனைவரும் நவாபுகள் ஆகி விடுவோமென்றோ, கிறித்துவத்தில் சேருவதன் மூலம் நாமனை வரும் போப் ஆண்டவராகி விட முடியுமென்றோ கனவு காண்பது அறிவீனம். எங்கு சென்றாலும் நம்மைப் போராட்டம் அங்கும் எதிர்நோக்கியுள்ளது என்று கூறினார் அம்பேத்கர்.

அம்பேத்கர் புத்த மதம் மாறிய நாளில்

17

1956 செப்டம்பர் 23 இல் ஒரு அறிக்கை மூலம் புத்த மதத்திற்கு தாம் மாறுவதை புது தில்லியிலிருந்து அம்பேத்கர் பிரகடனம் செய்தார்.

அந்த அறிக்கையில் புத்த மதத்தில் நான் சேருவதற்கான தேதியும் இடமும் இப்போது இறுதியாக முடிவு செய்யப் பட்டு விட்டன.

நாகபுரியில் துஷ்ஷெரா நாளன்று (அசோ விஜயதசமி) அதாவது 1956 அக்டோபர் 14 ஆம் தேதி அது நடை பெறும். மதமாற்ற வைபவம் காலை 9 மணிக்கும் 11 மணிக்கும் இடையே நடைபெறும். அன்றைய தினம் மாலை யில் நான் உரை நிகழ்த்துவேன் என்று குறிப்பிட்டிருந்தார்.

இது சம்பந்தமான நிகழ்ச்சி நிரலின் முழு விபரம் பிரபுத்த பாரத் வார இதழில் பிரசுரிக்கப்பட்டது. புத்த மதத்திற்கு மாறுபவர்கள் 19 வயதுக்கு மேற்பட்டவர்களாக இருக்க வேண்டும் என்று அறிவிக்கப் பட்டது.

1956 செப்டம்பர் 24 இல் அம்பேத்கர் வணக்கத்திற்குரிய பிக்கு சந்திரமணிக்கு எழுதிய கடிதத்தில் இந்த மதமாற்ற நிகழ்ச்சியை நடத்தித் தரம்படி கேட்டுக் கொண்டார்.

அதன்படி 14.10.1950 ஆம் நாளன்று காலை 9.30 மணிக்கு அம்பேத் கருக்கும் அவரது மனைவிக்கும் மகாஸ்தவீர் சந்திரமணி திரிசரணத்தையும் பஞ்ச சீலத்தையும் பாலி மொழியில் பாராயணம் செய்து தீட்சை அளித்து புத்த மதத்தில் இணைத்தார்.

இதனைத் தொடர்ந்து அம்பேத்கர் புத்தர் சிலைக்கு மாலை அணிவித்து அதன் முன்னால் மூன்று முறை தலை வணங்கினார்.

இந்த நிகழ்ச்சியில் சுமார் ஐந்து லட்சம் முதல் ஆறு லட்சம் மக்கள் கலந்து கொண்டனர்.

அம்பேத்கர் புத்த மதத்தில் இணைந்த பின் இந்து மதத்தைத் துறந்து புத்த மதத்தைத் தழுவ விருப்பமுள்ளவர்கள் எழுந்து நின்று கைகளைக் கட்டிக் கொண்டு தன்னைத் தொடர்ந்து திரிசரணையும் பஞ்சீலத்தையும் ஒப்புவிக்க வேண்டும் என்று பிரகடனம் செய்தார்.

இந்தப் பிரகடனத்தைத் தொடர்ந்து கூட்டம் முழுவதும் எழுந்து நின்றது. அம்பேத்கர் அவர்களுக்குத் தீட்சை அளித்து அவர்களைப் புத்த மதத்தில் இணைத்துக் கொண்டார். இந்தச் சடங்கின் ஒரு பகுதியாக கூட்டத்தினரை 22 சூளுரைகளை எடுத்துக் கொள்ளச் செய்தார்.

அவை வருமாறு :

1. பிரம்மா, விஷ்ணு, மகேஸ்வரிடம் எனக்கு நம்பிக்கை இல்லை. அவர்களைத் தொழுது வழிபடவும் மாட்டேன்.

2. ராமன், கிருஷ்ணனிடம் எனக்கு நம்பிக்கை இல்லை. அவர் களைத் தொழுது வழிபடவும் மாட்டேன்.

3. கௌரி, கணபதி மற்றும் இதர இந்து மத தெய்வங்களிடமும் பெண் தெய்வங்களிடமும் எனக்கு நம்பிக்கை இல்லை. அவர்களைத் தொழுது வழிபடவும் மாட்டேன்.

4. கடவுள்களின் அவதாரத் தத்துவத்தில் எனக்கு நம்பிக்கை இல்லை.

5. மகான் புத்தர், விஷ்ணுவின் அவதாரம் என்று நான் நம்பவில்லை. நம்பவும் மாட்டேன்.

6. நான் சிரார்த்தம் செய்ய மாட்டேன். பிண்ட தானமும் தர மாட்டேன்.

7. புத்தரின் சித்தாந்தங்களுக்கும் போதனைகளுக்கும் மாறான முறையில் எவ்வகையிலும் செயல்பட மாட்டேன்.

8. பிராமணர்களாகக் கொண்டு எந்தச் சமயச் சடங்குகளையும் செய்ய மாட்டேன்.

9. மனித குலத்தின் சமத்துவத்தில் நான் நம்பிக்கைக் கொண்டுள்ளேன்.

10. சமத்துவத்தை நிலை நாட்டப் பாடுபடுவேன்.

11. புத்தர் போதித்த எண் வழி மார்க்கங்களையும் பின்பற்றுவேன்.

12. புத்தர் வகுத்துத் தந்த பத்து பரமிதாக்களை நான் பின்பற்றுவேன்.

13. அனைத்து ஜீவராசிகளிடமும் பரிவோடும் பாசத்தோடும் நடந்து கொள்வேன். அவற்றை அன்போடு பேணி வளர்ப்பேன்.

14. நான் திருட மாட்டேன்.

15. நான் பொய் பேச மாட்டேன்.

16. சிற்றின்பப் பாவங்களை செய்ய மாட்டேன்.

17. மது அருந்த மாட்டேன்.

18. பிரத்னியா (விவேகம்) சீல் (சீலம்) காருண்யா (கருணை) ஆகிய மூன்று புத்த மதக் கோட்பாடுகளுக்கு இணங்க என் வாழ்க்கையை நடத்த நான் முயல்வேன்.

19. மனித குலத்தின் வாழ்வுக்கும் வளத்துக்கும் பாதகம் விளை விக்கும் மனிதர்களைப் பாகுபடுத்திப் பலார்த்து அவர்களைக் கீழ்த்தரமாக நடத்தும் எனது பழைய இந்து மதத்தை விட்டு புத்த மதத்தை இப்பொழுது தழுவுகிறேன்.

20. புத்த தம்மன் சத்தம்மம் என்று உறுதியாக நம்புகிறேன்.

21. நான் ஒரு புதிய வாழ்க்கயில் அடியெடுத்து வைப்பதாகக் கருதுகிறேன்.

22. புத்தரின் போதனைகளின்படி இனி நடப்பதென இப்பொழுது முதல் உறுதி மேற்கொள்கிறேன்.

இந்த சூளுரைகள் அம்பேத்கரால் மொழியப்பட்டது. இவை பௌத்தம் மாறும் தம் மக்கள் உள்ளங்களில் ஆழமாகப் பதிய வேண்டும் என்பதே அம்பேத்கரின் எண்ணம்.

இந்த நிகழ்ச்சியில் நீதிபதி பவானி சங்கர் நியோகி, பௌத்த சமிதி யின் செயலாளரான வி.எம்.குல்கர்னி, ஔரங்காபாத் மிலிந்த் கல்லூரியின் முதல்வரான திரு. எம்.பி.சிட்னிஸ், திரு. பி.எஸ்.கபீர் ஆகியோரும் புத்த மதத்துக்கு மாறினர்.

மறுநாள் அக்டோபர் 15 ஆம் நாள் அம்பேத்கர் தாம் மதம் மாறியது சம்பந்தமாக உரை நிகழ்த்தினார்.

பலர் பின்வரும் கேள்வியை என்னிடம் கேட்டனர். இந்த வைபவம் நடைபெறுவதற்கு நாகபுரியை நீங்கள் ஏன் தேர்ந்தெடுத்தீர்கள். இந்த விழா ஏன் வேறு ஏதேனும் ஊரில் நடைபெறவில்லை?

ஆர்.எஸ்.எஸ்.சின் ஒரு பெரிய பட்டாளம் நாகபுரியில் இருப்பதால் அவர்களைத் திக்குமுக்காடச் செய்யவே இந்த விழா இந்நகரில் ஏற்பாடு செய்யப்பட்டதாக சிலர் கூறுகின்றனர். இது உண்மை அல்ல. இந்தக் காரணத்துக்காக இந்த விழா இந்நகரில் ஏற்பாடு செய்யவில்லை. எங்கள் பணி பிரம்மாண்டமானது. வாழ்க்கையின் ஒவ்வொரு நிமிடமும் அதற்கு மிக முக்கியமானது. எனது மூக்கைச் சொரிந்து கொண்டு சகுனம் சரியாக இல்லை என்ற கூற எனக்கு நேரம் கிடையாது.

இந்த இடத்தைத் தேர்ந்தெடுப்பதற்கான காரணம் வேறு. இந்தியாவில் புத்த மதத்தைப் பற்றி பிரச்சாரம் செய்தவர்கள் நாகர் மக்களே என்பதை பௌத்த வரலாற்றைப் படிப்பவர்கள் தெரிந்து கொள்வார்கள். நாகர்கள் ஆரியர்களின் உக்கிரமான பகைவர்.

ஆரியர்களுக்கும் ஆரியர் அல்லாதவர்களுக்கும் இடையே பல உக்கிரமான போர்கள் நடைபெற்றுள்ளன. நாகர்களை ஆரியர்கள் சுட்டெரித்த நிகழ்வுகளை புராணங்களில் படிக்கலாம். அகத்திய ரால் ஒரே ஒரு நாகரை மட்டும் காப்பாற்ற முடிந்தது. அவரது வழித்தோன்றியவர்களே நாங்கள்.

மிகக் குரூரமான அடக்குமுறை, ஒடுக்குமுறைகளை சகித்துக் கொண்டு வந்த நாகர் மக்களுக்கு இதிலிருந்து மீள ஒரு மாமனிதர் தேவைப்பட்டார். அந்த மாமனிதரை அவர்கள் கௌதம புத்தரில் கண்டனர். எனவே, அவர்கள் மகான் புத்தரின் போதனைகளை இந்தியா முழுவதிலும் பரப்பினர்.

அப்படிப்பட்ட நாகர்கள் நாங்கள். நாகர் மக்களின் பிரதான உறைவிடம் நாகபுரியிலும் அதனைச் சுற்றிலுமே அமைந்திருந்தது. அதனால்தான் இந்த நகரம் நாகபுரி என்றழைக்கப்படுகிறது.

இந்த இடத்திலிருந்து சுமார் 27 மைல் தொலைவில் ஒரு குன்று இருக்கிறது. நாகார்ஜூன் குன்று என்பது அதன் பெயர். நாகர் வாழும் பிரதேசத்தின் வழியாகச் செல்லும் நதி நாகா நதியாகும். இங்கு வசிக்கும் மக்கள் காரணமாகவே இந்த நதி இப்பெயரைப் பெற்றது. இந்த இடத்தை - அதாவது நாகாபுரியைத் தேர்ந்தெடுப்பதற்கான பிரதான காரணம் இதுதான். இதைத் தவிர வேறு எவரையும் சினம் கொள்ளச் செய்யும் நோக்கம் எதுவும் எனக்கு அறவே இல்லை. அதுவும் ஆர்.எஸ்.எஸ். பிரச்சனை என் மனதில் துளிக்கூட இடம் பெறவில்லை. இந்த ரீதியில் எவரும் இதனை அர்த்தப்படுத்திக் கொள்ளக் கூடாது.

புத்த மதத்தில் 75 சதவீத பிக்குகள் பிராமணர்கள். 25 சதவீதத்தினர் சூத்திரர்களும் ஏனையோரும்.

மதம் ஏழைகளுக்கு அவசியமானது. மதம் ஒடுக்கப்பட்ட மக்களுக்கு அவசியமானது. ஒரு மனிதன் நம்பிக்கையை ஆதாரமாகக் கொண்டுதான் வாழ்கிறான்.

வாழ்க்கையின் ஆணி வேர் அடி வேர் நம்பிக்கையில்தான் பொதிந் துள்ளது. இந்த நம்பிக்கை இழக்கப்படுமானால் வாழ்க்கை என்ன ஆவது? மதம் நம்பிக்கையை அளிக்கிறது. ஒடுக்கப்பட்ட மக்களுக்கு ஏழை, எளிய மக்களுக்கு ஒரு செய்தியைக் கூறுகிறது. பயப்படா தீர்கள். வாழ்க்கை நம்பிக்கை அளிப்பதாகவே இருக்கும். இதனால் தான் ஏழைகளும் அடக்கி ஒடுக்கப்பட்டவர்களும் மதத்தை அரவணைத்துக் கொண்டிருக்கிறார்கள்.

புத்த மதத்தின் மூலம் அடித்தளம் எது? புத்தரின் மதத்துக்கும் ஏனைய மதங்களுக்கும் இடையே மிகப்பெரும் வேறுபாடு உள்ளது. மற்ற மதங்கள் மனிதனை கடவுளுடன் சம்பந்தப்படுத்துவதால் அவற்றில் மாற்றங்கள் செய்வது சாத்தியமில்லை.

கடவுள் இயற்கையைப் படைத்தார் என்று இதர மதங்கள் போதிக் கின்றன. கடவுள் அனைத்து வானத்தையும், காற்றையும், சந்திரனை யும், சூரியனையும் மற்றும் இதர பலவற்றையும் படைத்தார்.

நாம் செய்வதற்கு கடவுள் எவற்றையும் விட்டு வைக்கவில்லை. எனவே, நாம் கடவுளை வழிபட வேண்டும் என்று அவை கூறுகின்றன.

மரணத்திற்குப் பிறகு கடவுளின் தீர்ப்பு நாள் ஒன்று உள்ளது. அனைத்தும் அந்தத் தீர்ப்பையே பொறுத்துள்ளது என்று கிறித்துவ மதம் கூறுகிறது.

ஆனால், புத்த மதத்தில் ஆண்டவனுக்கோ ஆன்மாவுக்கோ இடம் ஏதும் இல்லை. உலகெங்கும் துயரம் நிலவுகிறது. 90 சதவீத மகக்ள் துயரத்தில் சிக்கி அவதிப்படுகின்றனர். அல்லலுறுகின்றனர் என்று புத்தர் கூறினார்.

இந்த அழுத்தப்பட்ட பரிதாபத்துக்குரிய மக்கள் துயரத்திலிருந்து விடுவிப்பதே புத்த மதத்தின் தலையாய பணியாகும். புத்தர் கூறியதி லிருந்து மாறுபட்ட எதையும் மார்க்ஸ் கூறி விடவில்லை. புத்தர் குறுக்கு மறுக்குமாக சுற்றி வளைத்து எதையும் சொல்லவில்லை.

ஒரு தனி நபர் என்ற முறையில் இந்த நாட்டில் நான் சாதிக்க முடியாத எதுவும் இல்லை. வைசியர், சத்திரியர், பிராமணர் ஆகியோரைப் பற்றி உங்கள் மனதில் உள்ள கருத்துக்கள் எவ்வாறு சரிந்து விழுந்து அழிக்கப்படும் என்பதே இப்போதைய உண்மையான பிரச்சனை.

எனவே, இந்த மதத்தைப் பற்றிய விபரங்களை எல்லா அம்சங்களிலும் உங்களுக்குத் தருவது எனது கடமையாகும். இது சம்பந்தமாக பல நூல்களை எழுதி உங்களது ஐயங்களையும், ஊசலாட்டங்களையும் போக்குவேன். இந்தப் பிரச்சனையில் நீங்கள் முழு அளவுக்கு தெளிவும் விளக்கமும் பெற எல்லா உதவிகளையும் செய்வேன். குறைந்தபட்சம் தற்போதைக்கு என் மீது நம்பிக்கை வையுங்கள்.

ஆனால், அதே சமயம் உங்களது பொறுப்பும் மிகப்பெரியது. மற்றவர்கள் உங்களை மதித்துப் போற்றும் வகையில் உங்களது நடத்தை இருக்க வேண்டும். மதம் என்பது நமது கருத்தைச் சுற்றிக் கட்டப்பட்டுள்ள ஒரு பிணம் என்று நினைக்காதீர்கள்.

புத்த மதத்தைப் பொறுத்தவரையில் நமது இந்திய நாடு அதற்கு அந்நியமல்ல. எனவே, புத்த மதத்தை மிகச்சிறந்த முறையில் பின்பற்ற நாம் உறுதி பூண வேண்டும்.

மஹர் மக்கள் புத்த மதத்துக்கு அவக்கேட்டை கொண்டு வந்து விட்டார்கள் என்ற பழிச் சொல்லுக்கு நாம் ஆளாகக் கூடாது. இது விசயத்தில் நாம் உருக்கு உறுதியோடு இருக்க வேண்டும். இதனை நாம் சாதித்தோமானால் நம் தேசமும் நாமும் ஆக்க வளமுறுவோம். செழித் தோங்குவோம். அது மட்டுமல்ல, உலகம் முழுவதுக்குமே இந்த நற்பேறு கிட்டும்.

இப்போது இதற்கான செயல் திட்டத்தை நாம் வகுக்க வேண்டும். இந்த நிகழ்ச்சிக்கு பிறகு ஒவ்வொருவரும் மற்றவருக்கு தீட்சை அளிக்க வேண்டும். ஒவ்வொரு பௌத்தருக்கும் தீட்சை அளிக்கும் உரிமை உண்டு என நான் பிரகடனம் செய்கிறேன்.

இவ்வாறு பௌத்தர்களின் அழைப்பாளர்களின் இடி முழக்கம் போன்ற கரவொலிக்கிடையே புரட்சியாளர் அம்பேத்கர் தனது உரையை முடித்தார்.

அம்பேத்கர் புத்த மதத்தைப் பரப்ப பல்வேறு திட்டங்களோடு இருந்தார். அதற்கான முயற்சிகளை எடுத்திருந்தார். 14.10.1956 ஆம் நாள் புத்த மதம் மாறினார் அம்பேத்கர். 6.12.1956ல் அம்பேத்கர் இறந்தார்.

புத்த மதம் மாறி அவர் உயிரோடு இருந்தது 54 நாட்கள் மட்டுமே. அதனால் புத்த மதத்தைப் பெரியளவில் அம்பேத்கரால் கொண்டு செல்ல முடியாமல் போனது.

அம்பேத்கரின் அந்திமக் காலம்

18 பாபா சாஹேப் அம்பேத்கர் இரவு எப்போதும் நீண்ட நேரம் படிப்பது மற்றும் எழுதுவதை வழக்கமாக கொண்டிருப்பார். பெரும்பாலும் அவர் சோர்வாக உணர்ந்தால் இரவு முழுவதுமே படிப்பதிலும் எழுதுவதிலும் நேரம் செலவழிப்பார்.

டிசம்பர் 5 ஆம் தேதி இரவு நானக் சந்த்ரட்டு, கிளம்பிச் சென்ற பின்னர் புத்தர் மற்றும் அவரது தம்மம் என்ற புத்தகத்தின் முன்னுறையை அம்பேத்கர் திருத்தினார்.

பின்னர் எஸ்.எம். ஜோஷி மற்றும் ஆச்சார்யா அத்ரேவுக்கும், பிராமி சர்க்காருக்கும் எழுதிய கடிதங்களில் கடைசித் திருத்தங்கள் செய்து வைத்து

விட்டு, அன்று வழக்கத்தை விட முன்னதாக பதினொன்றரை மணிக்கே தூங்கச் சென்றார்.

அம்பேத்கரின் மனைவி சவிதா அம்பேத்கர் எழுதியுள்ள நூலில் டிசம்பர் 5 ஆம் தேதி இரவுதான் அவரது வாழ்க்கையின் கடைசி இரவாக இருந்தது என்று உணர்வு பூர்வமாக எழுதியுள்ளார்.

சூரிய அஸ்தமனத்துடன் டிசம்பர் 6 ஆம் தேதி விடிந்தது. சவிதா அம்பேத்கர் எப்போதும் போல 1956 ஆம் ஆண்டு டிசம்பர் 6 ஆம் தேதி எழுந்தார்.

வழக்கம்போல் தேநீர் தயாரித்து ஒரு டிரேயில் எடுத்துக் கொண்டு பாபா சாஹேப் அம்பேத்கர் அறைக்கு அவரை தூக்கத்தில் இருந்து எழுப்புவதற்காக சென்றார். அப்போது மணி காலை 7.30 ஆகி யிருந்தது.

"அறைக்குள் நுழைந்தவுடன், அம்பேத்கரின் பாதம் ஒன்று தலை யணையில் இருந்ததை நான் பார்த்தேன். இரண்டு அல்லது மூன்று முறை அவரை எழுப்புவதற்காகச் சத்தமிட்டேன். எந்த ஒரு அசைவும் அவரிடம் இருந்து வெளிப்படவில்லை. அவர் ஆழ்ந்த உறக்கத்திலும் இருக்கலாம் என்று நினைத்தேன். எனவே அவரது உடலைத் தொட்டு அசைத்து எழுப்ப முயற்சித்தேன்" என்று சவிதா அம்பேத்கர் எழுதியுள்ளார்.

பாபா சாஹேப் அம்பேத்கர் தூக்கத்திலேயே மரணம் அடைந்திருக் கிறார். சவிதா அம்பேத்கர் அதிர்ச்சியடைந்து கதறி அழ ஆரம்பித் தார். அவரது உதவியாளர் சுதலிமா ஆகியோர் மட்டுமே இருந்தனர்.

சவிதா அம்பேத்கர் டாக்டர் மல்வங்கரை அழைத்து என்ன செய்வது என்று கேட்டார். அதற்கு டாக்டர் மல்வங்கர் 'கோராமைன்' என்ற ஊசி மருந்தை அம்பேத்கருக்கு செலுத்தும்படி கூறினார்.

அம்பேத்கர் மரணம் அடைந்து பல மணிநேரம் ஆனதால் ஊசி மருந்து சாத்தியப்படவில்லை. பின்னர் சுதாமாவிடம், நானக்சந்த் ரட்டுவை அழைத்து வந்தார். சிலர் அம்பேத்கர் உடலில் உயிர் வரவழைக்க முடியுமா என்று அவரது மார்பில் மசாஜ் செய்தனர்.

செயற்கை சுவாசம் அளிக்கவும் முயற்சி செய்தனர். ஆனால் பலன் அளிக்கவில்லை. பாபா சாஹேப் அம்பேத்கர் உயிரிழந்து விட்டார்.

பின்னர் சவிதா அம்பேத்கர் மூவரிடமும் அம்பேத்கர் மரணச் செய்தியை ஒளிபரப்புவதற்கான ஏற்பாடு செய்யும்படி கூறினார். அம்பேத்கரின் மரணச் செய்தி காட்டுத்தீ போல பரவியது.

ஆயிரக்கணக்கானோர் டெல்லியில் உள்ள அம்பேத்கர் இல்லம் அமைந்துள்ள நவம்பர் 26, அலிப்பூர் ரோடு நோக்கி வரத் தொடங்கினார்.

அம்பேத்கரின் இறுதிச் சடங்குகளை மும்பையில் நடத்துவது என்று தீர்மானிக்கப்பட்டது. பல்வேறு அமைச்சர்கள், நாடாளுமன்ற உறுப்பினர்கள், அம்பேத்கரின் ஆதரவாளர்கள் அங்கு வர ஆரம்பித்து விட்டனர்.

பாபா சாஹேப் அம்பேத்கரின் உடலை மும்பை எடுத்துச் செல்வதற் காக விமானம் ஒன்றை ஜெக ஜுவன்ராம் ஏற்பாடு செய்தார். நாக்பூர் வழியாக அவரது உடல் மும்பைக்கு எடுத்துச் செல்லப்பட்டது. அம்பேத்கரின் மரணத்தின் போதுதான் மும்பையில் வரலாறு காணாத இறுதி ஊர்வலத்தை நாடு கண்டது.

●

சுரண்டப்படுவோருக்கு, பின்தங்கிய சமூகத்தினருக்கு ஆதரவாக இருந்து வந்த டாக்டர் பாபா சாகேப் அம்பேத்கர் அன்றுதான், 1956, டிசம்பர் 6 ஆம் தேதி மரணமடைந்தார்.

இந்தியாவின் ஒடுக்கப்பட்ட சமூகம் அன்றைய தினத்தை சூரிய அஸ்தமன தினமாகவே கருதினர்.

தன்னுடைய கல்வி, வாழ்வாதாரத்திற்கான போராட்டங்களை சந்தித்தது தொடங்கி, தலித்துகளின் முன்னேற்றம், சுதந்திர இந்தியா வின் அரசமைப்பை எழுதியது வரை டாக்டர் பாபா சாஹேப் அம்பேத்கரின் பயணம் என்பது கடினமான சூழல்களைக் கொண்ட தாகும்.

தனது வாழ்க்கைப் பயணம் முழுவதும் பல்வேறு நோய்களால் பாபா சாஹேப் பாதிக்கப்பட்டார். நீரிழிவு நோய், உயர் ரத்த அழுத்தம், நரம்பு சுழற்சி, மூட்டுவலி போன்ற குணப்படுத்த முடியாத நோய்களால் அவர் பாதிக்கப்பட்டார். நீரிழிவு நோய் காரணமாக அவர் உடல் சோர்வடைந்தது. முடக்குவாதம் காரண மாக பல இரவுகளில் அவர் படுத்த படுக்கையாக இருந்தார்.

இந்த நிலையிலும் அம்பேத்கரின் கடைசி மாத பயண நிகழ்வுகள் ஆச்சர்யத்தைத் தருகிறது.

இந்திய நாடாளுமன்றத்தில் மேலவை என்று அழைக்கப்படும் ராஜ்ய சபாவில் டாக்டர் பாபா சாஹேப் அம்பேத்கர் கடைசியாக பொது வெளியில் காணப்பட்டார்.

1956 ஆம் ஆண்டின் கடைசி மூன்று வாரங்களில் டெல்லிக்கு வெளியே பயணம் சென்றார். நவம்பர் 12 ஆம் தேதி அவர் பாட்னா வழியாக காட்மண்டு சென்றார். அங்கு நவம்பர் 14 ஆம் தேதியன்று உலக தர்மம் கருத்தரங்கு தொடங்கியது.

இந்தக் கருத்தரங்கு நேபாளின் அரசர் ராஜமகேந்திரனால் தொடங்கப்பட்டது. இந்த நிகழ்வின்போது நேபாள அரசர் பாபா சாஹேப் அம்பேத்கரிடம் மேடையில் தனது அருகில் வந்து அமரு மாறு கேட்டுக் கொண்டார். இதற்கு முன்பு இதுபோல நேர்ந்த தில்லை. இதன் மூலம் பௌத்த உலகில் பாபா சாஹேப் அம்பேத் கருக்கு அளிக்கப்பட்ட முன்னுரிமை தெரிய வருகிறது.

காட்மண்டுவின் பல்வேறு பகுதிகளில் மக்களை சந்தித்து பேசியதில் பாபா சாஹேப் சோர்வடைந்தார். இந்தியா திரும்பும் வழியில் பௌத்த புனிதத் தலங்களுக்கு சென்று வந்தார்.

காட்மண்டுவின் வரலாற்று சிறப்புமிக்க அசோகா பில்லரில் உள்ள கௌதம புத்தரின் பிறந்த இடமான லும்பினிக்குச் சென்றார். இதன் பின்னர் இந்தியா திரும்பும் வழியில் பாட்னாவுக்கு புத்த கயாவுக்கு சென்றார்.

இந்த சிறப்பான பயணத்திற்குப் பின்னர் டெல்லிக்கு நவம்பர் 30ஆம் தேதி திரும்பி வந்தபோது அவர் சோர்வடைந்து காணப்பட்டார்.

டெல்லியில் ராஜ்யசபா குளிர்கால கூட்டம் தொடங்கி இருந்தது. எனினும் அவருக்கு உடல்நலக் குறைவாக இருந்தது. அவரால் அதில் பங்கேற்க முடியவில்லை. ஆனால் டிசம்பர் 4 ஆம் தேதி வரைதான் ராஜ்யசபா கூட்டத்துக்கு செல்ல வேண்டும் என்ற வலியுறுத்திக் கொண்டே இருந்தார்.

பாபா சாஹேப் உடன் இருந்த டாக்டர் மல்வங்கர் அவர் உடல் நலத்தை பரிசோதிப்பதை பொருட்படுத்தவில்லை என்று கூறினார்.

பாபா சாஹேப் ராஜ்ய சபாவுக்குச் சென்றார். மதியம் வீட்டுக்குத் திரும்பி வந்தார். மதிய உணவுக்குப் பின்னர் அவர் ஓய்வு எடுத்தார்.

பிற்பகலில் அவரது மனைவி சவிதா அம்பேத்கருக்கு காபி வழங்கினார். இதற்கிடையே நானக்சந்த் ரட்டு அங்கு வந்தார்.

மும்பையில் 1956 ஆம் ஆண்டு டிசம்பர் 16 ஆம் தேதி மதமாற்ற விழா ஒன்று நடத்த திட்டமிடப்பட்டிருந்தது.

நாக்பூரில் நடந்தது போல மும்பையிலும் மதமற்ற விழாவை பாபா சாஹேப் நடத்த வேண்டும் என்று தலைவர்கள் விரும்பினர். அதில் அம்பேத்கர் மற்றும் அவரது மனைவி சவிதாவும் பங்கேற்க வேண்டும் என்று விரும்பினர்.

எனவே மும்பையில் மதமாற்ற விழாவில், பங்கேற்பதற்காக டிசம்பர் 14 ஆம் தேதி பயணத்துக்கு பயணச்சீட்டு முன்பதிவு செய்வது குறித்து நானக்சந்த் ரட்டுவிடம் அம்பேத்கர் கேட்டார்.

அப்போது அம்பேத்கர் மனைவி, உடல் நலத்தை கருத்தில் கொண்டு பாபா சாஹேப் விமானத்தில் செல்ல வேண்டும் என்று கூறினார்.

எனவே அதன்படி விமான பயணத்துக்கு பயணச்சீட்டு ஏற்பாடு செய்யும்படி ரட்டுவிடம் பாபா சாஹேப் கூறினார்.

நீண்ட நேரம் பாபா சாஹேப் சொல்ல சொல்ல ரட்டு தட்டச்சு செய்தார். பின்னர் 11.30 மணிக்கு பாபா சாஹேப் படுக்கையறைக்கு சென்றார். வீட்டுக்கு செல்வதற்கு ரட்டுவுக்கும் தாமதம் ஆகி விட்டதால் அங்கேயே தூங்கினார்.

அம்பேத்கர் மரணம் அடைவதற்கு முதல் நாள் அதாவது டிசம்பர் 5 ஆம் தேதி காலை 8.30 மணிக்கு படுக்கையை விட்டு எழுந்தார். அவரது மனைவி சவிதா அம்பேத்கர் தேநீர் கொண்டு வந்து அவரை எழுப்பி விட்டார்.

அதன் பின்னர் இருவரும் தேநீர் அருந்தினர். இதற்கிடையே அலுவலகத்துக்கு கிளம்பியிருந்த நானகச்சந்த் ரட்டு அங்கு வந்தார். அவர்கள் தேநீர் அருந்தியவுடன் கிளம்பினர்.

அம்பேத்கர் முழுவதுமாக காலைக்கடன்களை முடிப்பதற்காக சவிதா அம்பேத்கர் உதவினார். பின்னர் அவரை காலை உணவு உண்பதற்காக அழைத்துச் சென்றார். காலை உணவுக்குப் பின் பங்களாவின் வராந்தா வில் அமர்ந்து மூவரும் உரையாடினர். பாபா சாஹேப் அன்றைய நாளிதழ்களை படித்தார்.

மதிவு உணவுக்கு 12.30 மணிக்கு மனைவி அழைத்தபோது அம்பேத்கர் புத்தரும் தர்மமும் என்ற புத்தகத்தின் முன்னுரையை முழுவதுமாக எழுதி முடித்தார். உணவு உண்டபின் அம்பேத்கர் ஓய்வு எடுத்தார்.

டெல்லி வீட்டில் சவிதா அம்பேத்கர் தானே நேரடியாக மார்க்கெட் சென்று புத்தகங்கள், உணவு பானங்கள் வாங்கி வருவது வழக்கம். பாபா சாஹேப் அம்பேத்கர் உறங்கும்போதோ அல்லது நாடாளு மன்றத்துக்கு சென்றிருக்கும்போதோ அவர் இவ்வாறு செல்வது வழக்கம்.

பாபா சாஹேப் அம்பேத்கர் டிசம்பர் 5 ஆம் தேதி மதியம் உறங்கி ஓய்வு எடுத்துக் கொண்டிருந்தபோது பொருட்கள் வாங்குவதற்காக சவிதா அம்பேத்கர் மார்க்கெட் சென்றிருந்தார்.

டிசம்பர் 5 ஆம் தேதி இரவு டாக்டர் மல்வங்கர் விமானம் மூலம் மும்பை செல்ல திட்டமிட்டிருந்தார். எனவே அவர் மும்பைக்கு கொண்டு செல்வதற்காக சிலவற்றை வாங்குவதற்காக சவிதா அம்பேத்கருடன் மார்க்கெட் சென்றார்.

அம்பேத்கரின் தூக்கம் கெட்டுவிடும் என்பதால் அவரிடம் ஏதும் சொல்லாமலே டாக்டர் மல்வங்கர் வெளியே சென்று விட்டார்.

மல்வங்கர் மாலை 5.30 மணிக்குத் திரும்பி வந்த போது அம்பேத்கர் கோபமாக இருந்தார்.

டாக்டர் அம்பேத்கரின் வாழ்க்கை வரலாற்று நூலில் இது பற்றி கூறியுள்ள சவிதா அம்பேத்கர் 'சாஹேப் கோபமாக இருப்பது ஒரு புதிய விசயமல்ல. வைத்த இடத்தில் புத்தகம் இல்லை என்றாளோ, உரிய இடத்தில் பேனா கிடைக்கவில்லை என்றாலோ, பங்களாவில் உள்ள அனைவர் மீதும் அவர் கோபப்படுவார். அவரின் விருப்பத் திற்கு மாறாக நடந்தாலோ அல்லது எதிர்பார்த்தபடி நடக்காத சிறிய விஷயத்துக்காகவோ அவரின் கோபம் தலைக்கு ஏறும். அவரின் கோபம் இடிபோல இருக்கும். விருப்பமான புத்தகம் நோட்டு புத்தகம் கிடைத்து விட்டால் அடுத்த நிமிடமே அவரது கோபம் மறைந்து விடும்' என்று கூறியிருக் கிறார்.

மார்க்கெட்டில் இருந்து வந்த பின்னர் அம்பேத்கர் அறைக்கு சவிதா சென்றார். அப்போது வருத்தத்துடன் அம்பேத்கர் பார்த்துக் கொண்டிருந்தார். பின்னர் அவரிடம் எங்கே சென்று வந்தேன் என்பதை விவரித்த பின்னர் அம்பேத்கருக்கு காபி தயாரிக்க சவிதா சமையலறைக்கு சென்று விட்டார்.

ஜெயின் மதத்தலைவர்கள் மற்றும் அவர்களது பிரதிநிதிகளைக் கொண்ட குழுவினர் முன்பே பெற்ற அனுமதியுடன் இரவு 8 மணிக்கு அம்பேத்கரைச் சந்தித்தனர். பௌத்தம் - சமணம் குறித்து குழுவினரும் பாபா சாகேப் அம்பேத்கரும் பேசிக் கொண்டிருந் தனர்.

டிசம்பர் 6 ஆம் தேதி ஜெயின் கூட்டம் ஒன்று நடக்கப் போகிறது எனக் கூறிய அவர்கள் சமணம் - பௌத்தம் இடையே ஒற்றுமை கொண்டு வருவது குறித்து சமண துறவிகளுடன் அம்பேத்கர் ஆலோசனை நடத்த வேண்டும் எனக் கேட்டுக் கொண்டனர். இதற்கிடையே டாக்டர் மல்வங்கர் மும்பைக்கு விடைபெற்றுச் சென்றார்.

அடுத்த நாள் (6 ஆம் தேதி) என்னுடைய செயலாளரிடம் இருந்து என்னுடைய நேரத்தை அறிந்து கொண்டு மாலையில் செல்கின்றேன் நலம் ஆலோசிக்கலாம் என்று பாபா சாஹேப் அம்பேத்கர், ஜெயின் குழுவினரிடம் சொன்னார். பின்னர் அந்தக் குழுவினர் கிளம்பிச் சென்றார்.

அதன் பிறகு புத்தம் சரணம் கச்சாமி என்ற வரிகளை பாபா சாஹேப் அம்பேத்கர் மெதுவான குரலில் பாடியபடி இருந்தார். பாபா சாஹேப் மகிழ்ச்சியான தருணங்களில் இருக்கும்போது புத்த வந்தனம் மற்றும் கபீர் வரிகளை வாசிப்பது வழக்கம் என சவிதா அம்பேத்கர் கூறியுள்ளார்.

சிறிது நேரம் கழித்து காம்பவுண்டுக்குள் சவிதா அம்பேத்கர் எட்டிப் பார்த்தார். ரட்டுவிடம் அம்பேத்கர் புத்த வந்தனம் இசை தட்டை ரேடியோகிராமில் போடும்படி கேட்டுக் கொண்டார்.

டைனிங்டேபிளில் அமர்ந்து இரவு உணவை எடுத்துக் கொண்ட அம்பேத்கர், சிறிதளவு மட்டுமே சாப்பிட்டார். இதன் பின்னர் சவிதா இரவு உணவை முடித்தார். பின்னர் ஊன்றுகோலின் உதவியுடன் அம்பேத்கரை சவிதா படுக்கைக்கு அழைத்துச் சென்றார். அப்போது அம்பேத்கர் சில புத்தகங்களை உடன் எடுத்துச் சென்றார்.

டாக்டர் அம்பேத்கர் இந்தியாவின் பல்வேறு பகுதிகளுக்கும் உலகின் பல பகுதிகளுக்கும் சமூக விடுதலையை நோக்கமாகக் கொண்டு பயணம் செய்துள்ளார். அவர்கள் ஹைதராபாத் மற்றும் உஸ்மானியா பல்கலைக் கழகம் மற்றும் நிஜாம் பேரரசர் மாளிகை என பல இடங்களுக்கும் 1932, 1938, 1944, 1950, 1953களில் என்று பல தடவை பயணம் செய்துள்ளார்.

1938 டிசம்பர் மாதத்தின் கடைசி வாரத்தில் அவுரங்காபாத்தில் அவுரங்காபாத் மாவட்ட ஒடுக்கப்பட்டோர் வகுப்பு மாநாட்டிற்கு அம்பேத்கர் தலைமை ஏற்றார்.

ஐதராபாத் சமஸ்தானத்தில் நடைபெற்ற தீண்டப்படாத வகுப்பாரின் முதலாவது மாநாடு இதுவேயாகும்.

வரவேற்புக் குழுவின் தலைவர் தீண்டப்படாத வகுப்பாரின் இன்னல் களை நிரல்படுத்தி கூறினார். ஹைதராபாத் தீண்டப்படாத மக்களிடம் சுயமரியாதை இயக்கத்தின் இன்றியமையாமையை வலியுறுத்தி டாக்டர் அம்பேத்கர் உரையாற்றினார்.

20.9.1944ல் வைஸ்ராய் நிர்வாக கவுன்சில் உறுப்பினரான டாக்டர் அம்பேத்கர் ஹைதராபாத்துக்கு வருகை தந்தார். டாக்டர் அம்பேத்கர் தென்னிந்தியாவில் சுற்றுப்பயணம் செய்த போது

நிஜாம் ஆட்சிக்கு உட்பட்ட ஹைதராபாத் மாகாணத்திற்கு 20.9.1944 அன்று முதல் முறையாக வந்தார்.

வீகம் பெட்ரோல் நிலையத்தில் ஹைதராபாத் அட்டவனைச் சாதியினர் கூட்டமைப்பு தலைவர் ஜே. சுப்பையா, திருமதி சுப்பையா, திருமதி ராஜ்மணிதேவி, திருமதி மத்ரே ஆகியோர் அவரை வரவேற்றனர்.

ஹைதராபாத் மாநில பட்டியல் இனத்தைச் சேர்ந்த பெண்களும், ஆண்களும் அவருக்கு உற்சாகமாக வரவேற்பு அளித்தது என்றும் நினைவில் நிற்கும். டாக்டர் அம்பேத்கருக்கு அளித்த மரியாதை அணிவகுப்பு மிகச் சிறப்பாக இருந்தது. அம்பேத்கர் வாழ்க என்ற முழக்கம் வானில் இறங்கும்போது எதிரொலித்துக் கொண்டிருந்தது.

நிகழ்ச்சி நடைபெறும் இடத்துக்கு அழைத்துச் செல்லப்பட்டார். இந்த நிகழ்ச்சியின் வரவேற்பு குழு தலைவரான பிரேம்குமார் டாக்டர் அம்பேத்கரை வரவேற்று பேசினார்.

பெருத்த கரவொலிகளுக்கிடையே டாக்டர் அம்பேத்கர் பேச எழுந்தார். சுமார் 45 நிமிடம் இந்தியில் பேசினார். அவரது கருத்தாழ மிக்க இதயத்தை தொடும் அழகான பேச்சினால் வந்திருந்தோர் அனைவரும் கட்டுண்டனர். அனைவரும் சமம் என்ற இடத்தின் கீழ் ஒன்றுவிட்டு நிற்குமாறு கேட்டுக் கொண்டார்.